மாட வீடுகளின் தனிமை

என். ஸ்ரீராம்

டிஸ்கவரி பப்ளிகேஷன்ஸ்
எண்: 9, பிளாட் எண்: 1080A, ரோஹிணி பிளாட்ஸ்
முனுசாமி சாலை, கே.கே.நகர் மேற்கு,
சென்னை – 600 078. பேச: 99404 46650

வெளியீட்டு எண்: 0289

மாட வீடுகளின் தனிமை (சிறுகதை)
ஆசிரியர்: என். ஸ்ரீராம்©

Mada Veedukalin Thanimai (Short Stories)
Author: N.Shriram©
Print in India
Discovery 1st Edition: Dec - 2023
ISBN No : 978-81-19541-21-8
Pages - 200
Rs - 220

Publisher • *Sales Rights*

Discovery Publications	**Discovery Book Palace (P) Ltd**
No. 9, Plot,1080A, Rohini Flats, Munusamy Salai, K.K.Nagar West, Chennai - 78. Tamilnadu, India. Mobile: +91 99404 46650	No. 1055-B, Munusamy Salai, K.K.Nagar West, Chennai-600 078. Ph: (044) 4855 7525 Mobile: +91 87545 07070

discoverybookpalace@gmail.com / www.discoverybookpalace.com

இந்த நூலில் பிரசுரமாகியுள்ள எந்த ஒரு பகுதியையும் எழுத்துபூர்வமான முன்அனுமதி பெறாமல் எடுத்தாள்வதோ, மறுபிரசுரம் செய்வதோ, மொழியாக்கம் செய்வதோ, ஊடகங்களில் மறுபதிப்புச் செய்வதோ, காப்புரிமைச் சட்டப்படி தடை செய்யப்பட்டுள்ளது. இந்த நூலிலிருந்து சில பகுதிகளை மேற்கோள்காட்டி நூல்அறிமுகம் செய்யலாம்.

உங்கள் மொபைல் போனிலிருந்து ஸ்கேன் செய்து 'டிஸ்கவரி புக் பேலஸ்' மொபைல் ஆப்பை டவுன்லோடு செய்து, புத்தகங்களை வாங்குங்கள்.

சமர்ப்பணம்

அப்புச்சி குப்புசாமிக்கும் சித்தப்பா தெண்டபாணிக்கும்

ஒரு சிறகின் தரிசனம்

முடிவில்லாத ஆகாயவெளியில் பறந்து திரியும் பறவையிலிருந்து ஒரு சிறகு உதிர்ந்து காற்றின் போக்கில் அலைந்து திரிகிறது. அந்த ஒற்றைச் சிறகு விழுந்து எழுந்த நிலப்பரப்புக்களும் அதன் பார்வையில் பட்ட மனிதர்களும் விலங்குகளும் விருட்சங்களும் தாவரங்களும்தான் என் கதைகள் என இப்போது தோன்றுகின்றன. என்னுடைய பார்வையும் கூட அந்தச் சிறகின் தரிசனத்தைப் போல உள்ளதோ என்கிற அய்யப்பாடு எனக்கு தொடர்ந்து எழுந்து கொண்டேதான் இருக்கிறது.

கொங்குவெளியின் வாழ்வை மிக நுட்பத்துடன் நேர்த்தியாக பதிவு செய்திருக்கிறேன் என்கிற இறுமாப்பு இன்றுவரை இருந்ததில்லை. ஒவ்வொருநாளும் ஏதாவது புதிதாக கற்றுக்கொள்ளும் வசீகரத்தைத் தந்திருக்கிறது நிலவெளி.

பால்ய வயதின் பள்ளிக்கூட விடுமுறை தினங்களை கழிக்க அப்புச்சியை தேடிப் புறப்படுவேன். கிளுவை வேலிகள் மருங்கமைந்த இட்டேரிதான் நான் நடந்து செல்லும் வழி. கோழிகள், வெள்ளாடுகள் மீது மிகுந்த பிரியத்தைக் கொண்டிருந்த அப்புச்சி எந்த சம்பவத்தையும் கதையாக விவரிக்கும் சாதுரியத்தைக் கொண்டிருந்தார்.

ஆதி மௌனப் படங்களிலிருந்து மதுரை வீரன் வரை எல்லாப் படங்களையும் பார்த்திருந்த அப்புச்சிக்கு நாட்டுப்புறக் கதைகளும் பால் சார்ந்த கதைகளும் அத்துப்படியாக இருந்தன. மகாபாரதமும் இராமாயணமும் அப்புச்சியின் வாய்மொழிக் கதையாகத்தான் ஆரம்பத்தில் அறிமுகமாயின. மயில்ராவணனும் பீமனும் வாலியும் என அதன் பாத்திரங்கள் ஆழ்ந்த நித்திரையில் கூட உளறும் அளவுக்கு என்னை ஆட்கொண்டிருந்தார்கள்.

காலவெளி மாற்றத்தில் எனது வாசிப்பும் தேடலும் என்னை நவீன இலக்கியத்திற்கு கொண்டுவந்து சேர்த்திருந்தாலும் நான் எழுதியதற்கு முதல் அஸ்திவாரம் அப்புச்சியின் அன்றைய கதைச் சொல்லல்தான் என்று கருதுகிறேன். நான் எழுத அமரும் ஒவ்வொரு கணமும் என் காதில் அப்புச்சியின் குரல் முன் ஒலித்துக் கொண்டு கதை சொல்லுவதை உணர்ந்திருக்கிறேன்.

யாரும் அறியாத மரணத்தின் உள்நுட்பம் மூப்புடன் போராடிக் கொண்டிருந்த அப்புச்சியை கடந்த மழைக்காலத்தில் நீண்ட நாட்கள் 'கிடைச்சேர்ந்து' என்னிடமிருந்து எடுத்துக்கொண்டுபோய் விட்டது. அந்தக் குரலை இனி என்றும் கேட்கமுடியாத ஒரு வெறுமையான தருணத்தில்தான் இந்த முன்னுரையை எழுதும் நிலை எனக்கு ஏற்பட்டுள்ளது. இந்தத் தொகுதியில் இடம்பெற்றுள்ள கதைகளில் உலவும் கதைமாந்தர்கள் எவரும் எனது முழுக்கற்பனை அல்ல. கொங்கு மண்ணில் வாழ்ந்து கொண்டிருக்கும் அச்சு அசலான நிஜ மனிதர்கள்.

நீங்களும் ஏதாவது ஒரு சந்தர்ப்பத்தில் அவர்களை பார்த்திருக்கவோ பழகியிருக்கவோ, இல்லை அவர்களின் கதையை நிச்சயம் கேட்டிருக்கவோ கூடும்.

இக்கதைகளை வெளியிட்ட உயிர் எழுத்து, சண்டே இந்தியன், தீராநதி, அவள் விகடன், உயிர்மை, ஆனந்த விகடன், குங்குமம், சங்கு, தூறல், வார மலர், புதிய பார்வை, கணையாழி ஆகிய இதழ்களுக்கும் நன்றி. மேலும் இக்கதைகள் வெளிவரக் காரணமாக இருந்தவர்களான மனுஷ்யபுத்திரன், சுதீர் செந்தில், மணா, கூத்தலிங்கம், தளவாய் சுந்தரம், சுந்தரபுத்தன், கனகசபை, கே.என்.சிவராமன், வளவ. துரையன், சந்தியூர் கோவிந்தன், வேட்டை பெருமாள், கவிஞர் யுகபாரதி, க.சீ.சிவகுமார் ஆகியோருக்கும் மிக்க நன்றி.

நான் எழுதுவதற்கான சூழலை தொடர்ந்து தந்து வரும் என் மனைவி ராதா, மகன் அபிஷேக்குமார் ஆகியோருக்கும் இக்கதைகளைத் முதல் பதிப்பாக வெளியிட்ட தோழமை கு.பூபதிக்கும் இரண்டாம் பதிப்பை வெளியிடும் டிஸ்கவரி மு.வேடியப்பனுக்கும் மனமார்ந்த நன்றி.

பிரியமுடன்,

என். ஸ்ரீராம்

9841716099

06.11.2023

உள்ளே

மூன்றாம் நதி ஓடும் ஊரின் கதை	09
கூவல்	34
இரவோடு போயினர்	40
திருவேலைக்காரி	53
ஆறுமுகக் காவடி	71
மசை	79
வண்ணக் கனவுகளும் அப்பாவும்	93
உருவாரம்	100
மழை	109
பூ நாகம்	114
வேகாத வெயில்	121
அருவி	130
சிதைக் கோழி	140
மாட வீடுகளின் தனிமை	150
நிழல் விளையாட்டு	171
மகா நிர்வாணம்	182
எதிர்த்திசை ஓட்டம்	189

மூன்றாம் நதி ஓடும் ஊரின் கதை

இருள் இன்னும் முற்றிலுமாக விலகவில்லை. ஆற்றில் அலைகள் நெளிந்தபடி தண்ணீர் ஓடிக்கொண்டிருந்தது. மங்கிய வெளிச்சத்தில் குத்துப் பாறைகள் துருத்திக்கொண்டு தெரிந்தன. நீர் ஓடும் சப்தத்தைத் தவிர வெளி எங்கும் படு நிசப்தமாக இருந்தது. இவள் அக்கரையைப் பார்த்தாள். தெருவிளக்கு வெளிச்சத்தினூடே கொமாரபாளையம் அமிழ்ந்து கிடந்தது. ஊருக்கு அப்பால் செவ்வானம் கூரியிருந்தது. முகில்கள் தேங்கிக் கிடந்தன.

இவள் கரையை ஒட்டித் தெற்கு முகமாகத் திரும்பி நடந்தாள். அப்போது திடீரெனக் கல்லில் துணி தப்பும் ஓசை கேட்டது. படித் துறையில் காவடிக்காரர்கள் சிலர் குளித்துக்கொண்டிருந்தார்கள். சங்கமமேஸ்வரர் கோவில் நடை திறக்கவில்லை. கரைமங்களில் அணையும் குருவிகள் விழித்திருந்தன.

இவள் கோவிலின் தெற்கு மதிற்சுவர் பக்கம் போனாள். அங்கிருந்து ஒரு குறுகிய சந்தைக் கடந்து தார்ச்சாலையில் இறங்கி நடந்தாள். வெளிச்சம் லேசாகப் புலப்படத் தொடங்கிற்று. சாலையோரப் புளியமரங்களின் வாதுகள் அசைவின்றி நின்றன. எந்த வாகனங்களும் தென்படவில்லை. இவள் பழைய பாலத்தின் வழியே சென்றாள். பசுமாடு ஒன்று அசைபோட்டபடி எதிரில் வந்தது. வலப்புறம் புதிய பாலத்தில் வாகனங்கள் இன்னும் விளக்கணைக்காமல் விரைந்து கொண்டிருந்தன. இவள் கீழே எட்டி ஆற்றைப் பார்த்தாள். காவிரியும் பவானியும் கலக்கும் சங்கமத்துறை. தண்ணீர் ஓடாமல் தேங்கிக் கிடப்பது போலத் தெரிந்தது. அதன் நடுப்பகுதியில் பரிசல் ஒன்று பாறைமீது கவிழ்த்து வைக்கப்பட்டிருந்தது.

இவள் நேராக ஊருக்குள் செல்லும் பாதையில் செல்லவில்லை. இடப்புறம் திரும்பினாள். ஆற்றை நோக்கி சரிவாகப் போகும்

ஒற்றையடித் தடத்தில் இறங்கி நடந்தாள். இருபுறமும் வேலிப்புதர்கள் மூடிக்கிடந்தன. உள்ளே பன்றிகள் உறுமும் ஓசை கேட்டது. வெளிக்குப் போய் வரும் ஆட்கள் மேடேறி வந்துகொண்டிருந்தார்கள்.

அவன் வீடு ஆற்றை ஒட்டியதுபோல இருந்தது. சிறிய சீமையோட்டு வீடு. ஆற்றில் பெருவெள்ளம் வரும்போது வீட்டை அடித்துக் கொண்டு போய்விடும் எனத் தோன்றியது இவளுக்கு. கதவு சாத்திக் கிடந்தது. சுத்திண்ணையோரம் இருந்த கோழிக்கூண்டில் கோழிகள் திறந்துவிடாமல் கொக்கரித்தபடி இருந்தன. இவள் மெல்லக் கதவைத் தட்டிக் குரல் கொடுத்தாள்.

“அண்ணே... அண்ணே...?''

வீட்டுக்குள்ளிருந்து எந்தவித சலனமுமில்லை. இவள் வாசலில் வந்து நின்றுகொண்டாள். என்ன செய்வது என யோசித்தாள். வெளிச்சம் பரவியிருந்தது. அக்கரைப் படித்துறையில் மட்டும் ஆட்கள் தெரிந்தனர். நடு ஆற்றில் வயதான ஒருவர் வேட்டியைத் தூக்கிப் பிடித்தபடி பரிசலை நோக்கிப் போய்க் கொண்டிருந்தார். தலைக்கு மேலே ஆற்றைக் கடந்துபோகும் நீர்க்காகங்களின் இரைச்சல்கள் கேட்டன. ஆள் அரவமற்ற அந்த இடத்தில் தனித்து நிற்பதற்கே அச்சம் ஏற்பட்டது.

மறுபடியும் போய்க் கதவைத் தட்டிக் குரல் கொடுத்தாள். உடனே பதிலில்லை. நீண்ட நேரத்துக்கு பின்பு கதவு திறந்தது. அவன் வெளியே வந்தான். தூக்கம் கலையவில்லை. கண்கள் சிவந்து கிடந்தன. வேட்டியை இறுக்கிக் கட்டிக்கொண்டே இவளை ஏற இறங்கப் பார்த்தான். ஆறு சிறு சலனத்துடன் ஓடிக்கொண்டிருந்தது. இவள் சற்று தயக்கத்துக்குப் பின்பு பேசினாள்.

“சம்பத் மொதலாளி.... அனுப்பிச்சாரு...''

அவன் எச்சிலை வாசலில் துப்பிவிட்டுக் கரகரத்த குரலில் பேசினான்.

“எல்லாம் மொதலாளி சொன்னாரு... நீயா..? உம்புருஷனா..?”

“நாந்தாண்ணே...”

அவன் இவளை உற்றுப் பார்த்தான். தனக்குள் சிரித்துக் கொண்டான். இவளுக்குச் சட்டென வார்த்தைகள் உடைந்து வெளிப்பட்டன.

“மொதலாளி ரெண்டே வாரத்துல கடன அடைக்கச் சொல்றாரு...''

“ஒனக்கு ஆயரத்தெட்டு அவசரம் இருக்கும் அம்மிணி... நா ஒடனே கூட்டிட்டு போயிற முடியுமா...?”

"டாக்டருக்குப் போன்பண்ணிக் கேக்கறேன்... எப்ப வரச் சொல்றாங்களோ அப்பத்தான் போக முடியும்..."

"அதான்ணே... கொஞ்சம் சீக்கிரமா சொன்னீங்கன்னா?"

"சொல்லறம்மிணி... ரெண்டு நாள்ல நானே பட்டறைக்கு வந்து வெவரமாச் சொல்லறேன்..."

அவன் மேற்கொண்டு இவளிடம் எதுவும் பேசவில்லை. வீட்டுக்குள் போய்விட்டான். இவள் திரும்பி வந்த வழியே நடந்தாள். மேடேறி வரும்போது தடத்து மேலேயே ஒருவன் குத்தவைத்து உட்கார்ந்து வெளிக்கு இருந்துகொண்டிருந்தான். அவன் வலது கையில் பீடி புகைந்துகொண்டிருந்தது. இவளைப் பார்த்தபின்பும் அவன் எழவில்லை. இவள் தலையைக் குனிந்தபடி அவ்விடத்தை அவசரமாகக் கடந்தாள்.

பொழுது விளம்பிவிட்டது. வீதியில் ஒருசில தறிப்பட்டறைகள் மட்டுமே இயங்கிக் கொண்டிருந்தன. ஆனாலும் தறி ஓடும் 'சடக் கடக்' சப்தம் எல்லாத் திக்கிலிருந்தும் கேட்டது. வீட்டுக்குப் போனபோது குழந்தைகள் எழுந்து வாசற்படி மீது உட்கார்ந்திருந்தன. வீட்டுக்காரன் தறிப்பட்டறைக்குக் கிளம்பிக்கொண்டிருந்தான். திண்ணை மீது நிறுத்தியிருந்த சைக்கிளை வாசலுக்கு இறக்கி உருட்டியபடி கேட்டான்.

"போன காரியம் என்னாச்சு...?"

இவள் நடந்ததை அப்படியே சொன்னாள். வீட்டுக்காரன் சைக்கிளை வீதியில் நிறுத்திவிட்டு நடையோரம் வந்து பேசினான்.

"கை பட்டா குத்தம், கால் பட்டா குத்தம்னு ஆயிருச்சு... எப்ப ஒத்துக்கலையோ மருவாதியா வெலகிறணும். இனி அந்த மனுஷங்கட்ட சித்தவட நாம வேல பாக்கறது கஷ்டம்.. புரோக்கர்கிட்ட நானும் ஒருதடவ சொல்லறேன்..."

இவள் அடுப்படிக்கு நகர்ந்து போனாள். வீட்டுக்காரன் யோசித்தபடி சித்த நேரம் நின்றுவிட்டு சைக்கிளில் ஏறிக் கிளம்பிப் போனான். வீதியில் இயக்கம் மெல்லமாய்த் துவங்கியிருந்தது. பைக்கட்டுடன் நான்கைந்து பள்ளிக் குழந்தைகள் பேசியபடி போய்க்கொண்டிருந்தார்கள். இவள் வேகமாக சமையல் வேலையை முடித்தாள். குழந்தை களைப் பள்ளிக்கூடம் அனுப்பிவிட்டு, தறிப்பட்டறைக்குக் கிளம்ப ஆயத்தமானாள்.

அப்போது வீட்டுக்காரன் வீதியில் சைக்கிளை நிறுத்திவிட்டு நடையைப் பார்த்து விரைசலாக வந்துகொண்டிருந்தான். இவள் வாசற்படி பக்கம் போனாள். வீட்டுக்காரன் வெளித்திண்ணையில் ஏறி, எதுவும் பேசாமல் உட்கார்ந்தான். வேட்டியை மேலே தூக்கி முகத்தை அழுந்தத் துடைத்துக்கொண்டான். இவள் கதவைப் பிடித்துக்கொண்டு வீட்டுக்காரனையே பார்த்தாள். வீட்டுக்காரனுக்கு உதட்டோரம் லேசான காயம் இருந்தது. இடது புருவத்துக்கு மேலே கன்றிப் புடைத்து கிடந்தது. சட்டை புழுதிபடிந்து போயிருந்தது.

இவளுக்கு எல்லாம் புரிந்தது. வீட்டுக்காரனை எதுவும் கேட்கவில்லை. திரும்பி அடுப்படிக்குப் போய்விட்டாள். சிறிது நேரத்தில் திரும்பவும் சைக்கிளை எடுத்துக் கொண்டு எங்கோ கிளம்பிப் போனான். இவளுக்கு என்ன செய்வது எனத் தெரியவில்லை. யோசனையாகவே இருந்தது. வெளித் திண்ணையில் வந்து உட்கார்ந்து கொண்டாள். நூல் கட்டுகளை ஏற்றிய ஒற்றைமாட்டுவண்டி வீதியைக் கடந்துபோனது. வீட்டைத் தாண்டி வண்டி போனபின்பும் எருதின் கொம்புச்சலங்கை மணி கேட்டபடியே இருந்தது. இவள் திடீரென முதலாளியின் பைக் வீதியில் நுழைந்து வருவதைப் பார்த்தாள். இவள் எழுந்து நடைக்குள்ளே போய் நின்றுகொண்டாள்.

முதலாளி பைக்கை நிறுத்திவிட்டு வீதியில் நின்றபடி வெளித் திண்ணையையும், வாசற்படியையும் நோட்டமிட்டார். வீட்டுக்காரனின் சைக்கிளும், செருப்பும் அவர் கண்ணில் படவில்லை என்றவுடன் இவளைக் கோபமாக ஏறிட்டார்.

"புருஷனும், பொண்டாட்டியும் என்ன நெனைச்சிருக்கீங்க... எங்க உன்ற ஊட்டுக்காரன்..."

"பட்டறைக்குத்தாம் போச்சுங்க..."

"என்ன ஒன்னும் தெரியாதமாதிரி நாடகமா ஆடறீங்க... மயிரு... பட்டறைக்கு வந்திருந்தான்னா எனக்கு என்ன இங்க வந்து கத்தணுமுன்னு தலைவிதியா...?"

இவள் மௌனமாக நின்றிருந்தாள்.

"நானா... உங்களை வேலைக்கு வாவான்னு கூப்பிட்டே... இப்பவும் இஷ்டமில்லீன்னா பாக்கிப் பணத்தைக் குடுத்துட்டு எங்கியோ போய் தொலையுங்கன்னுதானே சொல்லறேன். ஒனத்திப் பொச்சா மும்பணம் மட்டும் வாங்கித் தின்னீங்கல்ல... அந்தப் புத்தி குடுக்கும் போதும் இருக்கணும்..."

முதலாளி பைக்கைத் திருப்பி நிறுத்தினார்.

“உம் புருஷனுக்கு என்ன புடுங்கீன்னு நெனைப்பா… காலங்காத்தால கைவெக்க வாறா… கைக்கோளத் தாயோழிய அங்கேயே உரிச்சு உப்புக் கண்டம் போட்டிருப்பேன். பழகின தோஷத்திற்குப் பாவமுன்னு உட்டுட்டேன்… அவன் வந்தா பட்டறைக்கு வரச்சொல்லு. இன்னைக்கு ரெண்டுல ஒண்ணு தீத்துக்கலாம்…''

முதலாளி பைக்கை உதைத்துக் கிளம்பினார். போகும்போதும் அவருக்குக் கோபம் தணியவேயில்லை. இவள் வாசற்படி மீதே உட்கார்ந்துகொண்டாள். பயம் எழுந்தது. அவர் போன கொஞ்ச நேரத்தில் வீட்டுக்காரன் வந்தான். எதுவும் பேசவில்லை. சைக்கிளை வெளித் திண்ணையில் சாத்திவிட்டு வீட்டுக்குள் போனான். சட்டையைக் கழற்றி கொடியில் போட்டான். அடுப்படிக்கு போய் சில்வர் அண்டாவிலிருந்து தண்ணீரை மோந்து குடித்தான். நடுவீட்டில் பாயை விரித்துப் போட்டுப்படுத்தான்.

இவள் எழுந்து கிட்டப்போய் உட்கார்ந்து முதலாளி வந்து போன விசயத்தைச் சொன்னாள். வீட்டுக்காரன் மௌனமாகக் கேட்டுக் கொண்டிருந்தான். நடைக்கு வெளியே வீதியில் வெயில் இறங்கி யிருந்தது. வீடு தாங்கிய சீமையோட்டின் மேல் காகம் கரைந்தது. அன்று சாயங்காலமே ஆற்றின் குறுக்காக இறங்கி அவன் வந்தான். அவனுக்குத் தொடைவரை ஈரம் உலராமலே இருந்தது. ஆஸ்பத்திரி கிளம்பும் நாளைத் தெரிவித்துவிட்டு போனான். அந்த இரவு படுத்ததும் இவளுக்கு உறக்கமே வரவில்லை. விடிகாலையில் உறங்கும்போது கனவு வந்தது. பிணையல் பாம்புகள் மண்பாதையில் எழுந்து நடனம் ஆடின… சாரையும், நாகனும் கன ஜீவன்கள்… வால் நுனி மட்டும் தரையில் ஊன்ற… கழுத்துவரைப் பின்னிய பாம்புகள் சுழன்று சுழன்று ஆடின… எதிர்பாராத ஒரு கணத்தில் நாகன் மட்டும் எட்டி இவள் கண்ணை வெடுக்கெனக் கொத்தியது.

2

மூன்று தினங்கள் கடந்திருந்தன. விடிகாலையில் இவள் குளித்துத் தயாராக இருந்தாள். வீட்டுக்காரன் சைக்கிள் கேரியரில் துணிப் பையை எடுத்து மாட்டினான். குழந்தைகள் இருவரும் இவளுக்குக் கையசைத்துவிட்டு வீட்டுக்குள் போய் நடையை சாத்திக் கொண்டன. வீட்டுக்காரன் சைக்கிளை உருட்டியபடி வீதியில் இறங்கினான். இவள் சைக்கிளைப் பின்தொடர்ந்து நடந்தாள். சங்கமமேஸ்வரன் வடக்கு

நடைப்பக்கம் வந்து சேர்ந்தார்கள். கோபுரத் தாழ்வாரத்தில் பதுங்கிய புறாக்கள் அணத்திக் கொண்டிருந்தன. காற்று குளிரோடு வீசியது. தார்ச்சாலையை அடைந்தபோது இவள் பேசினாள்.

"கொழந்தீகள... ஜாக்கரதையா பாத்துக்குங்க... மொதலாளிகிட்டப் போயி சண்ட கட்டிக்காதீங்க..."

வீட்டுக்காரன் பதில் பேசவில்லை. சைக்கிளின் முன்சக்கரம் உருள்வதையே பார்த்துக்கொண்டு வந்தான். வெளிச்சம் ஸ்தூலமாய்ப் பரவியிருந்தது. ஆற்றுப் பகுதியில் காகங்கள் மேலெழும்பிக் கரைந்தபடி இருந்தன. பனைமரங்கள் ஏற்றிய லாரி இறைச்சலுடன் கடந்தது.

பழைய பாலத்தின் அருகிலேயே அவன் நின்றுகொண்டிருந்தான். இவர்களைப் பார்த்ததும் சிரித்தான். அவன் இடக்கையில் சில்வர் செயின் போட்ட கடிகாரம் பளீரென மின்னியது. கறுப்புநிறத் தோள்பை ஒன்று காலடியில் வைத்திருந்தான். வீட்டுக்காரன் அவனருகில் சென்று சைக்கிளை ஸ்டேண்ட் போட்டு நிறுத்தினான். இவள் சைக்கிள் கேரியரில் மாட்டியிருந்த துணிப்பையை எடுத்துக்கொண்டாள். அவன் பீடி பற்றவைத்தபடி வீட்டுக்காரனிடம் பேசினான்.

"மேச்சேரியிலிருந்து ஒரு பொம்பளை வருது...போயீ கூட்டிட்டு அப்படியே சேர்ந்து போகணும்... நா... எப்பவும் ஒத்தீல ஒரு பொம்பளைய மட்டும் கூட்டிட்டு போற வேல வெச்சுக்கறதில்ல... எதுக்கு வில்லங்க முன்னுதான்.." அவன் பேசி முடித்ததும் பெரிதாகச் சிரித்தான். வீட்டுக்காரன் சிரிக்காமல் எதைப்பற்றியோ யோசித்தபடி இருந்தான். இவள் பாலத்தின் கைப்பிடிச்சுவரைப் பிடித்துக்கொண்டு கீழே குனிந்து சங்கமத்துறையைப் பார்த்தாள். சூரியன் கிளம்பி மேலேழும்பும் பிம்பம் ஓடும் ஆற்றுநீரில் தெளிவாய்ப் புலப்பட்டது. அவன் மேலும் எதை எதையோ தேவையில்லாமல் வீட்டுக்காரனிடம் பேசினான். தொலைவில் பேருந்து வருவது தெரிந்தது. இவள் துணிப்பையை எடுத்துக்கொண்டாள். அவனும் கறுப்புநிறத் தோள்பையை எடுத்து தோளில் மாட்டிக்கொண்டான். பீடியை வீசிவிட்டு சாலையின் மறுபுறம் போனான். இவள் வீட்டுக்காரனிடம் சொல்லிவிட்டு, அவன் அருகில் போய் நின்றாள். பேருந்து நெருங்கியது. அவன் கை நீட்டிப் பேருந்தைக் குறுக்காட்டினான்.

இவள் ஏறியபின்பு குனிந்து சன்னல் வழியாக வீட்டுக்காரனைப் பார்த்தாள். வீட்டுக்காரன் நகர்ந்துபோகும் பேருந்தையே பார்த்தபடி சைக்கிளைப் பிடித்துக்கொண்டு நின்றிருந்தான். வீட்டுக்காரனும்

முகம் சோர்ந்து பார்வை துக்கம் தோய்ந்ததாயிருந்தது. இவளுக்கு ஏனோ சட்டெனக் கண்கலங்கி அழுகை முட்டியது. உதட்டைக் கடித்து அழுகையை அடக்கினாள். முந்தானையால் வழியும் கண்ணீரைத் துடைத்துக் கொண்டாள். நடத்துநர் பின்படிக்கட்டில் நின்று, கூடைக்காரியிடம் சப்தம் போட்டுக்கொண்டிருந்தார்.

பவானி பேருந்து நிலையத்திலேயே அவன் இவளை இறங்கச் சொன்னான். இறங்கியதும் அவன் ஒரு ரூபாய் நாணயம் போட்டு தொலைபேசியில் யாருடனோ பேசிவிட்டு வந்தான். பின்பு அவசரமாக சேலம் பேருந்தில் ஏற்றி இவளை அழைத்துப் போனான். மேச்சேரி செல்லவில்லை. அவன் வழிநெடுகப் பேசியபடியே வந்தான். இவள் வேண்டா வெறுப்பாய் கேட்டுக் கொண்டாள். வெட்டார வெளியில் வேம்புகள் நிறைந்திருந்தன. செம்புலியாடுகள் மேய்ந்து கொண்டிருந்தன. வெயில் சுள்ளென ஏறியிருந்தது. பேருந்து பெருத்த ஒலியுடன் ஓடிக்கொண்டிருந்தது.

3

பொழுது இறங்கிவிட்டது. வெளிச்சம் மட்டுமே இருந்தது. ஓசூர் பேருந்து நிலையத்திலிருந்து இவளை அவன் வெளியே அழைத்து வந்தான். பெங்களூர் செல்லும் சாலையைக் கடந்து கூட்டிப்போனான். ஒரு குறுகிய சந்தின் வழியே அவனைப் பின்தொடர்ந்து இவள் நடந்தாள். ஊர் ஏற்றமும் இறக்கமுமாக இருந்தது. தொலைவில் மலைக் குன்றுகள் தெரிந்தன. மழை வருவதுபோல கருக்கல்கள் தாழ நகர்ந்தன. வீடுகள் நெருக்கமாகக் காணப்பட்டன. சிறிய பெட்டிக் கடைகள் நிறைய இருந்தன. நான்கைந்து தெருக்கள் தள்ளிப்போய் ஒரு நெரிசலான முனையில் அவன் நின்றான். வெளிச்சம் இப்போது மங்கியிருந்தது. அவ்விடத்தில் கசாப்புக் கடைகள் வரிசையாக இருந்தன. மரக்கட்டைக்கு மேலே விலா எலும்புகள் தெரிய மாட்டின் சதை தொங்கிக் கொண்டிருந்தது. இவளால் அந்த இறைச்சியின் வாசனையைத் தாங்கிக் கொள்ள முடியவில்லை. ஈக்கள் முகத்தில் ஒட்டி மொய்த்தன. அந்த கசாப்புக் கடைகளை ஒட்டி அந்தக் கட்டடத்தின் மேல்தளத்துக்குச் செல்லும் குறுகிய படிக்கட்டில் அவன் ஏறினான். இவள் மௌனமாக அவனைப் பின்தொடர்ந்தாள். படிக்கட்டில் இருள் கவிழ்ந்து கிடந்து தூசிகள் நிரம்பியிருந்தன. படிக்கட்டு தொடர்ந்து மேலே போனபடியிருந்தது. இரண்டாவது தளத்தை அடைந்ததும் அவன் நின்றான். இவள் வராண்டாவில் ஆண்கள் அதிகம் தென்படுவதைப் பார்த்தாள்.

"நீ... இங்கேயே நில்லு... நாம் போயீ சாவி வாங்கிட்டு வாறேன்..."

அவன் படிக்கட்டில் தொடர்ந்து மேலேறிப் போனான். இவள் அந்த வராண்டாவிலேயே நின்று கொண்டாள். அங்கு நடந்து கொண்டிருந்த ஆண்கள் இவளைச் சந்தேகமாகவே பார்த்தார்கள். வராண்டாவின் இன்னொரு முனையில் உதட்டுச்சாயம் பூசிய பெண்ணொருத்தி நின்றிருந்தாள். அவள் யாரையோ எதிர்பார்த்துக் காத்திருப்பதுபோலப் பட்டது. இவளுக்கு அங்கு தொடர்ந்து நிற்பதற்கே சங்கடமாக இருந்தது.

அந்த வராண்டா இருள் நிரம்பியதாகவே இருந்தது. நவீனத்தின் சுவடுகள் படியாத பழைமையான கட்டடம். கீழே ஆட்டோ ஒன்று நின்று போகும் சப்தம் கேட்டது. சற்று நேரம் கழித்து அவன் சாவியுடன் படியில் இறங்கி வந்தான். அந்த வராண்டாவின் இன்னொரு முனையோரம் இருந்த அறையின் முன்பு அழைத்துப் போனான். கதவில் பதினேழு என எழுதியிருந்தது. கதவைத் திறந்து அவன் முதலில் உள்ளே போனான். விளக்கைப் போட்டதும் இவளும் உள்ளே போனாள். உதட்டுச்சாயம் பூசிய பெண் திரும்பிப் பார்த்துச் சிரித்தாள். மின்விசிறி மிக மெதுவாக சிறு சப்தத்துடன் சுழன்றது. ஒற்றைக் கட்டில். மெத்தை விரிப்பில் அழுக்கு படிந்து கிடந்தது. சுவரில் மூட்டைப் பூச்சியை நசுக்கிய ரத்தக் கறைகள் மிகுந்து தென்பட்டன. காற்று அறவே வரவில்லை. அவன் ஏனோ ஜன்னலையும் திறக்கவில்லை. சிறிது நேரம் இவளையே பார்த்தபடி யோசித்துக் கொண்டிருந்தான். பின்பு எழுந்தான்.

"நீ உக்காந்திரு... நாம் போயீ... சாப்பிட ஏதாச்சும் வாங்கிட்டு வாறே"

அவன் அவசரமாக அறையைவிட்டு வெளியே போனான். இப்போது உதட்டுச்சாயம் பூசிய பெண்ணை வராண்டாவில் காணவில்லை. இவள் அறைக்கதவைச் சாத்தித் தாழிட்டாள். குளியல் அறைக்குச் சென்றுத் தண்ணீர்க் குழாயைத் திறந்தாள். வெதுவெதுப்பான தூசிகளுடன் தண்ணீர் வந்தது. முகம் கழுவினாள். சிறுநீர் கழித்துவிட்டு வெளியே வந்தாள். மின்விசிறியினடியில் போய் நின்றாள். அப்போதும் உப்புசம் அதிகமாக இருந்தது. ஜன்னலைத் திறந்து பார்த்தாள். ஒரு பள்ளி மைதானமும், தெருவிளக்குகள் சுடரும் ஊரும் இருளில் தெரிந்தன. கட்டிலில் வந்து உட்கார்ந்தாள்.

வெகுநேரத்துக்குப் பின்பு வராண்டாவில் ஆட்கள் நடக்கும் காலடி ஓசை கேட்டது. பக்கத்து அறையில் நாற்காலியை நகர்த்தும் சப்தமும்

கேட்டது. இவளுக்கு வீட்டின் ஞாபகம் எழுந்தது. குழந்தைகளும் வீட்டுக்காரனும் இந்நேரம் என்ன செய்துகொண்டிருப்பார்கள் என யோசித்தாள். மனசுக்குள் ஏதோ இனம்புரியாத ஒரு பயம் கவ்விப்பிடித்தது. நேரம் போக மறுப்பதுபோல் பட்டது. வராண்டாவில் இரண்டுபேர் பேசிக்கொண்டே நடந்து போனார்கள்.

அப்போது திடீரெனக் கதவு தட்டப்படும் ஓசை ஓங்கி கேட்டது. இவள் எழுந்துபோய் கதவைத் திறந்தாள். அவன் கையில் பொட்டலத்துடன் வராண்டாவில் நின்றிருந்தான். இவள் நகர்ந்து வழிவிட்டதும் அவன் உள்ளே வந்தான். டீப்பாய்மேல் பொட்டலத்தை வைத்துவிட்டுச் சொன்னான்.

"பசிச்சா சாப்பிடு... ஆறிப்போயிரும்..."

இவளுக்கு ஏனோ உடனே சாப்பிடத் தோணவில்லை. திரும்பவும் கட்டிலில் போய் ஓரமாக உட்கார்ந்தாள். அவன் கதவைச் சாத்தித் தாழிட்டான். இவளை ஒட்டி உட்கார்ந்தான். அவனிடம் மதுவின் நெடி அடித்தது. அவன் சட்டையைக் கழற்றி கட்டில் மேலேயே போட்டான். சுருண்ட மார்பு ரோமத்திற்கிடையே வியர்வை அப்பியிருந்தது. கிச்சமுடி வளர்ந்து உப்புக்கரை படிந்து கிடந்தது. இவளுக்கு அவன் உடம்பைப் பார்க்கவே அருவருப்பாக இருந்தது.

"எனக்குப் பசிக்குது... சாப்பிடுவோம்..."

அவன் எழுந்து பொட்டலத்தை எடுத்துக் கொண்டு தரையில் உட்கார்ந்தான். இவளுக்கும் பசித்தது. அவன் எதிரில் போய் உட்கார்ந்தாள்.

"எனக்கு பீப் பிரியாணி... ஒனக்கு சிக்கன்... சாப்பிடுவீல..."

இவள் சாப்பிடுவதாகத் தலையசைத்தாள். அவன் பொட்டலத்தைப் பிரித்ததும் அவசரமாகச் சாப்பிடத் தொடங்கினான். 'அவுக் அவுக்' என மெல்லும்போது அவனுக்குக் கடைவாயில் ஒழுகியது. இவளுக்கு முதல் கவளம் வாயில் போட்டதும் விக்கல் எடுத்தது. சக்குத் தண்ணீரை அவன் இவளருகில் நகர்த்திக் கொடுத்தபடி கேட்டான்.

"என்ன... உம்புருஷன் நெனைச்சிக்கிட்டானா...?"

இவள் பதில் ஏதும் பேசாமல் தண்ணீரைக் குடித்தாள். திரும்பவும் சாப்பிடத் தொடங்கினாள். விக்கல் நிற்கவில்லை. அவன் சாப்பிட்டு முடிக்கும்போது அவனுக்கு வியர்வை உடம்பெங்கும் நசநசத்து ஒழுகியது. எழுந்து குளியல் அறையில் போய் கைகழுவிவிட்டு

வந்தான். கட்டிலில் உட்கார்ந்து பீடி பற்றவைத்தான். புகை அறையெங்கும் நிரம்பியது. இவள் சாப்பிட்டு முடித்துக் கைகழுவி விட்டு மின்விசிறியினடியில் வந்து நின்றாள். அவன் பீடித்துண்டை மூலையில் வீசிவிட்டு, எட்டி சட்டென இவள் கையைப்பிடித்து இழுத்தான். இவள் தடுமாறி அவன் மேலேயே சாய்ந்தாள். பின்பு திமிறி விடுவித்துக் கொண்டு கதவோரம் போய் நின்றாள். இவளுக்குப் பயம் எழுந்தது. கதவைத் தாழ் விலக்கியபடி சொன்னாள்.

"கூடப் பொறந்த அண்ணனா நெனைச்சுதான் நானும் இவ்ளோ தூரம் உங்கூட வந்தேன்...''

அவன் எதுவும் பேசாமல் இவளையே உற்றுப் பார்த்தான். பின்பு எழுந்து இவளை நெருங்கிவந்து நின்றான். இவளுக்கு நடுக்கம் எடுத்தது. அவன் தணிந்த குரலில் பேசினான்.

"இந்த லாட்ஜ்ஜ பத்தித் தெரியுமுல்ல... பிராத்தல் புழங்கற எடம்... நா ஒரு பேச்சு சொன்னா போதும்... போலீஸ் வந்துரும்... பிராத்தல் கேஸூல உள்ள புடுச்சுப் போட்டுருவாங்க... அப்புறம் நீ வாழ்நாள்ல புருஷனையும் புள்ளைகளையும் பாக்கவே முடியாது...''

இவளுக்கு இயலாமையில் என்ன செய்வது எனத் தெரியவில்லை. சப்தமாக அழத்தொடங்கினாள். அவன் விலகிப்போய் மறுபடியும் கட்டிலில் உட்கார்ந்தான். மீண்டும் ஒரு பீடியைப் பற்றவைத்தான். புகையை விட்டுக்கொண்டு இவளையே வெறித்துப் பார்த்தான். அவன் எதையோ தீவிரமாக யோசிப்பதை அவன் முகம் காட்டியது. சற்று நேரம் போனது. அவன் திடீரென எழுந்து வந்து கதவைத் தாழிட்டான். இவளை நெருங்கி வந்து அணைத்துக் கொண்டான். இவள் திமிறினாள். அவன் பிடி இறுகியது. கீழே கடை ஒன்றில் சட்டர் இழுத்துவிடும் ஓசை கேட்டது. தெருவில் நாய்கள் ஒன்றோடு ஒன்று சண்டையிடும் குரைப்பு ஒலி கேட்க, ஒரு பெண் யாருடனோ பேசியபடி நடந்து போவதையும் இவள் உணர்ந்தாள்.

4

மறுநாள் காலையில் இவள் விழித்தபோது, ஆடைகள் எல்லாம் தரையில் கிடந்தன. கட்டிலின் இன்னொரு ஓரத்தில் அவன் கவிழ்ந்து படுத்திருந்தான். மெலிதாகக் குறட்டைவிட்டபடியே உறங்கிக் கொண்டிருந்தான். முதுகு எழுந்து அமிழ்ந்துகொண்டிருந்தது. இவளால் நிர்வாணத்தைத் தாங்க முடியவில்லை. சட்டென

எழுந்தாள். ஆடைகளை எடுத்து உடுத்திக் கொண்டாள். கண்ணாடியில் போய் முகத்தைப் பார்த்தாள். கழுத்து, கன்னம், மோவாய் என எல்லாம் கன்றிப் போயிருந்தன. கண்களில் தானாக கண்ணீர் சுரந்தது. கஷ்டப்பட்டு அழுகையை அடக்கினாள். முடியவில்லை. கேவலமாய் வெளிப்பட்டது.

அவன் உறக்கம் கலைந்து எழுந்து உட்கார்ந்தான். வேட்டியை சரி செய்து கட்டிக் கொண்டு மிரட்டலாகப் பேசினான்.

“எப்படியும் நாளைக்கு டாக்டர் போன் பண்ணிருவாரு நாம் கிளம்பீறலாம்... அதுக்குள்ள ஒனக்கு என்ன வந்தது.. இப்ப எதுக்கு அழறே''

இவள் முந்தானையால் கண்ணீரைத் துடைத்துக் கொண்டாள். அவனையே பார்த்தாள். அவன் எதைப்பற்றியும் கலைப்படாதவன்போல இருந்தான். உடனே பீடி பற்றவைத்து புகையை உறிஞ்சினான். பின்பு புகையை வெளியே விட்டபடி மெல்லச் சிரித்தான். உட்கார்ந்தபடியே கையை நீட்டி சன்னலைத் திறந்தான். காற்று உள்ளே வந்தது. வெயில் இறங்காத வெளிச்சத்தில் ஊர் தெரிந்தது. ஆகாசத்தில் வெண்முகில்கள் திட்டு திட்டாக நகர்ந்து கொண்டிருந்தன.

அந்த பகலிலும் அவன் கதவை சாத்திக் கொண்டான். இவளால் மறுப்பே தெரிவிக்க முடியவில்லை. அவனின் கழுத்து வியர்வை, கிச்சநாற்றம், விஸ்கி நெடி ஆகியவற்றையும் இவளால் தாங்கிக் கொள்ள முடியவில்லை. அழுகையாக மட்டுமே வந்தது. சாயங்காலம் விடுதிப் பையன் வந்து கதவைத் தட்டும்போதுதான் அவன் இவளைவிட்டு விலகினான். இவளுக்கு உடம்பெல்லாம் எழ முடியாதளவுக்கு வலித்தது. எரிச்சல் வேறு, செத்துப் போகலாம்போல் இருந்தது.

இரண்டு தினங்கள் கடந்திருந்தன. இவள் அறையைவிட்டு வெளியில் எங்கும் செல்லவேயில்லை. உணவை அவன் கீழே இறங்கிப் போய் வாங்கிவந்து கொடுத்துக் கொண்டிருந்தான். இரவு பகல் என நேரம் காலமில்லாமல் பாடாய்ப் படுத்தினான். அவனுக்கு உணர்ச்சிகள் ஓயவேயில்லை. எந்நேரமும் வெறி பிடித்தவன்போலவே செயல்பட்டான்.

மூன்றாவது நாள் மதியத்தில் அவன் கீழே போய்விட்டு வந்து இவளை அறையைக் காலி செய்யச் சொன்னான். இவளுக்கு ஒன்றும் புரியவில்லை. அவசரமாகப் பையில் துணிகளை மடித்து வைத்து கிளம்பினான். வராண்டாவில் எவரும் தென்படவில்லை. சிலர்

அறைக்கதவுகளைத் திறந்து வைத்து உறங்கிக்கொண்டிருந்தார்கள். படிக்கட்டில் விடுதிப் பையன்கள் அமர்ந்து சாப்பிட்டுக் கொண்டிருந்தனர். கீழ்தளத்திற்கு வந்தபோது, கசாப்புக்கடை ஆட்கள் வெறுமனே உட்கார்ந்து தெருவைப் பார்த்தவாறு இருந்தார்கள். வேறு ஒரு கடையில் ரேடியோவில் பாடல் ஒலித்துக் கொண்டிருந்தது.

சந்துகளில் வெயில் நேராக இறங்கியிருந்தது. சுவரின் நிழல்கள் ஒடுங்கிக் கிடந்தன. மசூதியின் பாங்கு ஒலி கேட்டது. அவன் வேகமாகவே நடந்தான். பேருந்து நிலையம் வந்தடைந்ததும் இவளுக்கு சர்பத் வாங்கிக் கொடுத்தான். பெங்களூர் செல்லும் பேருந்தில் கூட்டமே இல்லை. சன்னலோர இருக்கையை இவளுக்கு விட்டு ஒட்டினாற்போல் அவன் உட்கார்ந்துகொண்டான். இவளுக்கு வெளிக்காற்று அனலாய் முகத்தில் அறைந்தது. பேருந்து நகர்ந்தது. புளியமரங்கள் அற்ற சாலை போவதற்கும் வருவதற்கும் என தனித்தனியாகப் பிரிக்கப்பட்டிருந்தது. இருபுறமும் கட்டடங்களாகக் காணப்பட்டன. வெட்டாரொளியைப் பார்ப்பது அரிதாக இருந்தது. வாகனங்கள் தேங்கிப் போயிற்று.

சற்று நேரத்தில் அவன் உறங்குபவன்போல இவள் தோளில் சாய்ந்து கொண்டான். இவளால் அவனை விலக்கித் தள்ள முடியவில்லை. பார்ப்பவர்களுக்கு இருவரும் புருஷன் பொண்டாட்டி போலவே தெரிந்தார்கள். ஒரு கையை எடுத்து இவள் தோள்மீது போட்டான். விரல்கள் மாராப்பில் படுவதுபோல வைத்துக் கொண்டான். பக்கவாட்டு இருக்கைக்காரர்கள் இவர்களையே பார்த்தார்கள். இவளுக்கு அவமானமாக இருந்தது. மேலும் அவர்களைக் கண்டு கொள்ளாமல் புறவெளியை நோக்கினாள். ஆகாசம் முகிலற்றுக் கிடந்தது. ஆடு மேய்க்கும் சிறுமி ஒருத்தி முள்மரத்தடியில் உட்கார்ந்து கொண்டு பேருந்தைப் பார்த்துக் கையசைத்தாள். தோள்மீது சாய்ந்திருந்த அவன் உண்மையில் தூங்கிவிட்டான். குறட்டை ஒலி கேட்டது. பேருந்து சீரான வேகத்தில் பயணித்துக்கொண்டிருந்தது. பேருந்து ஓரிடத்தில் நின்றது. கடைப் பலகைகள் கன்னடத்தில் எழுதியிருந்ததால் இவளால் அது எந்த ஊர் எனத் தெரிந்துகொள்ள முடியவில்லை. அவன் எழுந்து இறங்கிப் போனான். பீடி புகைத்துவிட்டுத் திரும்பி வந்தான். பேருந்து எடுத்ததும் பழையபடி இவள் தோள்மீது சாய்ந்து உறங்கத் தொடங்கினான். இவள் வெறுப்பைச் சகித்துக் கொண்டாள். ஞாபகத்தில் குழந்தைகளின் முகங்கள் வந்து போயின. வெயில் தகிக்கும் சாலையில் திடீரென வாகனங்களின் ஓட்டம் மிகுந்து காணப்பட்டது.

5

பெங்களூரில் பேருந்து நுழைந்தபோது அந்தி ஒளி மங்கியிருந்தது. இறங்கியதும் அவன் இவளை ஆட்டோவில் வேறு இடத்திற்குக் கூட்டிப் போனான். காற்று குளிராய் வீசிற்று. இவளால் ஆட்டோ செல்லும் திசையை அறிய முடியவில்லை. மரங்கள் அடர்ந்திருந்தன. நிழல் கட்டிய ஒரு குறுகலான சாலையில் ஆட்டோ பயணித்தது. சற்று நேரத்தில் ஆட்டோ அடுக்குமாடிக் குடியிருப்புகளிடையே புகுந்து போய் ஓரிடத்தில் நின்றது.

ஆட்டோவிலிருந்து அவன் இறங்கியபின் இவள் இறங்கினாள். ஆட்டோவை அனுப்பிவிட்டு அவன் பிரதானசாலை ஒன்றைக் கடந்து இவளைக் கூட்டிப் போனான். எதிரில் பலமாடிக் கட்டடம் ஒன்று இருந்தது. இருவரும் அதனுள்ளே நுழைந்தார்கள். நுழையும்போதே அது ஒரு தனியார் மருத்துவமனை என இவளுக்குப் புரிந்து விட்டது.

அதன் வரவேற்று அறையில் இவளை உட்காரவைத்துவிட்டு அவன் மட்டும் உள்ளே போனான். வரவேற்பறை தொலைபேசி சதா அடித்துக்கொண்டே இருந்தது. வரவேற்பறைப் பெண் சலிக்காமல் எடுத்து எல்லோருக்கும் பதில் சொல்லிக் கொண்டே இருந்தாள். ஒட்டினாற்போல சோஃபாவில் உட்கார்ந்திருப்பவர்கள் கூட அமைதியாகவே இருந்தார்கள். கொஞ்சநேரம் கழித்து அவன் இன்னொருவனைக் கூட்டிக் கொண்டு திரும்பி வந்தான். வந்தவன் மீசையில்லாமல் அழகாக இருந்தான். பேண்ட் பாக்கெட்டில் கைகளை நுழைத்து எதிரில் நின்று இவளையே உற்றுப் பார்த்தான். பின்பு இவளிடம் தன்னை உமேஷ் என அறிமுகப்படுத்திக் கொண்டான். அவனிடம் கன்னடத்தில் ஏதோ பேசினான். அவன் மட்டும் இவள் அருகில் உட்கார்ந்து குசுகுசுவென்று சொன்னான்.

"ஒடனே ஆப்ரேஷன் பண்ணி எடுத்தமனா வெறும் இருவத்தஞ்சுதான் கைக்கு வருமாம். இப்ப பொருத்தர பார்ட்டி செரியில்லையின்னு உமேஷ் சொல்றாரு. ரெண்டு நாள் கழிச்சு டெஸ்ட் பண்ணிட்டு... நல்ல பார்டியா பாத்தம்னா ஒரு நாப்பது வெரைக்கும் தேத்திரலாமா...நீ என்ன சொல்லறே?"

இவளுக்கு அவன் சொல்வது எதுவும் புரியவில்லை. அவன் போக்கிலேயே விட்டுவிட்டான். உமேஷ் திரும்பவும் ஆஸ்பத்திரிக்குள்

போய்விட்டான். வெகுநேரத்துக்குப் பின்பு அவன் இவளை அந்தத் தனியார் மருத்துவமனையிலிருந்து வெளியே அழைத்து வந்தான். ஆட்டோ வரவழைத்து இவளை மற்றோர் இடத்துக்கு கூட்டிப் போனான். நகரம் எங்கும் இருள் படிந்துகொண்டிருந்தது. சாலை விளக்குகள் எரியத் தொடங்கியிருந்தன. காற்றில் இன்னும் குளிர் அதிகமானபடியிருந்தது. ஆட்டோ நெரிசலான ஒரு பகுதியைக் கடந்து போயிற்று.

அன்றிரவு ஓர் ஆடம்பரமான குடியிருப்பில் இவளை அவன் தங்க வைத்தான். இவளுக்கு ஒதுக்கியிருந்த அறை நவீனமாகவும் நாகரிகமாகவும் இருந்தது. குளிர்சாதனம் செய்யப்பட்டிருந்தது. கண்ணாடிச் சன்னலை திறந்து பார்த்தாள். நகரத்தின் இயக்கம் முற்றிலும் அடங்கிவிட்டது. அலாதியான நிசப்தம் கவிழ்ந்து கிடந்தது. சில அடுக்குமாடிக் குடியிருப்புகளின் சன்னல்களில் வெளிச்சம் தெரிந்தன. இவள் தற்போது உயரமான ஓரிடத்தில் தங்கியிருப்பதை உணர்ந்துகொண்டாள். காற்று ஈரப்பதத்துடன் வீசிற்று. விமானம் பெரும் சப்தத்துடன் தாழப்பறந்து போயிற்று. இவள் கண்ணாடிச் சன்னலைச் சாத்திவிட்டு மறுபடியும் கட்டிலில் வந்து படுத்தாள். உடம்பு வீரியம் இழந்ததுபோல கிடந்தது. ஏதோ இனம் புரியாத கிலேசம் மனதைக் கவ்விக்கொண்டே இருந்தது. நல்லபடியாக ஊர் திரும்பிப் போனால் போதும் என்கிற எண்ணமே அடிக்கடி எழுந்தது. குலதெய்வத்தை எல்லாம் வேண்டிக் கொண்டாள்.

முன் அறையில் அவன் உமேஷுடன் உட்கார்ந்து மது அருந்திக் கொண்டிருந்தான். சிகரெட் புகைவாசம் இந்த அறைவரை ஊடுருவிக் கொண்டிருந்தது. உமேஷ் யாருடனோ தன் செல்போனில் பேசிக்கொண்டே இருந்தான். உமேஷ் பேசுவது கன்னடமொழி என்பதால், இவளுக்கு எதுவும் புரியவில்லை. ஆனாலும், முன் அறையில் அவர்கள் இருவரும் பேசிச்சிரிப்பதை உன்னிப்பாகக் கேட்டபடியே படுத்திருந்தாள். உறக்கமே வரவில்லை. இந்த இரவை எப்படியாவது கடத்தவேண்டும் என்கிற யோசனையாகவே இருந்தது.

நடுநிசிக்குப் பின்பு உமேஷ் மட்டும் இவள் அறைக்குள் வந்தான். இவள் உறங்குவதுபோல பாவனை செய்தாள். மூச்சை ஆழமாக இழுத்து விட்டாள். உமேஷ் கதவைச் சாத்தித் தாழிடும் சப்தம் கேட்டது. சிறிது நேரம் போயிற்று. உமேஷ் கட்டில் அருகில் வந்து குனிந்து இவள் தோளைப் பற்றி உலுக்கினான். கன்னடத்தில் ஏதோ

சொன்னான். வேறு வழியில்லாமல் இவள் எழுந்து உட்கார்ந்தாள். இவனிடமிருந்து தப்பிப்பதற்கு எந்த வழியுமில்லை என்பதை உணர்ந்து கொண்டாள். உமேஷ் கண்களைத் தாழ்த்தி இவளையே உற்றுப் பார்த்தான். உமேஷூக்கு மூச்சு முட்டியது. உடம்பு கிளர்ந்து விட்டது.

இவள் எந்த எதிர்ப்பும் காட்டவில்லை. சிகரெட் வாசனையும் மதுவின் நெடியும் தவிர உமேஷிடம் வேறு துர்நாற்றம் எதுவும் வீசவில்லை. அவனைப் போன்ற முரட்டு வெறியில்லை. இவளைப் புகழ்ந்தபடியே செயல்பட்டான். இவளும் உடம்பில் உஷ்ணத்தை உணர ஆரம்பித்தாள். ஆனால், மனசால் ஒன்றும் முடியவில்லை. பெரும் அசூசையாகவும் அருவருப்புமாகவே உணர்ந்தாள். தீராக்கஷ்டமாகவே தோன்றியது. இரண்டாவது முறையில் உமேஷ் எழுந்து போய்விட்டான். களைப்பு மிகுதியால் இவள் தன்னையறியாமல் உறங்கிப் போய்விட்டாள்.

விடியற்காலையில் அவன் வந்து இவளை அணைத்தான். இவளுக்கு உடம்பு வலியோடு எரிந்தது. பெரும் குரலெடுத்து அழத் தொடங்கினாள். அவன் இவள் கன்னத்தில் மாறி மாறி அறைந்தான். இவள் அழுகையை நிறுத்தவேயில்லை. அவன் கெட்ட வார்த்தையால் திட்டியபடி இவளைவிட்டு விலகிப் போனான். கண்ணாடிச் சன்னலில் வெளிச்சம் விழுந்துகொண்டிருந்தது. அருகில் மர அணில்கள் கிறீச்சிட்டன. மதியம்வரை இவள் எழாமலே படுத்துக் கிடந்தாள். உணவு எதுவும் உட்கொள்ளவில்லை. மோசமான சிந்தனைகளே எழுந்துகொண்டிருந்தன. இருட்டியதும் அவன் வேறு இரு புதிய நபர்களை அறைக்கு அழைத்து வந்தான். அந்த இரவுதான் இவள் வாழ்நாளிலேயே மிகக் கஷ்டமான இரவாக அமைந்தது. இவள் ஒத்துழைக்க மறுத்தபோதும் அந்த இரு புதிய நபர்களும் விட வில்லை. மாறி மாறி செயல்பட்டார்கள். அதற்கு அடுத்த இரு தினங்களும் இதேபோல்தான் போயின. ஆட்கள் மாறினார்கள்.

6

அன்று விடிந்ததிலிருந்து இவள் எழ முடியாமல் படுத்துக் கிடந்தாள். உடம்ப துவண்டு போய்விட்டது. முந்தைய இரவுகளின் கோரமான சித்திரம் மனசுக்குள் நிரம்பி அலைக்கழித்தபடி இருந்தன. சன்னலைத் திறந்து குதித்து தற்கொலை செய்துகொள்ளலாம் என்கிற நினைவாகவே ஓடிற்று.

மறுநாள் இளமதியம் கடந்திருந்தது. திடீரென அவன் மட்டும் அறைக்குள் வந்தான். இவளைக் கிளம்பச் சொன்னான். குளிக்கும்போது உடம்பைப் பார்த்தாள். கண்ணீர் முட்டி அழுகை வந்தது. மார்புகள் வீங்கியிருந்தன. அந்தத் தனியார் மருத்துவமனைக்குப் போனபோது, அங்கு ஏற்கெனவே உமேஷ் இருந்தான். இவளுக்கு ரத்தப் பரிசோதனை, ஸ்கேன் எல்லாம் எடுக்கப்பட்டது. மருத்துவரின் அறைக்கு அழைத்துச் செல்லப்பட்டுப் பரிசோதனையும் மேற்கொண்டாள்.

உமேஷ் அங்கிருந்து அவளை வேறு ஓர் அறைக்கு அழைத்துப் போனான். அந்த அறையில் குளுக்கோஸ் இறங்கியபடி படுக்கையில் ஓர் இளம்பெண் படுத்திருந்தாள். ஒரு வயதான பெண்மணியும் ஓர் இளைஞனும் உடன் இருந்தார்கள். உமேஷ் இவளைக் காண்பித்து அவர்களிடம் கன்னடத்தில் ஏதோ சொன்னான். அவர்கள் பேசிக் கொண்டிருக்கும்போதே நர்ஸ் இவளிடம் தமிழில் தெரிவித்தாள்.

“இந்த அம்மாவோட பொண்ணுதான் இவுங்க... நீ கிட்னி டொனேட் பண்ணறது இவங்களுக்குத்தான். சாகர் நகர்ல இருந்து வந்திருக்காங்க...''

இவள் படுத்திருந்த பெண்ணையே பார்த்துக் கொண்டிருந்தாள். அந்த வயதான பெண்மணி இவள் அருகில் வந்து கைகளைப் பற்றிக் கன்னத்தில் ஒற்றிக் கொண்டாள். டீப்பாய் மீதிருந்த சிறிய குங்குமச் சிமிழைத் திறந்து, குங்குமத்தை விரலால் எடுத்தாள். இவளின் நெற்றியிலும் வகிட்டிலும் வைத்துவிட்டாள். படுத்திருந்த அந்த இளம்பெண் இரு கைகளையும் கூப்பி வணங்கினாள். பின்பு உமேஷிடம் கன்னடத்தில் ஏதோ சொன்னாள். உமேஷ் அந்தப் பெண்ணுக்குப் பதில் கூறிவிட்டு, இவளை அந்த அறையிலிருந்து வெளியே அழைத்து வந்தான். காரிடாரில் சிறிது தூரம் நடந்தார்கள். இன்னோர் அறைக்குள் இவளை அழைத்துப் போனான். நாற்காலியில் இவளை உட்கார வைத்துவிட்டு உமேஷ் போய்விட்டான். எல்லா அறைகளும் ஒரே சாயலாய் இருந்தன. சாயங்காலம் வாக்கில் நர்ஸ் வந்து இவளுக்கு உடை மாற்றி மருத்துவரிடம் கூட்டிப் போனாள். இவளுக்கு எல்லாம் கனவில் நடப்பது போலவே இருந்தது.

7

ஆறு தினங்கள் கடந்திருந்தன. அன்றைய பகல்பொழுதில் இவளை ஆஸ்பத்திரியிலிருந்து டிஸ்சார்ஜ் செய்திருந்தார்கள். அவனுடன் வெளியில் வந்தாள். தலை கலைந்து போயிருந்தது.

நடக்கத் திராணியில்லை. இடது பக்க அடிவயிற்றில் இரு கோடுகள் போல தையல் பிரித்த தழும்புகள் வெடித்துக் கிடந்தன. எப்படி சேலையை இழுத்துவிட்டாலும் அந்த இடத்தை மட்டும் மறைக்கவே முடியவில்லை. அந்த இடம் அவளுக்கே அருவருப்பாக இருந்தது. தையல்புண் ஆறியபின்பும் அது தழும்பாக அப்படியே இருக்கப் போகிறது என நினைத்தபோது, இவளுக்குள் பயம் படர ஆரம்பித்தது. அன்றிரவு சாமத்திற்குப் பின்னிட்டும் இவளுக்கு சரியாக தூக்கமே வரவில்லை.

மறுதினம் விடியற்பொழுதில் அவன் இவளை ஆட்டோவில் அழைத்துக்கொண்டு ‘மெஜஸ்டிக்’ பேருந்து நிலையம் போனான். ஒரு பேருந்தில் இவளை ஏற்றி உட்காரவைத்துவிட்டுச் சொன்னான்.

“இதுல போயி மைசூர்ல எறங்கிக்க. அங்கிருந்து சேலத்துக்கோ மேட்டூருக்கோ பஸ்ஸு புடுச்சுக்க... அப்புறம் ஊர் போயிக்க... பய்யில வெச்சிருக்கற பணம் பத்தரம்...''

பேருந்து எடுப்பதற்குத் தாமதமாயிற்று. அவன் சிறிது நேரம் நின்றுவிட்டு இறங்கிப் போய்விட்டான். பேருந்து எடுக்கும்போது எங்கிருந்தோ நிறைய கூட்டம் வந்து சேர்ந்துகொண்டது. இவள் சன்னலுக்கு வெளியேப் பார்த்தபடியே வந்தாள். குளிர்காற்று உட்புகுந்தது. பேருந்து சிக்னலில் நின்று நின்று கிளம்பி வேகமெடுத்தது. நெடிதுயர்ந்த கட்டடங்களும் மரங்களும் பின்னோக்கி நகர்ந்து கொண்டிருந்தன. நடத்துநர் வந்து பயணச்சீட்டு கேட்கும்போது பேருந்து புறநகர்ப் பகுதியைக் கடந்து பயணித்துக்கொண்டிருந்தது. இவளுக்குப் பணத்தை எடுத்துச் செல்வது பற்றிய அச்சமாகவே இருந்தது. பையை மடியிலேயே வைத்துப் பிடித்திருந்தாள். பாலிதீன் கவரில் சுற்றிய அந்தப் பணக்கட்டு அழுக்குத் துணிகளிடையே இருந்தது. பாதை ஏற்றமும் இறக்கமுமாகவே இருந்தது.

இவளுக்கு இடுப்பு வலித்தது. உட்காரவே முடியவில்லை. மாமரங்கள் நிறைந்த வெளியை பேருந்து கடந்தது. குளத்தில் வெண்தாமரை மலர்கள் மலர்ந்திருந்தன. வெளிறிய வானத்தின் பின்னணியில் மைனாக் கூட்டம் பறப்பது, அவை அந்தரத்தில் தொங்குவதுபோலவே காட்சியை ஏற்படுத்தியது. ஓரிடத்தில் மலைக்குன்றைக் கல்குவாரிக்காரர்கள் பெயர்த்துக் கொண்டிருந்தார்கள். புழுதி சாலைவரை படிந்து கிடந்தது. ஸ்ரீரங்கப்பட்டணம் வந்தபோது, காவிரி ஆற்றைப் பார்த்தாள். தன் ஊர் ஆற்றுப்பாலம் போலவே இருந்தது. மைசூரில் பவானி வழியாகச் செல்லும் ஈரோடு பேருந்து

கிடைத்தது. நடந்ததை நினைத்தபோது, எண்ணங்கள் தாறுமாறாக எழுந்தன. அடிக்கடி கண்களை நீர்க்கட்டி மறைத்தது.

பேருந்திலிருந்து இவள் அந்தியூர் முக்கில் இறங்கிக் கொண்டாள். நடக்கவே முடியவில்லை. அந்திநேர நிழல்கள் வீதியில் கிழக்குப் பார்த்து சாய்ந்திருந்தன. வீடு பூட்டிக் கிடந்தது. மதியத்தில் எதுவும் சாப்பிடாததால் வயிறு எரிந்தது. வெளித்திண்ணையில் பையைத் தலைக்கு வைத்துப் படுத்துக்கொண்டாள். சூரியன் மறைந்து கொண்டு வந்தது. விழித்துப் பார்த்தபோது எங்கும் இருட்டியிருந்தது. வீட்டுக்காரனும் குழந்தைகளும் கால்மாட்டில் நின்று கொண்டிருந் தார்கள். இவள் எழுந்து உட்கார்ந்தாள். குழந்தைகள் சிரித்தன. வீட்டுக்காரன் பையைப் பிரித்து பணக்கட்டை எடுத்துக்கொண்டு வீட்டுக்குள் போனான்.

8

மூன்று மாதங்கள் ஓடிவிட்டன. வீட்டுக்காரன் வேறு தறிப் பட்டறைக்கு மாறியிருந்தான். இவள் வீட்டோடவே இருந்தாள். உடம்பு இன்னும் பழைய நிலைக்குத் திரும்பவில்லை. தெம்பை எல்லாம் யாரோ பிடுங்கிக் கொண்டு போய்விட்டதுபோலப் பட்டது. அன்று இரண்டாம் சாமம் கடந்தபின் திடீரென இடி சப்தம் கேட்டு விழித்தாள். மின்னல் சீமையோட்டின் வழியே படர்ந்து போயிற்று. குழந்தைகள் உறங்கிக் கொண்டிருந்தார்கள். திரும்பவும் இடி இறங்கியது. வீட்டுக்காரன் எழுந்து உட்கார்ந்தான். இவளையே உற்றுப் பார்த்தபடி இருந்தான். காரமழை சடசடத்து இறங்கியது. சூறாவளிக் காற்று தாறுமாறாக வீசியது. கூரையில் மழைத்துளிகள் சிதறி விழும் ஓசை கேட்டது. திடீரென மின்சாரம் அறுந்து போய்விட்டது. இவள் அரிக்கேன் விளக்கைப் பற்றவைத்துவிட்டு வந்து பாயில் உட்கார்ந்தாள். வீட்டுக்காரன் நெருங்கிவந்து அணைத்தான். இவளுக்கு உடம்பு ஒத்துழைக்காது எனத் தெரிந்தது. பெங்களூரில் நடந்ததெல்லாம் ஒரு கணம் ஞாபகம் வந்தது. விலக்கிவிட்டு நகர்ந்து உட்கார்ந்தாள்.

வீட்டுக்காரன் மறுபடியும் நெருங்கிவந்து உட்கார்ந்தான். இவள் படுத்துத் திரும்பிக்கொண்டாள். வீட்டுக்காரன் இவள் இடுப்பில் கை வைத்தான். மங்கலான வெளிச்சத்தில் தழும்புகள் தெரிந்தன. இவள் மல்லாக்கப் புரண்டு வீட்டுக்காரனையே பார்த்தாள். வீட்டுக்காரன் யோசனையாகத் தழும்புகளைப் பார்த்தவாறே இருந்தான். பின்பு நகர்ந்து போய் திரும்பிப்படுத்துக் கொண்டான். வீட்டுக்காரனின் படுத்த

கோலம் நிழலாய் சுவரில் படிய விஸ்வரூபமாய்த் தெரிந்தது. மின்னலும் இடியும் குறைந்திருந்தன. கொஞ்சநேரத்தில் வீட்டுக்காரன் பெருமூச்சு விட்டபடி உறங்கிப்போனான். இவளுக்கு அழுகை உடைத்துக் கொண்டு வெளிப்பட்டது. மழையின் வேகம் தணியவேயில்லை. திடீரெனக் காற்று மழைத்துளிகளைச் சுழன்றடித்தது. மீண்டும் மின்னல் படர்ந்து இடி இடித்தது.

மறுநாள் விடிந்தபோது வீட்டுக்காரன் எதுவும் பேசவேயில்லை. தறிப்பட்டறைக்கு அவசரமாகக் கிளம்பிப் போனான். ஈரம்படிந்த வீதியில் சருகுகள் உதிர்ந்து கிடந்தன. கூடுதுறையில் செந்நிறத்தில் மழைவெள்ளம் போயிற்று. இவளுக்கு மனசெல்லாம் கனத்துப் போனது. மதியத்தில் மறுபடியும் கரைமேடுவரை நடந்தாள். அரசமரத்தடி நிழலில் போய்சிறிது நேரம் உட்கார்ந்துவிட்டுப் பின் வீட்டுக்குத் திரும்பி வந்தாள்.

மேலும் இரண்டு மாதங்கள் போயிருந்தன. தறிப்பட்டறையில் தார்போடும் பெண்ணோடு வீட்டுக்காரன் சேர்ந்து சுற்றுவதாக இவளுக்குச் சேதி வந்தது. முதலில் இவள் நம்பவில்லை. ஒருநாள் இவளே நேரிலும் பார்த்தாள். அன்றிரவு வீட்டுக்காரன் வந்தவுடன் இதுபற்றிக் கேட்டாள். வீட்டுக்காரன் இவளை முறைத்துப் பார்த்துவிட்டு, திரும்பி வினயமாகக் கேட்டான்.

"நீ... மட்டுமென்ன... யோக்கியமா?" குழந்தைகள் இருந்ததால் இவள் மேற்கொண்டு எதுவும் பேசவில்லை. அடுப்படிக்குப் போய் உட்கார்ந்துகொண்டு அழுதாள். இரவு சாப்பிடும்போதும் வீட்டுக்காரன் இவளை நிமிர்ந்து பார்க்காமலே சாப்பிட்டான். இது நடந்து ஒரு வாரம் கழித்து ஒரு நாள் வீட்டுக்காரன் வீடு திரும்பவில்லை. மறுநாள் விடிந்து வெகுநேரமாயிற்று. வீட்டுக்காரன் வரவேயில்லை. இவளுக்குச் சந்தேகம் ஏற்பட்டது. சாயங்காலம் சுமாருக்கு வீட்டுக்காரன் வேலைபார்க்கும் தறிப்பட்டறைக்குச் சென்று தறியில் நூல் இழை பிரித்தபடி இருந்த ஒரு சிறுமியிடம் கேட்டாள் அவள். இவளைத் திருப்பிக் கேட்டாள்.

"அவுங்க ரெண்டு பேரும்... கலியாணம் மூச்சுக்கிட்டாங்க... ஒனக்குத் தெரியாதாக்கா...?"

வெயில் தாழ்ந்திருந்தது. இவள் திரும்பி நடந்தாள். பழைய பாலத்தினருகில் யதேச்சையாக அவனைப் பார்த்தாள். அவன் பார்க்காதவன் போலவே கடந்து போனான். இரு ஆற்றிலும்

என். ஸ்ரீராம் | 27

வெள்ளம் வற்றியிருந்தது. காற்று அடங்கி வீதி சப்தமற்று இருந்தது. வீட்டின் நடை வெறுமனே சாத்தியிருந்தது. பூட்டு உடைக்கப்பட்டு வாசற்படியோரம் கிடந்தது. இவள் விரைசலாகக் கதவைத் தள்ளி, வீட்டுக்குள்ப் போய் பார்த்தாள். இரும்புப் பெட்டியில் துணிகள் கலைந்து கிடந்தன. திருநீறு டப்பாவில் வைத்திருந்த தோட்டையும் மூக்குத்தியையும்கூட காணவில்லை.

இவளுக்கு இயலாமையால் கோபமும் அழுகையும் ஒருசேர வெடித்தது. பள்ளிக்கூடம் சென்ற குழந்தைகள் வீடு திரும்பியதும் கட்டிக்கொண்டு அழுதாள். குழந்தைகள் உறங்கியபின்பும்கூட இவளுக்கு ஆத்திரம் அடங்கவில்லை. அதன்பின்னான நாட்களில் வீட்டுக்காரன் நினைப்பு எழும்போதெல்லாம் மனசுக்குள் வன்மம் உருக்கொண்டு சுழன்றது. ஒருசில கணங்களில் கொலை செய்து விடலாம் என்றுகூட யோசித்துக்கொண்டிருந்தாள்.

9

காற்றுக்கால சாமத்தில் இவளுக்கு உறக்கமே வருவதில்லை. காற்று வீதியில் வெறுமனே அலைவுறும் சப்தத்தை உன்னிப்பாய்க் கேட்டபடியே இருந்தாள். கோட்டானின் குரலும் பூனையின் குரலும் எப்பொழுதாவது கேட்டன. எதிர்காலம் பயமுறுத்தியது. கையில் நயா பைசா இல்லை. உறக்கமே வராமல் தவித்த ஒரு விடிகாலையில் ஒரு முடிவோடு வீட்டைவிட்டுக் கிளம்பினாள். குழந்தைகள் உள்ளே உறங்கிக் கொண்டிருந்தனர். கண்ணில் நீர் கட்டியது. கூடுதுறையில் வெள்ளம் தேங்கிப் போயிற்று. அந்தப் பெண் முழங்கால் நீரில் நின்று துணி துவைத்துக் கொண்டிருந்தாள். வீட்டுக்காரன் வெறுமலோடு படித்துறையில் உட்கார்ந்திருந்தான். சங்கமமேஸ்வரர் கோவில் நடை திறந்திருந்தது. ஆற்றில் நிற்கவைத்து யானையை அலங்கரித்துக் கொண்டிருந்தார்கள். புறாக்கள் கோபுரங்களைச் சுற்றி வட்டமடித்துக் கொண்டிருந்தன.

ஏனோ ஆற்றில் இறங்க இவளுக்கு மனசு வரவில்லை. திரும்பி வீட்டுக்கு வந்துவிட்டாள். எப்படியாவது வாழ வேண்டும் என்கிற வெறி உண்டானது. அந்த வாரம் போயிற்று. தறிப்பட்டறை ஒன்றுக்கு வேலைக்குப் போகத் தொடங்கினாள். தார்போடும் வேலைதான். அந்தத் தறிப்பட்டறையில் மொத்தம் ஆறு தறிகள் இருந்தன. அந்த் ஆறு தறிகளையும் ஒத்தை ஆளாய் ஓட்டிக் கொண்டிருந்தான் நாகராஜ்.

வீட்டுக்காரன் சாயலிலேயே இருந்தான். இவளுக்கு நாகராஜைப் பிடிக்கவேயில்லை. ஒவ்வொரு நாளும் ஏதாவது ஒரு தருணத்தில் நாகராஜ் இவளிடம் வந்து ஏதாவது பேசினான். இவள் வெறுப்பாகவே பதில் சொல்லி வந்தாள்.

அந்த வாரம் நெய்து கொண்டிருந்த நூலின் ரகம் சரியில்லை. பாவு அடிக்கடி இழை வாங்கியது. நாகராஜூக்கு ஒத்தாசையாக இவள் இழை எடுத்துக் கொடுக்கப் போனாள். நாகராஜ் ஓடும் தறிகளை மாறி மாறி பார்வையிட்டபடி வந்துகொண்டிருந்தான். அப்போது சடாரென ஒரு சப்தம். அதனைத் தொடர்ந்து “அய்யோ... அம்மா” என்று நாகராஜின் அலறும் குரல் கேட்டது. இவள் நாகராஜைத் தேடினாள். தறியின் இடைவெளியில் உட்கார்ந்து நாகராஜ் வலியால் துடித்துக் கொண்டிருந்தான். இவள் நாகராஜின் கிட்டத்தில் ஓடிப்போய் கேட்டாள்.

“என்னாச்சு... ?”

“நாடா எகிறி வந்து அடிச்சிருச்சி... ?”

“எங்க பட்டுச்சு...”

“அடி வவுத்துல...”

“காயமில்லையே... ?”

நாகராஜ் சட்டையைத் தூக்கி அடிவயிற்றைத் தேய்த்தான். நாகராஜ் வயிற்றிலும் இடப் பக்கம் இவளைப் போலவே கோடுகள்போல இரு தழும்புகள் இருப்பதைக் கண்டாள். இவளுக்கு ஒரு கணம் உடம்பு அதிர்ந்தது. கீழே குனிந்து உட்கார்ந்தாள். நாகராஜின் முகத்தையே பார்த்தாள். நாகராஜ் கண்களைத் தாழ்த்தியபடியே பேசினான்.

“நானும் ஒன்னப் போலதான்... எம்பொண்டாட்டியும் ஓடிப் போயிட்டா...''

இவள் மௌனமாக நாகராஜைப் பார்த்துக்கொண்டிருந்தாள். நாகராஜ் கையால் அடிவயிற்றை அழுத்திப் பிடித்துக் கொண்டே தொடர்ந்து பேசினான்.

“எனக்கு மூணு கொழந்தைங்க... பெரிய பொண்ணு எட்டாவது படிக்குது...''

நாகராஜூக்கு வயிற்றில் அடிபட்ட இடத்தில் கன்றத் தொடங்கியிருந்தது. இவள் எழுந்துபோய்த் துணியை நனைத்து வந்து சுருட்டி ஒத்தடம் கொடுத்தாள். விசைத்தறி ஓடும் சப்தத்தில்

வெளி அமுங்கிக் கிடந்தது. பட்டறைக்குள் வேறு ஆட்கள் இல்லை. நாகராஜ் திடீரெனக் கேட்டான்.

“நாம ரெண்டு பேரும் கலியாணம் மூச்சுக்குவமா...?''

இவளால் நாகராஜின் இந்தக் கேள்வியை உடனே எதிர்கொள்ள முடியவில்லை. எழுந்து தார்போடும் இடத்திற்குப் போய்விட்டாள். இரு தினங்கள் போயிருந்தன. முதலாளியிடம் நாகராஜ் கடன் கேட்டுக் கொண்டிருந்தான்.

“முப்பதாயிரம் கேக்கறியே அமுட்டு பணம் எதுக்கப்பா?''

“கலியாணம் மூய்க்கப் போறனுங்க...''

“பொண்ணு...''

“உடனே நாகராஜ் முதலாளியிடம் இவளின் பெயரைச் சப்தமாகக் கூறினான். தறிப்பட்டறையில் தார்போடும் மற்றப் பெண்கள் இவளைத் திரும்பி பார்த்துக்கொள்ள, முதலாளி சிரித்தார். இவள் அதே இடத்தில் உட்கார்ந்து அழத் தொடங்கினாள். நாகராஜ் அவசரமாக பட்டறையைவிட்டு வெளியே புறப்பட்டுப் போய்விட்டான்.

அதற்குப் பின்னிட்ட நாட்களில் இருவரும் பேசிக் கொள்ளவே இல்லை. எதிரில் சந்திக்கும்படி நேர்ந்தபோதுகூட இவள் தலையைத் தாழ்த்திக்கடந்துபோய்க்கொண்டிருந்தாள்.

10

அந்த வருடம் ஆவணியில் இறுதியில் மழைக்காலம் தொடங்கி யிருந்தது. இதுவரை இரண்டு ஆற்றிலும் மூன்று முறைக்கு மேல் பெருவெள்ளம் ஏற்பட்டுவிட்டது. நேற்றைய முந்தின இரவிலிருந்தே அடைமழை பிடித்துக் கொண்டது. வெள்ளத்தில் கூடுதுறைப் படிக்கட்டு மூழ்கிப்போனது. செந்நிறம் கலந்த நீரின் ஓட்டம் பெரும் முறைச்சல் ஏற்படுத்திற்று. குளிர்காற்று உள்வீடுவரை ஊடுருவி ஆளை நடுங்கச் செய்துகொண்டிருந்தது. குழந்தைகள் துப்பட்டி யால் மூடி உறங்கிக் கொண்டிருந்தார்கள். இவளுக்கு நேரமே தூக்கம் கலைந்து விட்டது. தாழ்நீக்கி வெளியே போகலாமா என்கிற யோசனையில் எழுந்து உட்கார்ந்திருந்தாள். சீமையோட்டு இடுக்கின் வழியே வைகறையின் விடியல் ஒளி மெல்லப் பரவிக் கொண்டிருந்தது. காகத்தின் கரைப்பொலிகூட கேட்டது. யாரோ கதவைத் தட்டினார்கள். இவள் எழுந்து நடை அருகில் போனாள். கதவைத் திறக்க யோசித்தாள்.

திரும்பவும் கதவு தட்டப்பட்டது. குழந்தைகள்கூட விழிப்புத் தட்டி எழுந்து உட்கார்ந்தர். இவள் கேட்டாள்.

“ஆரது...''

“நாந்தா... நாகராசு...''

இவளுக்கு மனசுக்குள் பக்கென்றது. கதவைத் திறந்தாள். வாசற் படியோரம் நாகராஜ் மழையில் நனைந்தபடி நின்று கொண்டிருந்தான். வீதியில் அவன் சைக்கிள் நிறுத்தப்பட்டிருந்தது. மழை லேசாகத் தூறிக் கொண்டிருந்தது. இவள் நகர்ந்து வழிவிட்டபடி கூப்பிட்டாள்.

“உள்ள... வாங்க...''

நாகராஜ் சட்டென வெளித்திண்ணையிலே உட்கார்ந்து கொண்டான். கைகளால் முகத்தை மூடி அழத் தொடங்கினான். கூரைத் தண்ணீர் அவன் தலைமீது சொட்டியபடி இருந்தது. இவளுக்கு எதுவும் புரியவில்லை. திரும்பவும் உள்ளே கூப்பிட்டாள்.

“எதுக்கு இப்படி அழறீங்க... மொதல்ல உள்ள வாங்க...”

நாகராஜ் எழுந்து கொண்டான்.

“இல்ல.. நாங் கெளம்பறேன்... சும்மா ஒங்கிட்ட சொல்லிட்டுப் போலாமுன்னு வந்தேன்...”

நாகராஜ் சைக்கிளிடம் போனான். வானம் இருண்டு வந்தது. அங்குப் போய் நின்று திரும்பவும் அழத்தொடங்கினான்.

“அந்த ஓடுகாலி முண்டே எதப்பத்தியும் யோசிக்காம ஓடிப் போயிட்டா... இப்ப எனக்குன்னு ஆரு இருக்கா...”

இவள் நாகராஜின் கிட்டத்தில் போய் கேட்டாள்.

“என்னாச்சுன்னு சொல்லுங்க...”

நாகராஜ் வீதியை ஒருமுறை பார்த்துவிட்டுச் சொன்னான்.

“கருக்கல்ல மூத்தது சமஞ்சிருச்சு...”

இவள் ஒரு கணம் நாகராஜையே பார்த்தாள். திரும்பி வீட்டுக்குப் போனாள். குழந்தைகளிடம் சொல்லிவிட்டுக் குடையை எடுத்துக் கொண்டு வெளியே வந்தாள். கதவை வெறுமனே சாத்தினாள். அதற்குள் நாகராஜ் சைக்கிளைத் திருப்பி ஏறி காலூன்றி நின்றான். இவள் ஏறி உட்கார்ந்து குடையை விரித்துப் பிடித்தாள். வீதியில் சாக்கடை உடைந்து மழைநீரோடு ஓடிக் கொண்டிருந்தது. நாகராஜ் சைக்கிளை சட்டத்தில் இறங்கி மிதித்தான். திடீரென மழை வலுக்கத்

தொடங்கிற்று. அடிவானம் கருக்கல் கட்டி வந்தது. பழைய பாலத்தில் சைக்கிள் சென்றபோது, இவள் கீழே பார்த்தாள். கூடுதுறையில் வெள்ளம் தேங்கி பிரம்மாண்டமான பிரவாகமாக இருந்தது.

11

நாட்கள் வேகமாக நகர்ந்தன. அன்று சாயங்காலம் தறிப்பட்டறை மூடும் நேரத்தில் முதலாளி வந்தார். இவள் தார் போட்டுக் கொண்டிருந்தாள். மூத்த பெண்ணும் வேலைக்கு வருவதால் கொஞ்சம் வெளிச்சமே வீடு போக வேண்டும் என நினைத்திருந்தாள். நாகராஜ் தறியை நிறுத்திவிட்டு உருளைக்கெல்லாம் ஆயில் விட்டுக் கொண்டிருந்தான். அப்போது நோட்டமிட்டு வந்து முதலாளி நாகராஜ் அருகில் வந்ததும் கேட்டார்.

"ஏம்ப்பா... சிக்குநூல் ஏவாரி வந்தானா...?"

"வல்லீங்களே...?"

"இந்த வாரம் கரண்ட்பில் வாரம்ப்போய்... பணம் எல்லாம் ஆருக்கும் ஆகாது..."

தார்போடும் பெண்கள் ஒருவர் முகத்தை ஒருவர் பார்த்துக் கொண்டார்கள். முதலாளி கிளம்ப ஆயத்தமானார். நாகராஜ் முன்னே சென்று அவரிடம் பேசினான்.

"ஊர்ல பன்னண்டு வருஷத்துக்கு பொறகு காமாட்சியம்ம பொங்கல் சாட்டியிருக்குங்க... நா... போகலாமுன்னு இருக்கேங்க..."

முதலாளி உடனே பதில் கூறாமல் நாகராஜையே பார்த்தார். தார்போடும் இடத்திலிருந்து இவள் இருவரையும் நோக்கியபடி இருந்தாள்.

"போயிட்டு எப்ப வருவே...?"

"செவ்வாய்க் கெழம போயிட்டு... பொதங் கெழம இருந்துட்டு... வெசாலக் கெழம வந்துருவனுங்க..."

"ஆராரு போறீங்க..?"

"நானும்... மூத்த பொண்ணும்..."

"போயிட்டு திரும்பி வருவீங்களா...?"

“ஏம் இப்படி கேக்கறீங்க... இவளும்... கொழந்தைகளும் இங்கதா இருப்பாங்க...''

“ம்கூம்... கட்டின பொண்டாட்டி... பெத்த புள்ளை களையெல்லாம் கூட உட்டுட்டு ஓடறவனுக தானடா நீங்க... இவளெல்லாம் எம்மாத்தரம்... முப்பதாயிரம் கடன் வேற இருக்கு...''

முதலாளி கோபமாகக் கிளம்பிப் போனார். நாகராஜ் அதே இடத்தில் நின்று இவளைப் பார்த்தான். இவள் தலையைத் தாழ்த்திக் கொண்டாள். கண்ணீர் எட்டிப் பார்த்தது.

ஊர் அடங்கிவிட்டது. இரவு வெகுநேரத்துக்குப் பின்பு நாகராஜ் வீட்டுக்கு வந்தான். சரக்கு அடித்திருப்பதை இவள் கண்டுகொண்டாள். அடுப்படிக்கு கூட்டிப்போய் வட்டிலில் சாதத்தைப் போட்டு வைத்தாள். நாகராஜ் எதுவும் பேசாமல் உட்கார்ந்து சாப்பிடத் தொடங்கினான். நான்கைந்து வாய் சாப்பிட்டிருப்பான். இருந்திருந்தாற்போல இவளிடம் கேட்டான்.

“ஏம்புள்ள நம்மல்ல ஆராச்சும் ஒருத்தருக்கு கிட்னி இருந்திருந் தாக்கூட வித்து... மொதலாளி மொகரையில காசதூக்கி எறிஞ்சிருக் கலாமில்ல...''

இவளுக்கு நெஞ்சுக்குள் ஒரு கூடை தீ விழுந்ததுபோல இருந்தது. நாகராஜையே உற்றுப் பார்த்துக் கொண்டிருந்தாள். அப்போது வீதியில் நாயின் குரைப்பொலி கேட்டது. முச்சந்தி அரசமரத்தைக் காற்று உலுக்கும் சலசலப்பும் கேட்டது.

(உயிர் எழுத்து, அக்டோபர் - 2007)

கூவல்

மாசிமாதம் தொடங்கிவிட்டது. மரங்கள் இலைகள் உதிர்த்தன. கார் மழைக்கான முகாந்திரம் செய்துகொண்டிருந்தது வானம். மதிய வெயில் உக்கிரம் மிகுந்து தகித்தது. பாதானி மர நிழலடியில் குவிந்த சருகுகளைக் கிளறியபடியிருந்தபோது அம்மா எங்களைத் திடீரென கொத்தினாள்.

இதுநாள்வரை அனுசரணையாக எங்களைக் காத்துவந்த அம்மா எங்களைப் பிரித்து முடுக்குவதற்கான காரணம் எங்களுக்குத் தெரியவில்லை. எங்களைப் பிரிந்த அம்மா தனிமையில் போய் நின்று கொண்டு கேவினாள். அந்தக் கேவல் தொலைவிலுள்ள எவரையோ விரும்பி அழைப்பது போலவும் இருந்தது.

மறுதினம் சாயங்காலம் வீட்டுக்காரனோடுகூட ஒருவன் நின்றிருந் தான். வீட்டுக்காரன் எங்களையெல்லாம் கூப்பிட்டுத் தீனி போட்டதும் அவன் மேயும் எங்களை நோட்டமிட்டபடியே இருந்தான். எங்கள் ஒவ்வொருத்தருக்கும் ஒரு பெயர் வைத்து அழைத்தான். என்னை நூலாஞ்சேவல் என்றான். கருவெடை, பசுங்கால் பொன்றம், வெள்ளைக்கால் பொன்றம், கீரி, செம்பூத்து, கழுகு என மற்ற வர்களுக்கும் பெயர் வைத்து பேசினான் வீட்டுக்காரனோடு.

பொழுது இறங்கியது. நாங்கள் சாலில் போய் அணையும்வரை அவன் எங்களையே பார்த்துக் கொண்டிருந்தான். பின்பு சாலுக்குள் துலாவி என்னையும் கருவெடையையும் மட்டும் தேடிப்பிடித்துக் கொண்டான். எங்கள் கால்களைச் சேர்த்து சரட்டில் இறுக்கிக் கட்டினான். சைக்கிள் ஹேண்ட்பாரில் தொங்கவிட்டுக் கொண்டு கிளம்பினான்.

ஏகாந்த வெளியில் சைக்கிள் போயிற்று. கருவெடை நிதானமாக வந்தது. நான்தான் றெக்கையை அடித்து, தப்பிக்க முயன்று தோற்றுக்

கொண்டிருந்தேன். இரவுக்கே உண்டான சப்தங்கள் என்னைப் பயமுறுத்தின. தலைகீழாகத் தொங்கியபடி பயணிப்பது நகர வேதனையைத் தந்தது. முடிச்சு இறுக்கி காலை அழுத்தியது. நான் முனகியபடியே பயணித்தேன்.

எங்களை சைக்கிளிலிருந்து இறக்கி, மூங்கில் கூடை ஒன்றில் அடைக்கும்போது நடுச்சாமமாகிவிட்டது. புது இடம், ஏற்கெனவே அணைந்திருந்த கோழிகளின் எச்சம், கட்டாந்தரை எல்லாம் சேர்ந்து கொண்டதால் எனக்குத் தூக்கமே கொள்ளவில்லை. விடிந்து வெகுநேரம் கழிந்தபின்தான் அவன் எங்களைக் கூடையிலிருந்து திறந்துவிட்டான். இந்த வீடும், மனிதர்களும் விநோதமாகவே தெரிந்தன. வெயில் ஏறிக் கொண்டிருந்தது. அவன் எங்களுக்குத் தீனி கொண்டு வந்து போட்டான். "ப்பா... ப்பா... பா...''

அவன் தோற்றம் என்னை நிஜத்தில் திகிலூட்டியது. அரிவாள் மீசை, ஏறிய நெற்றி, பெருத்த வயிறு, கடூரமான குரல் என. முன்பு இருந்த வீட்டுக்காரன் சாந்த சொரூபமானவன். "ப்பா... ப்பா'' என்று கூப்பிடும் குரலில் ஓர் இரக்கம் சுரக்கும். அன்றெல்லாம் மிரட்சியாகவே பொழுது நகர்ந்தது. மேயாமலேயே பட்டினி கிடந்தோம்.

இரண்டு மாதத்துக்கு மேல் போய்விட்டன. கருவெடை நல்ல வனப்பும் பொலிவும் கொண்டு வளர்ந்திருந்தது. கேவியது. முன்பு எங்களைப் பிரித்து முடுக்கிய நாளில் அம்மா கேவின மாதிரியே. கேவலின் உள் அர்த்தம் புரிந்தது. எனக்கும் குரல் உடைந்து பெரிதாகக் கூவ முடிந்தது. "கொக்கரக்கோ...கோ...'' ஆண்தன்மை மிளிர்ந்துவிட்டதை உணர முடிந்தது. கருவெடை மீது எனக்கு மிகுந்த காதல் பிறந்தது. இரவு மூங்கில் கூடையில் அதன் அருகில் உறங்குவதேகூட தனி சுகம் எனப்பட்டது.

சாயங்காலம் முழுதும் கார்மழை பெய்து, தூறல் ஓய்ந்த ஒரு ராத்திரியில், நான் மூங்கில் கூடைக்குள் கருவெடையோடு அணைந்து, ஒண்டிப்போய் அமர்ந்திருந்தேன். கருவெடை அதன் அலகால் என் சிறகுகளை மெல்ல கோதிற்று. மெல்லிசான தொனியில் காதல் மொழி பேசினேன். "கொக்... கொக்... கொக்...'' கருவெடை பூரித்துப் போயிற்று. என் அலகோடு அதன் அலகை உராய்ந்தது, செல்லமாக.

அப்போது மூங்கில் கூடைக்குள் அவன் கை இறங்கித் துழாவிக் கருவெடையைப் பிடித்தது. கருவெடை அலறியது. நான் ஆவேசமாகக் கொக்கரித்தேன். அம்மா முன் கருடன் இறங்கும்போது எங்களைப்

பார்த்துக் கொக்கரிக்குமே அது மாதிரி. கொக்கரிப்பு எங்கள் பாஷையில் ஆபத்தை உணர்த்தும் ஒரு சமிக்ஞை. என் கொக்கரிப்பு அடங்கி வெகுநேரம் ஆகிய பின்பும் தொலைவில் கருவெடையின் குரல் கேட்டுக்கொண்டேயிருந்தது. தனிமையில் அன்று விடியும் தருணம் வரை நான் அழுதபடியே இருந்தேன்.

மறுதினத்திலிருந்து என்னை வீட்டுக்கு முன்பு மருதாணி மரத்தோடு கட்டிப்போட்டுவிட்டான் அவன். நல்ல போஷாக்கான தண்ணீரில் நனைத்த ராகி, சோளம், கம்பு என விதவிதமான தீனி கொடுத்தான். என்னால்தான் சரியாகச் சாப்பிட முடியவில்லை. கருவெடையின் ஞாபகம் என்னை அலைக்கழித்தது.

பின் வெயில் உறைந்து போயிருந்த ஓர் இளமதியம் அவன் என்னைத் தண்ணீரில் குளிப்பாட்டினான். கால்கட்டை அவிழ்த்துவிட்டான். நான் வெயில் காய வீட்டுக்குப் பின்புறம் போனேன். சுவரை ஒட்டிய நிழலில் கரும்பொங்குகள், றெக்கைகள் கிடந்தன. காற்றுக்கு அலைந்தபடி... எனக்கு அழுகை முட்டியது. மனதுக்குள் குமைந்தேன். அவனை எதிர்த்து அப்பொழுது என்னால் வேறு என்னதான் செய்ய முடியும்...? தினங்கள் போயின. தேகம் உரம் பெற்றுவிட்டது. காலில் முட்கள் நீண்டுவிட்டன. நான் ஒரு முழு வளர்ச்சியடைந்த சேவல் ஆகிவிட்டேன். அந்தச் சமயத்தில் அவனும் அவன் சேக்காலிகளும் என்னைப் போலவே தோற்றம் கொண்ட வேறு சேவல்களைக் கொண்டு வந்து, தினம் என்னோடு சண்டைக்கு விட்டனர். நான் மூர்க்கமாக, முகைந்து பறவை அடிக்கும் போதே பிடித்துக் கொள்வார்கள். சில சமயம் எதிரி என்னை அடித்து, நான் அடிக்கும் முன் பிடித்துக் கொள்வார்கள். என்னுள் வெறியான கோபம் கிளம்பும். இதே மாதிரி அவன் ஒவ்வொரு நாளும் என்னை ஒரு கோபக்காரனாகவும் மற்ற சேவல்களோடு சுமுகமாகப் பழகவிடாமலும் வளர்த்து வந்தான்.

ஒரு தினம் காலை, அவன் திடீரென என்னை ஈரமான துண்டில் போர்த்தியபடி பஸ்ஸில் கூட்டிப் போனான். இதுதான் எனக்கு முதல் பஸ் பயணம் கூட. கடைசி இருக்கையின் வலது மூலையில் அவன் உட்கார்ந்திருந்ததால் குலுங்கியபடியே போக வேண்டியதாயிற்று.

பஸ்ஸிலிருந்து இறங்கியதும் கிராமத்துச் சாலையொன்றில் என்னைத் தாங்கியபடி நடந்தான் அவன். இட்டேரி முகப்புகொண்ட சாலை அது. மணல் பொதிந்து கிடந்தது. இருபுறமும் கிளுவை வேலிகள் கவிழ்ந்திருந்தன. வேறு பறவைகளின் சப்தம் கேட்டது. உறைந்த வெக்கையின் தகிப்பு எங்கும் அலைந்தது.

அவன் குளக்கரையை ஒட்டியே நடந்தான். கருவேலம் மரங்கள் அடர்ந்த குளம். மஞ்சள் நிறத்தில் காற்றுக்கு உதிரும் பூக்கள் இருந்தன மரமெங்கும். முன்பே நிழலின் அடியில் நிறையபேர் உட்கார்ந்திருந்தனர். பீடி குடித்துக் கொண்டும் பேசியபடியுமிருந்தனர். அவர்களின் கிட்டத்தில் என்னை மாதிரியான கட்டுச் சேவல்கள் கட்டப்பட்டிருந்தன.

அவனைக் கண்டதும் அங்கு இருந்தவர்களில் சிலர் எழுந்து வந்து என்னை வாங்கிக் கொண்டனர். அவர்கள் என் நகம், பூ என மேனியெங்கும், தடவி பெரிய இம்சைப்படுத்தினர். குளத்தின் மையத்தில் கட்டு நடக்கும் இடம் சுத்தப்படுத்தப்பட்டிருந்தது. பெரிய தனக்காரர் வந்ததும் சேவல் கட்டு தொடங்கியது. பட்சிப் பொருத்தம் பார்த்து என் காலில் கத்தி கட்டினர். கோட்சை விட்டவனிடம் சாராயவாடை தூக்கலாக அடித்தது. முகையும்போது எதிராளி ரௌத்திரம் பொங்க என்னைப் பார்ப்பதைக் கண்டேன். சண்டை கடினமாயிற்று. மதகின் மேல் நின்று வேடிக்கை பார்த்தவர்கள் சப்தமிட்டபோது எனக்கு உற்சாகம் தோன்றியது.

எப்படி அடித்தேன் என்றே தெரியவில்லை. என் கத்தி எதிராளியின் கழுத்தைப் பதம் பார்த்துவிட்டது. குரல்வளையிலிருந்து ரத்தம் கொட்டியது. எதிராளி மயங்கிச் சரிந்ததும் எனக்கு மிகப்பெரிய ஆரவாரம் கிடைத்தது. ஆளாளுக்கு வந்து தாங்கினர். தண்ணீர் கொடுக்கும்போது அவர்களின் சம்பாஷணையிலிருந்து எதிராளி பெரியதனக்காரருடையது என யூகிக்க முடிந்தது.

நான் சிறிது நேரம் இளைப்பாறியதும் வேறு ஓர் எதிராளியோடு சண்டையிட வைத்தான் அவன் இரக்கமேயில்லாமல். அவன்மேல் இருந்த கோபத்தால் நான் இந்த முறை மூர்க்கமாகவே முகைந்து அடித்தேன். வெற்றி எனக்கே கிடைத்தது. அந்தச் சேவக்கட்டில் நான் மிகவும் பிரபலமடைந்து விட்டேன்.

சேவக்கட்டு கலையும் வேளை பெரியதனக்காரரின் ஆட்கள் வந்து அவனோடு பேசினார்கள். அவன் எதையோ மறுத்துத் தலையாட்டினான். பெரியதனக்காரரே நேராக வந்து அவனோடு பேசினார். பெரியதனக்காரர் சில நூறு ரூபாய் நோட்டுகளை எடுத்து அவன் பாக்கெட்டில் திணித்தார். அவன் என்னை அவிழ்த்துப் பெரியதனக்காரரின் ஆட்களிடம் கொடுத்தான்.

பெரியதனக்காரரின் ஆட்கள் என்னை வாங்கியதும் சவாரி வண்டியில் ஏற்றிப் போயினர். கட்டுத்தறியி' நடுவேயிருந்த வண்டி

சாய்ப்பில் கொண்டுபோய்கட்டிப் போட்டனர். ஊரைவிட்டுத் தள்ளியிருந்தது சாய்ப்பு. ஏற்கனவே என்னை மாதிரியான சேவல்கள் அந்தச் சாய்ப்பில் கட்டப்பட்டிருந்தன. அவை என்னை குரோதத்துடன் பார்த்தன. படபடவென றெக்கையை அடித்துத் தோரணையாகக் கூவின.

மாடுகளின் மத்தியில் வாழ்ந்த அந்த நாட்கள் எனக்கு மிகவும் கௌரவம் கொடுப்பதாகவே இருந்தன. சேவல்கட்டைக் கண்டு எனக்கு எள்ளளவுகூட பயமே இல்லாமல் போய்விட்டது. வெற்றிவாகை எனக்கே என்பதில் எந்தவித ஐயப்பாடும் எழுந்ததில்லை. என் புகழ் சேவல்கட்டுபவர்களிடையே உச்சிக்குப் போன வேளையில்தான் எனக்கு ஒரு சின்னச் சரிவு ஏற்பட்டுவிட்டது.

கள்ளிவலசு சேவக்கட்டில் என் காலில் கத்தி பலமாகப் பட்டுவிட்டது. நானே ஜெயித்தேன் என்றாலும் அது எனக்கு ஒரு பேரிழப்பாக அமைந்துவிட்டது. அதன்பின் நான் இரண்டு மாதம் சாய்ப்பில் ஓய்வாக இருத்தி வைக்கப்பட்டேன். நல்ல போஷாக்கான உணவு உண்டும்கூட என் கால் பழையபடி வரவில்லை. தத்தித் தத்தியே நடக்க முடிந்தது. இனித் தாவிக்குதித்து எதிராளியின் கழுத்தைப் பார்த்து கத்தியை இறக்க முடியுமா எனக் கேள்வி எழுந்தது என்னுள்.

அந்தச் சமயம் மறு ஆண்டு கோவில்பாளையம் குளக்கரை சேவல்கட்டு வந்துவிட்டது. முன்பு எனக்கு புகழ் வாங்கித் தந்த சேவல்கட்டுகூட, சேவற்கட்க்கு முந்தின சாயங்காலம் என் காலின் நிலையைப் பார்த்துவிட்டு ஆட்கள் போய்ப் பெரியதனக்காரரைக் கூட்டி வந்தனர். பெரியதனக்காரர் என்னைத் தூக்கிப் பார்த்தபின் இறக்கிவிட்டு நடக்க வைத்து உற்றுக் கவனித்தார். பின் ஆட்களிடம் சப்தமாகச் சொன்னார்.

“நாளைக்கு கட்டுல தோத்தா சனியெ போயிட்டுபோது… அப்படியே ஜெயிச்சு வந்தா பட்டிப் பொங்கலுக்கு மக்யாநாள் கவுண்டப்பாடு சாமிக்கு… புத்துக்கண்ணுல அறுத்தர வேண்டியதுதான்…’’

பெரியதனக்காரரின் பேச்சு உறைத்தபோது எனக்குப் பகீரென்றது. ஜெயிச்சாலும் சாவு! தோற்றாலும் சாவு! வாழ்க்கையில் பண்பட்ட அனுபவ முதிர்ச்சி இருந்தபோதும் அன்றிரவு எனக்கு ஏனோ தூக்கம் வரவில்லை.

விடிந்து வெயில் ஏறியதும், மற்ற சேவல்களோடு என்னையும் சவாரி வண்டியில் அடைத்துக் கொண்டு ஆட்களும் பெரியதனக்காரரும் புறப்பட்டனர். பின்பனி இறங்கியகாலம். தரையெங்கும் ஈரம் சுரந்திருந்தது. வழியெங்கும் சனங்களிடம் பட்டிப் பொங்கலின் குதூகலம் தெரிந்தது. வண்டி குளக்கரையை சமீபித்ததும் நிறைய பேரைப் பார்க்க முடிந்தது.

சேவல்கட்டு தொடங்கியதும் எனக்கு எப்போதும்போல முன்னுரிமை கொடுக்கப்படவில்லை. ஆட்கள் கொண்டுவந்து என்னைக் கருவேல மரநிழலில் கட்டி வைத்துவிட்டுப் போய்விட்டனர். கவனிப்பாரற்றுக் கிடந்தேன். வெகுநேரம் மதகின்மேல் நின்றவர்களின் ஆரவாரம் இப்போது வேறு ஏதோ ஒரு சேவலுக்கு இறங்கிக் கொண்டிருந்தது.

நிழல் கிழக்கே படர்ந்ததும் வெயிலில் அழிவை எதிர்நோக்கி, ரட்சிப்பாரற்றுக் கிடக்கிறேன். என் துயரத்தைக் கூவி யாரிடமாவது சொல்ல வேண்டும் போலிருக்கிறது. என் கூவலின் பொருள் இந்தப் பெருங்கூட்டத்தில் எத்தனை பேருக்குப் புரியப்போகிறதோ தெரியவில்லை. தொண்டையைத் தீட்டி, நரம்பெல்லாம் ஒடுங்க சப்தமாகக் கூவினேன்.

"கொக்கரக்கோ... கோ..."

(த சண்டே இந்தியன், 07-13-2008)

இரவோடு போயினர்

கிழக்கே வெளுத்துக்கொண்டிருந்தது. முகில்கள் அடிவானில் இறங்கிக் கிடந்தன. செங்காட்டூரான் கரைவெளிப் பாதையிலிருந்து இறங்கி வந்து கொண்டிருந்தான். "கூட்டாத்துமுனை" வந்ததும் ஒரு கணம் நின்று ஆற்றைப் பார்த்தான். அமராவதியும் உப்பாறும் கூடும் சங்கமத்துறை. விடிகாலையில் நீர் பிரவாகம் கலங்கலின்றி ஸ்படிகம்போலக் காணப்பட்டது. ஆற்றுவெளி எங்கும் அலாதியான நிசப்தம் கவிழ்ந்து போயிருந்தது. செங்காட்டூரான் கரையோரப் பாறை ஒன்றின் மீது சிறிது நேரம் உட்கார்ந்தான். அக்கரையைப் பார்த்தபடியே இருந்தான். அப்போதுதான் ஆள்காட்டிகள் நீர் அருந்திவிட்டுப் பறந்து போயின. மனிதமுகமே தென்படவில்லை. யோசனை முடிவின்றி நீண்டது. இறுதி முடிவை எதிர்நோக்கி இருப்பவன்போல உணர்ந்தான். அதற்குமேல் அங்கு உட்கார்ந்திருக்க முடியவில்லை. எழுந்து ஆற்றைக் கடந்தான். மணல் மேவிய திட்டுகளில் குளிர் விரவிக் கிடந்தது. நாணல்புதர்களைக் காற்று ஊடுருவி அசைத்தது.

ஊர்ப்பாதை வேலிமுட்கள் மூடிக்கிடந்தது. வளைந்துபோன ஒற்றைக்கால் தடத்தில் எட்டுவைத்து நடந்தான். தெரிந்தவர்கள் எவரும் தட்டுப்படவேயில்லை. மேடேறியதும் ஊர் வந்தது. ஊர் அன்று கண்டது போலவே இருந்தது. எதிர்பாராத நேரத்தில் செங்காட்டூரானைப் பார்த்த ஊர்சனங்கள் திடுக்கிட்டுப் போனார்கள். வேலைக்காட்டிற்கு போகும் ஊர் பெண்கள் அவனைத் திரும்பித் திரும்பிப் பார்த்தபடியே கடந்தார்கள். செங்காட்டூரான் விநாயகன் கோவில் கல்விளக்குத் தூணோரம் போய் உட்கார்ந்தான். தலைவாசல் ஆலமரத்தடியில் காக்கைக் கூட்டம் வட்டமடித்து பெரும் ஓசை எழுப்பியது. பொழுது கிளம்பி மேலேறி வந்து கொண்டிருந்தது.

செங்காட்டூரான் ஊருக்குள் தென்பட்டு இருபது வருஷங்களுக்கு மேல் இருக்கும். அவளது சொந்தப் பெயர்கூட இதுவரை யாருக்கும் தெரியாது. அந்தக் காலத்தில் பெரிய வீட்டுக்காரரின் தோட்டத்தில் பனைமரம் ஏறிக்கொண்டிருந்தான். நொச்சிப்புதருக்கடியில் சாராயம் காய்ச்சுவதாகக்கூடப் பேசிக் கொள்வார்கள்.

முரட்டு சுபாவம் கொண்ட செங்காட்டூரானுக்கு அந்தப் பக்கத்து ஊரில் யாரும் பெண் தர முன்வரவில்லை. வெகுகாலம் கல்யாணம் இல்லாமலேயே இருந்தான். பின்பு தெற்கே பாப்பம்பட்டி பக்கம் போய் ஒரு பெண்ணைக் கட்டிக் கொண்டு வந்தான். அந்த பெண் கறுத்த நிறத்தில் ஒடிசலாக இருந்தாள். வசீகரம் ததும்பும் சிறுத்த முகம். பதினைந்து வயதுகூட மிகாது. செங்காட்டூரானுக்கு அப்போதே நாற்பது வயதுக்கு மேலாகியிருந்தது. ஒருநாள் இரவு வீதியில் பெரிய கூட்டமாக இருந்தது. செங்காட்டூரான் அந்தப் பெண்ணைப் போட்டு அடித்துக் கொண்டிருந்தான். மூர்க்கமான அவனது அடியை தாங்க முடியாமல் அந்த பெண் கீழே விழுந்து கதறினாள். அவன் காலை கட்டிக் கொண்டு அழுதாள். அவன் இரக்கமே கொள்ளவில்லை. தொடர்ந்து அடித்தான். கூடி நின்ற ஊர்சனங்களும் வேடிக்கை பார்த்தார்களே தவிர, எவரும் விலக்கிவிட போகவில்லை.

இரவு வெகுநேரம் கழித்தே அவன் அந்த பெண்ணை அடிப்பதை நிறுத்தினான். அந்த பெண் மயங்கி விழுந்து கிடந்தாள். பெருமூச்சு இழுத்தபடி இருந்தது. கூடிநின்ற ஊர்சனங்கள் கலைந்து போகும்போது அந்தப் பெண் இறந்து போய்விடுவாள் எனப் பேசிக் கொண்டார்கள்.

ஆனாலும் செங்காட்டூரான் அந்தப் பெண்ணை விடுவதாக இல்லை. மயங்கிக் கிடந்த அந்த பெண்ணின் தலைமுடியைப் பற்றி வீட்டுக்கு இழுத்துப் போனான். விடிந்தபோது மண் வீதியில் தாரையிட்டுக் கிடப்பதை ஊர்சனங்கள் பார்த்தார்கள். செங்காட்டூரான் எதற்காக அந்தப் பெண்ணைப் போட்டு அப்படி அடித்தான் என ஊர்சனங்களுக்கு காரணம் புரியவேயில்லை. இரண்டு தினங்கள் கழித்து விசயம் தெரிந்தபோது ஊர்சனங்கள் திகைத்துப் போனார்கள். மற்றொருநாள் காலையிலேயே அந்தப் பெண்ணைப் போட்டு செங்காட்டூரான் அடித்துக் கொண்டிருந்தான். அன்று இளமதியம் வாக்கில் அந்தப் பெண் சேந்து கிணற்றடியில் உட்கார்ந்து அழுது கொண்டிருந்தாள். முதுகு கன்றிப் போயிருந்தது. முகம் எல்லாம் வீங்கிக் கிடந்தது. ஊரில் யாரும் கேட்கவேயில்லை.

மறுதினத்திலிருந்து செங்காட்டூரான் அந்த பெண்ணை சதா தன்னோடு கூட்டிக்கொண்டே திரிந்தான். அந்த பெண் காலையில் வெளிக்குப் போகும் போதுகூட கூடவே போனான். அந்தப் பெண் கருவமுள் புதர் மறைவில் போய் வரும்வரை தடத்தில் உட்கார்ந் திருந்தான். இது மற்ற பெண்களுக்கு பெரும் அவஸ்தையாக இருந்தது.

ஆனால், செங்காட்டூரான் மற்றப் பெண்களை ஒரு பொருட்டாகக் கருதவேயில்லை. எப்பொழுதும் போலவே நடந்து கொண்டிருந்தான். மேலும் அவன் ஊருக்குள் யாருடனும் அதிகம் பேசுவதேயில்லை. எப்பொழுதாவது பெரியவீட்டுக்காரர் வீட்டு வாசற்படியில் போய் உட்கார்ந்து பெரிய வீட்டுக்காரரின் மனைவியிடம் மட்டுமே பேசிக் கொண்டிருப்பான். அதுகூட வெகு அபூர்வமாகவே நிகழும். அப்போது உள் ஆசாரத்தைப் பார்த்தபடியே இருக்கும் அவன் கண்கள். அந்த முன் இரவு நேரத்து சம்பாஷணையின்போது ஒருமுறை அவன் அந்த பெண்ணைப் பற்றிச் சொன்னான். "ஆத்தா... அவ நடவடிக்கையே செரியில்ல... அஞ்சாறுபேரு சுத்தறானுக... சொல்லற வரைக்கும் சொல்லிப் பாப்பே... திருந்தலீனா... பாளைக்கத்திய தீட்டிர வேண்டியதுதா..."

ஆனால் அன்று பெரிய வீட்டுக்காரரின் மனைவி அதனைப் பெரிதாக எடுத்துக் கொள்ளவில்லை.

இரண்டு மாதங்கள் போயிருந்தன. மழைக்காலம் முடிவுறும் தறுவாயில் இருந்தது. கார்த்திகை கடைசியில் பொழுது தெற்கே போயிருந்தது. கீகாற்றின் விரைசல் குறைந்துவிட்டது. கருமுகில்கள் தாழப்போயின. முன்பனிக்காலம் ஊரைச் சீக்கிரம் ஆழ்த்திக் கொண்டிருந்தது. அன்று முதல்சாமம் கடந்து விட்டது.

செங்காட்டூரான் பெரியவீட்டுக்காரரின் வீட்டுக்குப் போய் கதவைத் தட்டினான். கதவைத் திறக்காமல் உள்ளே இருந்தபடியே பெரியவிட்டுக்காரரின் மனைவி கேட்டார்.

"என்னடா இந்நேரத்துல...?"

"அந்த கழுத திருந்தல ஆத்தா... இன்னிக்கு பாளக்கத்திக்கு வேல குடுக்கப்போறே... சொல்லிட்டுப் போலாமுன்னு வந்தே..."

"குடிச்சுட்டு வந்து ஒளறாதே... போ...போய் படுத்து தூங்கு... வெடிஞ்சா எல்லாம் செரியாயிரும்..."

பெரிய வீட்டுக்காரரின் மனைவி மேற்கொண்டு பேச்சை வளர்க்கவில்லை. செங்காட்டூரான் ஏதோ முனகியபடி போனதாகப்

பட்டது. போய்ப் படுத்துத் தூங்கிவிட்டார். விடிகாலையில் ஊர்சனங்கள் வந்து திரும்பவும் கதவைத் தட்டினார்கள். பெரிய வீட்டுக்காரர் கதவைத் திறந்து வெளியே வந்து பார்த்தார். ஊர்சனங்கள் நிறையபேர் நின்றிருந்தார்கள்.

“என்னாச்சு...?''

“உங்க செங்காட்டூரான் செஞ்ச காரியத்த வந்து பாருங்க... ஊரே ரணகளப்பட்டு கெடக்கு... அஞ்சு பேத்த வெட்டிப் போட்டிருக்கே... சும்மா பாளையச் சீவற மாதிரி... சீவியிருக்கே... வெச்சுத் தாங்கினிங்கல்ல... இனி அனுபவிக்க வேண்டியது...?”

“வெனையுட்டா போயிரும்... இனி நாமதா போலீஸ் கேஸ் அது இதுன்னு அலைய வேண்டியிருக்கும்...”

ஆளாளுக்கு மாறி மாறி கோபமாகப் பேசியபடியே வந்தார்கள். ஊர்சனங்களோடு பெரிய வீட்டுக்காரர் விரைசல் கொண்டு பதற்றமாகவே நடந்தார். வடக்கு வளவில் சடையமூப்பன் வெட்டுப்பட்டுக் கிடந்தான். பாளைக் கத்தியால் கொத்திய காயங்கள் சட்டைபோடாத அவன் முதுகு கொள்ளவில்லை. வெறிகொண்டு கொத்தியிருப்பதுபோல் பட்டது. தரையில் ரத்தம் உறைந்திருந்தது. ஈக்கள் மொய்த்துக் கொண்டிருந்தன.

கூலிக்காரவளவில் மொண்டிநாசுவனின் தம்பி வெட்டுப் பட்டிருந்தான். ஆம்பாட்டில் ஒரே வெட்டு. உயிர்நிலையைக் காலால் மிதித்து நசுக்கிக் கொண்டிருந்திருக்க கூடும். விறைகள் வெளிப் பிதுங்கிக்கொண்டிருந்தன. அவன் ஆயாக்காரி பெருங்குரலெடுத்து அழுதுகொண்டிருந்தாள்.

விடிகாலையில் ஊரே இறுகிக் கிடந்தது. அடுத்து என்ன செய்வது எனத் தெரியாத பீதி யாவரின் கண்களிலும் படர்ந்து வியாபித்திருந்தது. பெரிய வீட்டுக்காரரும் பயந்து காணப்பட்டார்.

செங்காட்டூரான் அடுத்து வெட்டியிருந்த மற்ற மூவருக்கும் உயிர் இருந்தது. அதில் கந்தப் போயனின் மகன் மட்டுமே பிழைப்பதற்கான சாத்தியக் கூறுகள் குறைவு எனப் பேசிக் கொண்டார்கள். மேலும் ஊர் சனங்களில் யாரோ சொன்னார்கள்,

“பொண்டாட்டி மேலே இருக்கற சந்தேகத்துல பொண்டாட்டி யோட பேசினவனையெல்லாம் வெட்டியிருக்கே இந்த கூறுகெட்ட நாயி... அவ ரொம்ப நல்ல பொண்ணு...'

அப்போது பெரிய வீட்டுக்காரர் கேட்டார்.. “இப்ப அவெனெங்க... தப்பிச்சு ஓடிட்டானா...?”

“இல்ல மாமா ஊர்மடத்துத் திண்ணையில உருவாரம் மாதிரி உக்காந்திருக்கே...”

“போலீஸூக்குச் சொன்னீங்ளா...?”

“இல்ல... உங்கள ஒரு பேச்சு கேட்டுட்டுச் சொல்லலாமுன்னு உட்டுட்டோம்...”

பெரிய வீட்டுக்காரர் சட்டெனத் தலைவாசலை நோக்கி நடந்தார். வானம் மோடம் போட்டிருந்தது. முகிலுக்குள் ஏறுபொழுது மறைந்து கிடந்தது. ஊர்மடத்துத் திண்ணையில் செங்காட்டூரான் உட்கார்ந் திருந்தான். வடக்குப் பார்த்து எதையோ யோசித்தபடி இருந்தான். அவனது உடைகளெங்கும் ரத்தம் தெறித்திருந்தது. கையில் பாளைக் கத்தியைப் பிடித்தபடி இருந்தான். ஊர்க்காரர்கள் யாரும் அருகில் போக பயந்து விட்டார்கள். தூரத்தில் நின்றபடியே ஆளாளுக்குப் பேசினார்கள். பெரிய வீட்டுக்காரர் மட்டும் கொஞ்சம் அருகில் போய்ப் பேசினார்.

“பாளைக்கத்தியப் போட்டுட்டு வாடா?”

செங்காட்டூரான் பதில் பேசவில்லை. பெரிய வீட்டுக்காரரையும் ஊர்க்காரர்களையும் ஒருமுறை மாறி மாறிப் பார்த்தான். அதன்பின்பு பாளைக்கத்தியைத் திண்ணையில் வைத்தான். எழுந்து ஊர்க்காரர்களை நோக்கி நடந்து வந்தான். அவனிடம் ரத்தகவுச்சி அடித்தது.

பெரிய வீட்டுக்காரர் கூட்டத்தைப் பார்த்துச் சொன்னார்.

“போலீஸ் வர்றவரைக்கும் புடிச்சுத் தூண்ல கட்டி வையிங்கடா...?”

ஊர்க்கார இளவட்டங்களில் சிலர் செங்காட்டூரானைப் போய் பிடித்துக் கொண்டனர். கயிறு கொண்டு வரப்பட்டதும் விநாயகர் கோவில் கல்விளக்குத் தூணோரம் அவனைச் சாய்த்து நிறகவைத்துக் கட்டினார்கள். செங்காட்டூரான் எதுவும் பேசவேயில்லை. அசைவில்கூட எதிர்ப்புக் காட்டவில்லை. நிச்சலனமாகக் கூட்டத்தை வெறித்தபடி இருந்தான்.

அந்தப் பெண்ணுக்கு அப்போதுதான் யாரோ விசயத்தைச் சொல்லியிருக்கக்கூடும். அவன் காலடியில் வந்து விழுந்து அழுதாள். மண்ணையள்ளி முகத்தில் அறைந்து கொண்டாள்.

“பாவி மனுசா... என்னையும் சேத்து வெட்டியிருக்க வேண்டியதுதானே.... இனி நா என்ன செய்வே...”

அந்தப் பெண் தொடர்ந்து கதறிபடியே இருந்தாள். வானம் வெளிறியிருந்தது. பொழுதின் ஒளி ஊரெங்கும் படர்ந்தது. காலம் அதன் போக்கில் போனபடியிருந்தது. முதுகின் மேல் உச்சி வெயில் ஊடுருவி நகர்ந்தது. விநாயகன்கோவில் கல்விளக்குத் தூணோரம் உட்கார்ந்திருந்த செங்காட்டூரான் எழுந்தான். வீதியில் இறங்கி நடந்தான். தென்பட்டவர்கள் எவரும் அவனோடு பேசவேயில்லை. பெரிய வீட்டுக்காரர் வீட்டுக்கு முன்பு போய் நின்றான். காரை உதிர்ந்த வீடு மங்கிக் கிடந்தது. விழுந்துவிட்ட சுவரிலிருந்து பனியின் ஈரம் படர்ந்ததும், சுண்ணாம்பு வாசனை வெளிப்பட்டு மறைந்தது. வெளி ஆசாரத்து திண்ணைகளில் தோக்குருவிகளின் எச்சம் அப்பியிருந்தன. உள்ளே காராட்டுப் பூனை அலைந்து திரியும் சப்தம் கேட்டது. முகட்டுச் சட்டத்தில் மரப்பூச்சிகள் ரீங்கரிக்கத் தொடங்கியிருந்தன.

செங்காட்டூரான் வெகுநேரம் வீட்டைப் பார்த்தபடியே இருந்தான். ஆள் புழக்கம் இல்லாத வீடு. இருள் அண்டிவிட்டது. திரும்பவும் விநாயகர்கோவில் கல்விளக்குத் தூணோரமே வந்து உட்கார்ந்து கொண்டான். நிழலற்ற தரை சூடேறிக் கிடந்தது. அவ்வழியே போனவர்கள் அவனை விநோதமாகவே பார்த்தார்கள். ஊர் அவனை ஓர் அந்நியனாகவே பாவித்தது.

மதியத்துக்கு மேல் அங்கு வந்த சாம்பசிவன் மட்டும் அடையாளம் தெரிந்து அருகில் வந்து பேசினான். பின்பு அவனை வீட்டுக்குக் கூட்டிப் போனான். காலம் செங்காட்டூரானை ஒடுக்கியிருந்தது. முன்பு இருந்த மூர்க்கம் எல்லாம் வடிந்து போயிருந்தது. சாந்தமாகி பார்வையில் யாரையோ தேடுபவன்போலக் காணப்பட்டான்.

சாம்பசிவன் அவன் மகள்களுக்கு செங்காட்டூரானைப் பற்றி எதுவும் சொல்லவில்லை. ஏதோ விருந்தாளி வந்தவிட்டதாக நினைத்து அவன் இளையமகள் செங்காட்டூரானுக்குச் சாப்பாடு போட்டு வைத்தாள். சாப்பிடும்போது மட்டும் திக்கித்திக்கிச் சாம்பசிவனோடு சில வார்த்தைகள் பேசினான். வெயில் தாழ்ந்ததும் செங்காட்டூரான் கிளம்பினான். சாம்பசிவன் கேட்டான்.

“ஏங்... கெளம்பிட்டே...?”

“போ... போ... போகணும்.”

“எங்க போகப் போறே...?”

“எங்... எங்... எங்கேயாச்சும்...”

சாம்பசிவனின் இளையமகள் இதனைக் கேட்டதும் திடுக்கிட்டாள். செங்காட்டூரான் வீதியில் இறங்கி நடந்தான். சாம்பசிவன் செங்காட்டூரானைத் தடுக்கவில்லை. அன்று இரவு விநாயகர்கோவில் கல்விளக்கு தூணோரம் செங்காட்டூரான் உட்கார்ந்திருப்பதைச் சாம்பசிவன் பார்த்துவிட்டு வந்தான். விடிந்தபோது அங்கு செங்காட்டூரானைக் காணவில்லை.

அந்த வருஷம்தான் சாம்பசிவனின் மூத்த மகள் பெரிய மணியக்காரரின் பையனோடு ஓடிப் போனது. மூத்த மகள் ஓடிப்போன ராத்திரி சாம்பசிவன் சாரைமண் எடுப்பதற்காக ஓடைக்கரைக்குப் போய் விட்டான். வீட்டுக்கு வந்தபோது விடிந்து கொண்டிருந்தது. இளையமகள் அழுது கொண்டிருந்தாள். சாம்பசிவனுக்கும் அழுகை வந்தது. அப்போது வெயில்காலம் தொடங்கியிருந்தது. அன்றெல்லாம் சாம்பசிவன் சுவரின் நிழல் ஒடுங்கி வருவதைப் பார்த்தபடியே உட்கார்ந்திருந்தான். என்ன செய்வது எனத் தெரியவில்லை. மதியத்துக்கு மேல் கவுண்டர் வளவில் இருந்து ஆட்கள் வந்து கூப்பிட்டார்கள். சாம்பசிவன் பயந்தபடியே எழுந்து வந்தவனோடு போனான்.

கவுண்டர் வளவுக்குள் நுழையும்போதே ஒப்பாரிச் சப்தம் எதிர்கொண்டு கேட்டது. மணியக்காரர் வீடு இழவு வீடுபோல துக்கத்தில் தோய்ந்து கிடந்தது. பெண்கள் எல்லாம்கூடி உள் ஆசாரத்தில் அழுதுகொண்டிருந்தார்கள். வெளிப்புறம் நடைசாவடித் திண்ணை கொள்ளாமல் ஆட்களாக இருந்தார்கள்.

சாம்பசிவன் வாசலில் போய் கைகட்டி நின்று கொண்டான். பெரிய மணியக்காரர் தலைகவிழ்ந்து உட்கார்ந்திருந்தார். கண்கள் கலங்கியிருந்தன. சாம்பசிவனால் நேராகப் பார்க்கமுடியவில்லை. சாம்பசிவனும் தலைகவிழ்ந்து கொண்டான். சின்ன மணியக்காரர் வாசலுக்கு இறங்கி வந்து பேசினார்.

"உனக்குத் தெரியாம இது நடந்திருக்காது... சொல்லு... அவுங்களை எங்க மறச்சு வெச்சிருக்கே... ?''

நிமிர்ந்து பார்த்த சாம்பசிவனுக்கு மேலும் பயமாக இருந்தது. மறுபடியும் தலைகவிழ்ந்துகொண்டான். அழுது கொண்டிருந்த பெண்கள்கூட ஒப்பாரியை நிறுத்திவிட்டு நிசப்தமானார்கள். சின்னமணியக்காரருக்குக் கோபம் வந்தது. குரலின் தொனி மாறியது.

"கேக்கறேன்ல.. ?''

“எனக்குத் தெரியாது சாமீ...”

சின்ன மணியக்காரர் சாம்பசிவனை முறைத்துப் பார்த்தார். சாம்பசிவன் திரும்பவும் சொன்னான்.

“சாமி சத்தியமா எனக்குத் தெரியாது சாமி...''

“இவென இப்பிடிக் கேட்டா சொல்ல மாட்டேச் சேந்து கெணத்துக்கு இழுத்துட்டு போங்கப்பா?”

சின்ன மணியக்காரர் சொன்னதுதான் தாமதம். நடைசாவடித் திண்ணையில் உட்கார்ந்திருந்த சிலர் இறங்கி வந்தார்கள். சாம்பசிவனைப் பிடித்து வீதியில் இழுத்துப் போனார்கள். சாம்பசிவனுக்கு சப்தநாடியும் ஒடுங்கிப் போயிற்று. கண்ணீர் முட்டிக்கொண்டு வந்தது. பின்மதியத்தில் காற்று அடங்கியிருந்தது. சேந்து கிணற்றடியில் ஏற்கனவே சிலர் நின்று கொண்டிருந்தார்கள். உடனே வடக்கயிறு கொண்டுவரப்பட்டது. சாம்பசிவன் கால்களைச் சுற்றி படிமுடிச்சு போட்டு இறுக்கிக் கட்டினார்கள். வடக்கயிற்றின் இன்னொரு முனையைத் தொலைவாரி உருளையில் சேர்த்ததும் சாம்பசிவனைத் தூக்கிக் கிணற்றில் வீசினார்கள். சாம்பசிவன் நிலைகுலைந்து தடுமாறிப் போனான். தலைகீழாகத் தொங்கியபடி சப்தம் எழுப்பினான். அணைந்திருந்த கிணற்றுப் புறாக்கள் பறந்து மேலே போயின. கிணற்றில் தண்ணீல் அடி ஆழத்தில் கிடந்தது. நான்கைந்து பேர் சேர்ந்து வடக்கயிற்றை கெட்டியாகப் பிடித்துக் கொண்டார்கள். தொலைச்சட்டத்தைப் பிடித்தபடி நின்று சின்னமணியக்காரர் திரும்பவும் கேட்டார்.

“உம்மையெ சொல்லு... உன்னவுட்டர்றோம்...?''

“எனக்கு எதுவும் தெரியாது சாமி...''

சாம்பசிவனின் குரல் கிணற்றுச் சுவரில் பட்டு எதிரொலித்து மேலே வந்தது. சின்னமணியக்காரர் ஆத்திரம் தலைக்கேறக் கத்தினார்.

“இவெ... எப்பிடி கேட்டாலும் உம்மையெ சொல்லமாட்டே... சேந்துங்கடா...?''

வடக்கயிறு தளர்த்தப்பட்டது. தலைகீழாகத் தொங்கும் சாம்பசிவன் தண்ணீரை நோக்கிக் கீழே போனான். ஒரு கோழிக்குஞ்சு போல சப்தமிட்டபடி காலை உதறிக்கொண்டே போனான். சுவரை நோக்கித் தலைபோகும் போது கைகளைக் கொடுத்து உந்திக் கொண்டான். ஆனாலும் சாம்பசிவனால் சமநிலைப்படுத்த முடியவில்லை.

அவர்கள் தண்ணீர்க்குடத்தைச் சேந்துவதுபோல மேலும் கீழும் சேந்திக் கொண்டே இருந்தார்கள். சின்னமணியக்காரருக்கும் அங்கிருந்தவர்களுக்கும் அது ஒரு சிறுபிள்ளை விளையாட்டுப்போல இருந்தது. வேதனை தாங்காத சாம்பசிவன் பெருங்குரல் எடுத்து அலறினான்.

கிணற்றைச் சுற்றி நின்ற ஊர்சனங்கள் வேடிக்கை பார்த்தார்களே தவிர, யாரும் சின்னமணியக்காரரை எதிர்த்துப் பேசவில்லை. சாம்பசிவனின் இளையமகள் மட்டும் தூரத்தில் நின்று பார்த்தபடி அழுது கொண்டிருந்தாள். ஒரு நிலையில் சாம்பசிவனின் அலறல்கூட நின்றுவிட்டது. வெயிலும் தாழ்ந்துவிட்டது. நிழல்கள்கூட கிழக்கே படர்ந்து நீண்டன. கிணற்றுக்குள் இருள்கட்டி வந்தது. அடிஆழம் மங்கிவிட்டது. சின்னமணியக்காரரின் ஆட்கள் சாம்பசிவனைத் தொடர்ந்து சேந்திக் கொண்டே இருந்தார்கள். இருள் கவிழ்ந்து பெரிய மணியக்காரர் வந்து சப்தம் போட்டார். அதன்பின்பு சாம்பசிவனைக் கிணற்றிலிருந்து மேலே தூக்கிப் போட்டார்கள். சாம்பசிவன் மயங்கிப்போய்க் கிடந்தான். தரையில் கிடத்தியபோது மூச்சு மேலும் கீழும் இழுத்தபடியிருந்தது. சாம்பசிவனின் இளையமகள் ஓடிவந்து அவனின் நெஞ்சை நீவிவிட்டுக் கொண்டிருந்தாள். ஆட்கள் காலில் கட்டியிருந்த வடக்கயிற்றை அவிழ்த்து எடுத்துக்கொண்டு போனார்கள். கூட்டம் மெல்லக் கலைந்து போயிற்று. சின்னமணியக்காரர் அவ்விடத்தைவிட்டு அகன்றதும் யாரோ ஒரு பெண் குடத்துத் தண்ணீரைக் கொண்டுவந்து சாம்பசிவனுக்கு ஊற்றினாள். சாம்பசிவன் கண்கள் திறக்காமலே கிடந்தான். மூர்ச்சை தெளிந்தபாடில்லை. உடம்பு நடுங்கிக் கொண்டிருந்தது.

நேரம் போனபடியிருந்தது. ஊர் அடங்கிற்று. சாமத்துக்குப் பின்னிட்டே சாம்பசிவனுக்கு நினைவு திரும்பியது. முதலில் கண்கள் திறந்து வெறித்தன. சிறிது நேரத்துக்குப் பின்பு பார்வை யாரையோ துழாவிற்று. வீட்டுக்குக் கூட்டிப்போன பின்பும் ஏதேதோ உளறிக் கொண்டே இருந்தான். விடும் பெருமூச்சு வெப்பம்கூடி வெளிப்பட்டது. இளைய மகள் துணைக்கு யாருமின்றி விழித்தபடி இரவெல்லாம் சாம்பசிவனையே பார்த்துக்கொண்டிருந்தாள்.

இரண்டு தினங்கள் கழிந்தது. சாம்பசிவன் எழுந்து நடமாடத் தொடங்கியிருந்தான். வடக்கயிறு கட்டிய இடத்தில் தடித்துக் கன்றிப் போயிருந்தது. சிறுசெயலுக்கும் திராணியற்றவன் போலவே

உணர்ந்தான். ஊருக்குள் போகவே இல்லை. சுத்திண்ணையில் குவிந்து கிடந்த அழுக்கு மோலிகளை வெறித்தபடி இருந்தான்.

மறுதினம் ஊர் அடங்கியிருந்தது. மேற்கே உச்சியில் மின்னிற்று. முகில்கள் தேங்கி உக்கிரம் கண்டிருந்தன. சாம்பசிவன் சுத்திண்ணையில் படுத்துக்கொண்டு வானத்தைப் பார்த்தபடி இருந்தான். நெடுநேரம் ஆகியும் உறக்கம் கொள்ளவேயில்லை. எப்போது உறங்கினான் எனத் தெரியாது. கோழிகூப்பிட யாரோ எழுப்புவது போல உணர்ந்தான். மூத்தமகள் கால்மாட்டில் உட்கார்ந்து அழுதுகொண்டிருந்தாள். சாம்பசிவன் பேசவேயில்லை. இளையமகள் உள்ளேயிருந்து எழுந்துவந்த பின்னும் அக்காவும் தங்கையும் கட்டிக்கொண்டு அழுதார்கள். சாம்பசிவன் பார்த்தபடியே இருந்தான். மறுபடியும் உறங்கிப் போனான். கருக்கல் நேரத்தில் விழிப்பு தட்டியது. குருவிகளின் சப்தம் கேட்டது. எழுந்து வீட்டுக்குள் போய் பார்த்தான்.

நிலவடியில் தலைசாய்த்து இளைய மகள் மட்டும் உறங்கிய படி இருந்தாள் மூத்தமகளைத் தேடினான். கண்ணுக்குத் தட்டுப் படவேயில்லை. பின்கட்டுப் பக்கம் போய்த் தேடிப்பார்த்தான். அங்கும் மூத்தமகளைக் காணவில்லை. அதற்குள் மெல்ல வெளிச்சம் வரத்தொடங்கியது. பொடக்காலியோரம் அம்மியில் வைத்து ஏதோ அரைத்திருப்பது தெரிந்தது. குனிந்து பார்த்தான். அரளி விதையின் ஈரம் உலராமல் இருந்தது. சாம்பசிவனுக்கு புரிந்து போயிற்று. சப்தமில்லாமல் நிலவடியில் உறங்கிக் கொண்டிருந்த இளையமகளைப் போய் எழுப்பினான். அவள் எழுந்து சாம்பசிவனோடு பின்கட்டுக்கு வந்தாள். அம்மியைப் பார்த்ததும் அழுதபடி வெளியே ஓடினாள். அதற்குள் வீட்டைத்தேடி ஆட்கள் வந்தார்கள். விநாயகன்கோவில் கல்விளக்குக் தூணோரம் மூத்தமகள் விழுந்து கிடப்பதாகச் சொன்னார்கள். சாம்பசிவன் சுரத்தேயில்லாமல் போய் பார்த்தான். மூத்தமகள் வாயில் நுரைதள்ளிக் கிடந்தாள். இறந்து போய்விட்டது ஊர்ஜிதமாயிற்று.

மூத்தமகளை அடக்கம் செய்த நாளிலிருந்து சாம்பசிவன் அழுக்கு எடுக்க ஊருக்குள் போகவேயில்லை. வீட்டிலிருந்து ஊருக்குள் போகும் ஒற்றைக்கல் தடம் காலடிச்சுவடுகள் அற்றுப்போனது. நாளாக நாளாக நடைத்தடம் முற்றிலும் மங்கிவிட்டது. ஒருமாத காலத்துக்குப் பின்பு கவுண்டர் வளவிலிருந்து ஆள் அனுப்பினார்கள். வேறு வழியில்லாமல் இளையமகள் போய் அழுக்கு எடுத்து வந்தாள்.

அந்த ராத்திரி சாம்பசிவன் காறித்துப்பிவிட்டு வெள்ளாவி மூட்டினான். ஜூவாலை வெளிச்சத்தில் சாம்பசிவனின் முகம் கோபம் கொண்டிருப்பதை இளையமகள் பார்த்தாள். வேறு எதுவும் பேசவில்லை. சலவை முடிந்து ஊருக்குள் வெள்ளை கொண்டு போகும்போது, சாம்பசிவனை சின்ன மணியக்காரர் கூப்பிட்டுப் பேசினார். சாம்பசிவன் வீட்டுக்கு வந்ததும் இளையமகளைக் கூப்பிட்டுச் சொன்னான்.

“சின்ன மணியக்காரரு பொண்ணு பெரியமனுசியாயிட்டுதாம். மனைவெச்சு தண்ணி வாக்கறதா சொன்னாரு...''

இளையமகள் பதில் பேசாமல் கடந்து போய்விட்டாள். சாம்ப சிவனுக்கு சின்னமணியக்காரரோடு பேசியிருக்க கூடாதோ என்று தோன்றியது. மகளை நேராகப் பார்க்க திராணியற்றுப் போனவனாக இருந்தான்.

அடுத்து வந்த வளர்பிறை நாளிலேயே சின்னமணியக்காரர் வீட்டில் தெறட்டி சீர் நடந்தது. நடைசாவடி கொள்ளாமல் ஒறம்பறைச் சனங்கள் உட்கார்ந்திருந்தனர். மடத்துக்குளத்திலிருந்து சின்ன மணியக்காரரின் மச்சினன் பழைய மனஸ்தாபத்தை மறந்து வந்திருந்தார். குச்சு கட்டும் சீரை அவர்தான் முன்னின்று கவனித்துக் கொண்டிருந்தார். திடீரென ஏதோ யோசித்தவராகச் சாம்பசிவனைக் கூப்பிட்டார். பந்தம் பிடித்துக் கொண்டிருந்த சாம்பசிவன் வெளிநடையோரம் கொண்டுபோய் அதனை வைத்துவிட்டு அவரிடம் போனான். சாணி மொழுகிய காரை வாசலில் பச்சைத் தடுக்குக் பின்னிக் கொண்டிருந்த ஆட்களைக் காட்டிச் சொன்னார்.

“தடுக்கு பின்றவங்களுக்கு வேட்டி அழுக்காகுதுல்ல... மாத்து இருந்தா கொண்டு வந்து போடு...''

சாம்பசிவன் எல்லா மாத்தையும் விரித்து விட்டிருந்தான். மாப்பிள்ளை வீட்டினர் கேட்டு கொடுக்கவில்லை எனில் வீணான பிரச்சனை வரப்போகிறது எனப்பட்டது. நடைசாவடிக்குச் சென்றான். ஓரமாக விரித்திருந்த ஒரு மாத்தை சுருட்டலாம் என நினைத் தான். ஆனால், அதில் சின்னமணியக்காரரின் கையாள் ஒருவன் உட்கார்ந் திருந்தான். சாம்பசிவன் தயங்கியபடியே மெல்ல கேட்டான்.

“மாப்பிள்ளை எசமாங்க... மாத்து கேக்கறாங்க... கொஞ்ச எந்திரீங்க சாமீ...''

அவன் எழாமலேயே சப்தமாகப் பேசினான்.

“என்னடா சேந்து கெணத்துல கட்டிச் சேந்தியும் புத்தி வரலையா...?”

சாம்பசிவன் அதே இடத்தில் நின்றான். அவனே மேலும் பேசினான்.

“வெளுக்கற வண்ணந்தானே நீ... மாத்தில்லாம என்ன புடுங்கறதுக்கா வாரே...”

அவன் போட்ட சப்தத்தைக் கேட்டு அங்கு சின்னமணியக்காரரும் உறவினர்கள் சிலரும் வந்தனர். தடுக்குப் பின்னும் காலைவாசலிலிருந்து வந்த மச்சினன் கேட்டார்.

“என்ன சத்தம் இங்கெ...?''

“இல்ல மாமா... ஏகாலிக்கு எகத்தாள.... சமுந்தி ஆயிட்டோமுன்னு நெனைப்பு...?''

சின்னமணியக்காரருக்குச் சம்பந்தி என்கிற வார்த்தையைக் கேட்டதும் சட்டெனக் கோபம் பொங்கியது. சாம்பசிவனின் சட்டையைப் பிடித்துச் சொன்னார்.

“விசேஷ நாளும் அதுவுமா ரொம்ப ரொல்லு காமிச்சே... வெளுக்கற வண்ணான்னு பாக்காம வளச்சு முடுக்கீறுவனாமா... ஜாக்கரதையா நடந்துக்க...''

அதற்குள் நடைசாவடி திண்ணையிலிருந்து சிலர் கீழே குதித்து இறங்கிவந்தனர். அவன் மாத்தைச் சுருட்டி சாம்பசிவனின் முகத்தில் எறிந்தான். ஒறம்பறைச் சனங்கள் எல்லாம் வேடிக்கை பார்த்தபடி இருந்தனர். சாம்பசிவனுக்குப் பெரும் அவமானமாக இருந்தது. மௌனமாகச் சற்று நேரம் அங்கேயே நின்றான். பின்பு மெல்ல நகர்ந்து வீதிக்கு வந்தான். வெளிநடையோரம் வைத்திருந்த தீப்பந்தத்தையும் எண்ணெய் போசியையும் எடுத்துக் கொண்டான். புகை கருகிய வாசனையை ஊதி அணைத்தான். வீட்டைப் பார்த்து நடக்கத் துவங்கினான்.

பகலின் தனிமை ஊரெங்கும் விரவிக் கிடந்தது. ஒற்றைக் காகம் மெல்லிசாக கரைந்தபடி பறந்து போனது. சுவற்று நிழல்கள் ஒடுங்கிக் கொண்டிருந்தன. வீட்டுக்குப் போனதும் பந்தத்தையும் எண்ணெய் போசியையும் சுத்திண்ணையில் வீசி எறிந்தான். இளையமகள் வாசலுக்கு வந்து கேட்டாள்.

“என்னப்பா ஆச்சு...?”

"ஒரு மயிரும் ஆகலே... சாமானெல்லாம் எடுத்து வை கௌம்பப்போற"

"எங்கே...?"

"எங்கேயாச்சும்...?"

இளையமகளுக்கு அன்று செங்காட்டூரான் சொன்னதுபோலவே இருந்தது. திடுக்கிட்டுப் போனாள். சாம்பசிவனையே புரியாமல் பார்த்தாள். சாம்பசிவன் நடைமேல் போய் உட்கார்ந்து வீட்டுக்குள் வெறித்தான். முன்கட்டு மூலையில் சின்னமணியக்காரர் பெண் சடங்கான நாள் உடுத்தியிருந்த உடைகள் இன்னும் வெளுக்காமலே கிடந்தது. வெளியில் அப்போதுதான் அந்தி ஒளி மங்கிக் கொண்டு வந்தது. இரவு வர வெகுநேரம் இருந்தது.

(தீராநதி, 2004)

திருவேலைக்காரி

பஸ் பைப்பாஸ் வழியாகச் சென்றது. கல்யாண மண்டபத்தில் இறங்கிக் கொண்டாள். ஏற்கெனவே குமாரசாமிக் கவுண்டர் சொன்ன வழியிலேயே நடந்தாள். ஒட்டத்தெருவில் சுண்ணாம்புச் சூளைகள் புகைந்துகொண்டிருந்தன. ஜவுளி கடைவீதியில் அப்பொழுதுதான் கடைகளை ஆட்கள் திறந்துக் கொண்டிருந்தனர்.

ராஜவாய்க்காலுக்கு முன்பு மசூதி எதிர் பட்டது. பச்சை வண்ணம் தீட்டிய அதன் சுவர்களின் ஓரத்தில் உருதுவில் எழுதியிருந்தனர். நரைத்த தாடியோடு வயதானவர்கள் எதிர்ப்பட்டுப் போயினர். எங்கும் லுங்கி கட்டிய, கல்லா வைத்த ஆண்கள் மயமாய்த் தென்பட்டனர்.

இவள் புது மஜீத் தெருவில் நுழைந்தாள். எதிரில் வந்த ஒரு முதியவரிடம் விசாரித்தாள். இன்னும் இரு தெரு உள்ளே போகச் சொன்னார். அந்தத் தெருக்கெளெல்லாம் ஒரே மாதிரியிருந்தன. கல் பதித்த தளம், கூரை சரிந்த தாழ்வாரங்கள், பச்சை வர்ணம் அடித்த சுவர்கள் என நீண்ட முடிவற்றுப்போன தெரு எங்கும் கிளை பிரிந்து போயிற்று சந்து சந்துகளாக.

திரும்பவும் ஒரு தடவை விசாரித்தாள். வி.ஓ.,வின் வீடு வாசலற்றிருந்தது. தெருவை ஒட்டிய நடை திறந்திருந்தது. முன்னறையில் இரண்டு பையன்கள் விளையாடிக்கொண்டிருந்தனர். சிவப்பு நிறம் கொண்ட பையன்கள்... ஏற்கெனவே ஓர் ஆள் உட்கார்ந்திருந்தான். இவள் கேட்டாள்.

“மணியாரு இருக்காருங்களா..?''

“யாரு வி.ஓ,.வா...? இருக்காரு உக்காரும்மா...''

இவள் தரையில் உட்கார்ந்துகொண்டாள். திரும்பவும் அந்த ஆளே பேசினான்.

“என்ன விசயமா பாக்கணும்...?''

“கையொப்பம் வாங்கனுமுங்க...’’

இவள் பாரத்தை நீட்டினாள். அந்த ஆள் வாங்கிப் பார்த்துவிட்டுத் திருப்பி தந்துவிட்டான். எதுவும் பேசவில்லை. வெள்ளைப் பூ போட்ட சேலையில் முக்காடிட்ட ஒரு பெண் எட்டிப்பார்த்துவிட்டு போனாள்.

இவள் சுவரையே பார்த்தபடியிருந்தாள். கடிகாரத்திற்கு பக்கத்தில் பெரிய அட்சரம் ஒன்று தொங்கிற்று. உள்ளே பெண்களில் குரலாய் கேட்டது. நிறைய பெண்கள் மாறிப் பேசிக் கொண்டேயிருந்தார்கள். திரைக்குப் பின் நடக்கும் காலடித் தடங்கள் அதிர்வாய் வந்து கொண்டிருந்தது.

வெகுநேரம் கழிந்த பின்பே வெள்ளை பனியன், லுங்கியோடு வி.ஓ., வெளியே வந்தார் ஏப்பமிட்டபடி. வயிறு பெருத்திருந்தது வி.ஓ.,க்கு. உட்கார்ந்திருந்தவன் எழுந்து கும்பிட்டான். இவளும் எழுந்து கும்பிட்டாள். நின்றபடியே வி.ஓ., கேட்டார்.

“என்ன ஆறுமுகம்? போன காரியம் என்னாச்சு...?’’

“சிக்கலில்லாம முடிஞ்சது சார்...’’

“அப்ப நீ டெபுட்டிகிட்ட கையொப்பம் வாங்கிட்டு மத்தியானம் வந்து என்னைப் பாக்கறியா...?’’

அவர்கள் சங்கேதமாகவே பேசிக் கொண்டார்கள். இவளுக்கு எதுவும் விளங்கவில்லை. பார்த்தபடியேயிருந்தாள். அந்த ஆள் தண்டல்காரனாக இருக்க வேண்டும். கடைசியில் அந்த ஆள் சரியென்று தலையசைத்துவிட்டுக் கிளம்பிப்போனான். பின் வி.ஓ. இவளிடம் கேட்டார்.

“உனக்கு என்னம்மா வேணும்...?’’

“கையெழுத்துங்க...’’

இவள் பாரத்தை நீட்டினாள். வி.ஓ. வாங்கிப்பார்த்தபடியே கேட்டார்.

“புருஷன் எங்க போயிட்டா...?’’

“எங்கேயும் போகலீங்க... கொஞ்சம் குடிக்குமுங்க...’’

“ம்ம்... அதென்ன!? தொழில் திருவேலைக்காரன்னு போட்டிருக்கு...’’

“கோயில்ல எடுபுடிவேலை செய்யறவங்க நாங்க...’’

"அப்படியெல்லாம் போடக்கூடாது. கூலிவேலையின்னு போடனும்..."

வி.ஓ..வே பேனாவை எடுத்து பாரத்தில் அடித்துத் திருத்தினார். பின்பு கேட்டார்.

"மாச வருமானம் எவ்வளவு வரும்...."

"எதுவும் வர்றதில்லீங்க... ஜீவனம் பண்ணவே கஷ்டப் படறோமுங்க..."

"ம்ம்ம்... ரேஷன் கார்டு வெச்சிருக்கியா...?"

"இல்லீங்க..."

"பொண்ணு சர்டிபிகேட்டாவது வெச்சிருக்கியா...?"

"கொண்டுவல்லீங்க..."

"அப்ப எப்படிம்மா கையொப்பம் போடறது..."

"எனக்கு அதெல்லாம் தெரியாதுங்க..."

"இப்படியெல்லாம் சொல்லக்கூடாது. ரேஷன் கார்டு, சர்டிபிகேட் எல்லாம் எடுத்துக்கிட்டு நாளைக்கு வந்து பாரு..."

இவள் வீடு வந்து சேரும் போது மதியம் கடந்துவிட்டது. நிழல்கள் கிழக்கே சாய்ந்து கொண்டிருந்தன. கோவில்பக்கம் 'அடசல்' போடு பவர்கள் கிளம்பிக் கொண்டிருந்தார்கள். வீடு யாருமற்று இருந்தது. அடுப்படியோரத்தில் போசியில் கறியும் குழம்பும் இருந்தது. லட்சுமி கொண்டுவந்து வைத்துப் போயிருக்கக் கூடும் எனப்பட்டது.

பசி இருந்தபோதும் இவள் சாப்பிடவில்லை. குழந்தைகள் வரட்டும் என இருந்துவிட்டாள். ஆயாசமாக இருந்தது. இரவே ரேஷன் கார்டும் சர்டிபிகேட்டையும் மறக்காமல் எடுத்து வைத்துக்கொண்டாள்.

மறுதினம் வி.ஓ., வீட்டிற்குப் போனபோது வி.ஓ., வீட்டில் இல்லை. ஒரு பெண் வெளியே வந்து தாலுக்கா ஆபீஸ் போயிருப்பதாகச் சொன்னாள். வாய்க்காலை ஒட்டிய குறுக்கு வழியாகவே நடந்தாள். நிழல் படர்ந்த தடம். இரு பக்கமும் சிறு குழந்தைகள் மலம் கழித்துக் கொண்டிருந்தன. காலெடுத்து வைக்கமுடியாதபடி மிகவும் அசூசையாக இருந்தது. எச்சில் துப்பியபடி வேகமாக நடந்தாள். வாய்க்காலுக்குள் சாக்கடைத் தண்ணீர் கறுநிறத்தில் ஒழுகிக் கொண்டிருந்தது.

தாலுக்கா ஆபீஸ் ரோட்டில் மதுரை, கோவை வண்டிகள் வேகமாகப் போய்க் கொண்டிருந்தன. ரோட்டைக் கடந்துபோகச்

சிரமப்பட வேண்டியதாயிற்று. முனிசீப் கோர்ட்டின் முன்பு கறுப்பு கோட் அணிந்த வக்கீல்கள் நின்று பேசியபடியிருந்தார்கள்.

இவளுக்குக் கண்ணைக் கட்டிக் காட்டில் விட்டமாதிரியிருந்தது. எங்கும் கூட்டம் நிறைந்து கிடந்தது. இரைச்சலாயிருந்தது. பேச்சுக் குரல் கேட்டபடியேயிருந்தது. இவளுக்கு இங்கு யாரை விசாரிப்பது எனப் புரியாமலேயே முழிக்க வேண்டியதாயிற்று. வெகுநேரம் போன பின்பே குளத்துப்பாளையத்து தண்டல்காரன் வந்து கேட்டான்.

"என்ன திருவேலைக்காரம்மா... இங்க நின்னுக்கிட்டிங்க...?''

எப்போதோ கோயிலுக்கு வந்திருக்க அவன் இவளை அடையாளம் கண்டுகொண்டது ரெட்டிணமூர்த்தி புண்ணியம் என்றே தோணியது. இவள் நடந்ததையெல்லாம் சொன்னாள். அவன் தலையாட்டியபடி கேட்டுவிட்டுச் சொன்னான்.

"நீங்க இங்கேயே இருங்க.. நான் உள்ள போய் வி.ஓ., இருக்காரான்னு பாத்துட்டு வந்து சொல்லறேன்...''

அவன் அந்தப் பழைய காலத்துக் கட்டடத்தினுள்ளே போய் விட்டான். சனங்கள் வருவதும் போவதுமாக இருந்தார்கள். வாகனங்கள் ஒழுங்கின்றி நிறுத்தப்பட்டிருந்தன. திடீரென நின்றிருந்தவர்களிடையே பரபரப்பு உண்டாயிற்று. ஜீப் ஒன்று வந்து நின்றது. நாலைந்து பேர் இறங்கி உள்ளே போனார்கள். தாசில்தார் எனப் பேசிக் கொண்டார்கள். அதில் எவர் தாசில்தார் என இவளுக்குத் தெரியவில்லை. இவள் பார்த்தபடியே நின்றிருந்தாள். வெயில் ஏறிக் கொண்டிருந்தது.

அவன் இவளிடம் வந்தான். இவளை உள்ளே கூட்டிப் போனான். அறை முழுக்க ஆட்களாய் நடந்து கொண்டிருந்தார்கள். நீண்ட நாட்களாகப் புழக்கத்தில் இல்லாதமாதிரி அந்த அறை தூசி மிகுந்திருந்தது. மர அலமாரிகளில் ரிகார்டு நோட்டுகள் அடுக்கி வைக்கப்பட்டிருந்தன. தரைகளில் துண்டுக்காகிதங்கள் இறைந்து கிடந்தன. சன்னலை ஒட்டிய மரபெஞ்சில் உட்கார்ந்து வி.ஓ., யாருடனோ பேசியபடியிருந்தார். அதிலிருந்து உள்ளே இன்னோர் அறை விரிந்து போயிற்று. சன்னலுக்கு வெளியே முகிலற்ற வானமும் சுண்ணாம்பு மங்கிய தெற்குத்தெரு வீடுகளும் தெரிந்தன.

இவளைக் கண்டதும் வி.ஓ., பேசினார்.

"இங்கு பாரும்மா... தாசில்தார் வந்துட்டாரு... எனக்கு இப்ப மீட்டிங் இருக்குது... நீ நாளைக்கு காலையில நேரமே வீட்டுக்கு வந்திரு...''

மேற்கொண்டு வி.ஓ., பேசவில்லை. எழுந்து உள்பக்கமாய் போனார். அவன் இவளை வெளியே அழைத்து வந்து சொன்னான்.

"வி.ஓ., தங்கமான ஆளு... கையொப்பம் போட்டுருவாரு... நீ அப்ப நாளைக்கு வந்து பாத்துக்க. நாங் கௌம்பறேன்..."

அவனும் போய்விட்டான். இவள் கொஞ்சநேரம் அங்கேயே நின்று பார்த்துவிட்டு மெயின் ரோட்டுக்கு வந்தாள். கோட்டை மாரியம்மன்கோவில் செல்லும் பத்தாம் நம்பர் பஸ் மதுக்கம் பாளையம் போய்விட்டு அங்கேயே வரும் என பட்டவுடன் புளியமர நிழலில் போய் நின்று கொண்டாள். பஸ் வர வெகுநேரமிருந்தது. பசி குடலெல்லாம் எரித்துக் கொண்டிருந்தது. டீ சாப்பிடக்கூட காசில்லை என நினைக்கும்போது வாழ்வு மீது கோபம் எழுந்தது. எதிரில் குப்பைத் தொட்டியினருகில் எச்சிலை மேலே ஒரு பைத்தியம் உட்கார்ந்திருந்தது நாய்களோடு.

இவ்வளவு சிக்கல் இருந்திருக்கும் என்றால், இந்தப் பணத்தையே நினைத்திருக்கமாட்டாள். லட்சுமியின் கல்யாணம் உறுதியான பின்புதான் பண்டாரம் கேட்டான்.

"நீ கவுர்மெண்ட் பணத்துக்கு எழுதியிருக்கியா..?''

"எந்த கவுர்மெண்ட் பணம்...?''

"என்ன ஒண்ணும் தெரியாத மாதிரி கேக்கறே... லட்சுமி கல்யாணத்துக்குத்தான்... பொட்டப்புள்ள எட்டாங்கிளாஸ் படிச்சிருந்துச்சுன்னா.. ஏழையா இருந்தா கவுர்மெண்ட், கல்யாணத்துக்கு பத்தாயிரம் ரூவா இனாமா கொடுக்குதுல...''

இவளுக்கு வியப்பாக இருந்தது. இதுவரை இதுமாதிரியான சலுகை இருப்பதை இவள் கேள்விபட்டதேயில்லை. மேலும் பண்டாரமே சொன்னான்.

"பிரசிடெண்ட் குமாரசாமிக் கவுண்டர்கூட சின்னகவுண்டிச்சி கல்யாணத்துக்கு எழுதியிருக்காங்க... அத்தன சொத்த வச்சுகிட்டு அவுங்களே எழுதும்போது, நீ எழுதினா என்ன கவுர்மெண்ட் கொறஞ்சா போயிடும்...''

பண்டாரமே மீண்டும் விளக்கமாகச் சொன்னான். சாயந்தரம் குமாரசாமிக் கவுண்டரைப்போய் பார்த்தாள். வழிமுறையெல்லாம் சொன்னார். வி.ஓ.,க்கு சிபாரிசு பண்ணுவதாகவும் சொன்னார். வி.ஓ., விலாசம் எல்லாம் கேட்டுக் கொண்டாள். பாரமும் கொடுத்தார்.

வேணுகோபால் வாத்தியார் வீடு வந்து பூர்த்தி செய்து கொண்டாள். அன்று இரவு திருவேலைக்காரனைக் கேட்டாள்.

"என்ன... தாராபுரம் போயி மணியாரற பாத்துட்டு வந்திர்றியா..?''

திருவேலைக்காரன் இவளை முறைத்துப் பார்த்தான். பின் பதில் பேசினான்.

"எனக்கெல்லாம் அது ஒத்துவராது... நீயே போய்க்க...''

இவளுக்குக் கோபம் வந்தது.

"புள்ள கலியாணத்த வெச்சுட்டு இப்பிடி எடக்கு மொடக்கா பேசறியே... உம் மனசுல என்னதா நெனைச்சிருக்கே...''

திருவேலைக்காரன் பதில் பேசவில்லை. எழுந்து ஆற்றுப் பாதையில் போனான். இரவு திரும்பி வரும்போது போதையில் வருவான். வீணான சண்டை வரும் எனத் தோணியது. ஏனோ அசதியாக இருந்தது. முந்தானையை விரித்துப் படுத்துக் கொண்டாள். கீற்று விரிசல் கண்ட துவாரத்திலிருந்து வெயில் இறங்கிக் கொண்டிருந்தது. பித்தளை அண்டாவின் மேலேறி ஜொலித்தது. இவள் பார்த்தபடியே படுத்திருந்தாள். பொழுது மேற்கே சாயத் தொடங்கியிருந்தது.

பஸ் வந்து ஏறி உட்கார்ந்ததும் சுவாதீனமான எண்ணங்களே எழவில்லை. எல்லாம் எதிர்காலம் குறித்த பயமான எண்ணங்களே எழுந்து இம்சைப்படுத்தின.

மறுநாள் பள்ளிக்கூடத்துப் பிள்ளைகள் போகும் பஸ்ஸிற்கே கிளம்பினாள். அத்தனையும் நீலச் சுடிதாரில் அலோசியஸ் ஸ்கூல்போகும் பெண்கள். ஒவ்வொரு பெண்ணிடமும் நாகரிகமும் பணக்காரத் தன்மையும் ஒளிர்ந்து கொண்டிருந்தன. லட்சுமியை கூட மேலே படிக்க வைத்திருந்தால் இந்நேரம் இதுமாதிரிதான் போய்க் கொண்டிருப்பாளோ எனத் தோணியது. லட்சுமி எட்டாங்கிளாஸ் முடித்தவுடன் வாத்தியார் இரண்டுமுறை வந்து சொன்னார். மேலே படிக்க வைக்கச் சொல்லி. லட்சுமிக்கும் மேலே படிக்க கொள்ளை ஆசையிருந்தது. இந்த திருவேலைக்காரனை வைத்துக்கொண்டு இவளால்தான் முடியாமல் போய்விட்டது.

கல்யாண மண்டபத்தில் இறங்கிக் கிழக்கே நடந்தாள். வி.ஓ.,வின் வீட்டுக்குப் போனபோது வேறு ஆட்கள் இல்லை. வி.ஓ., முன்பே உட்கார்ந்திருந்தார். நடையில் நின்ற பெண் முக்காடை இழுத்துவிட்டுக் கொண்டு உள்ளே போய்விட்டாள்.

வி.ஓ., இவளை உள்ளே வரச்சொன்னார். இவள் கும்பிட்டாள். பாரம், ரேஷன்கார்டு, சர்டிபிகேட் எல்லாம் எடுத்துக் கொடுத்தாள். வி.ஓ., அவற்றை வாங்கி மேஜைமீது வைத்துவிட்டுப் பேசினார்.

"சரி பணம் வச்சிருக்கறயா...?"

"பணம்..."

இவளுக்கு வார்த்தைகள் வாய்க்குள்ளேயே நின்று விட்டன.

"இங்க பாரும்மா இது மாதிரி கையொப்பத்துக்கு நாங்க முந்நூறு ரூவா வாங்கறோம்... வேண்ணா நீ முந்நூறு ரூவா கொடு. கையொப்பம் போடறேன்..."

"சாமி எங்கிட்ட சுத்தமா பணமில்லீங்க... நீங்க கையொப்பம் போட்டு கொடுங்க... இந்தப் பணம் வந்ததியும் ஐந்நூறு ரூவாயா வேண்ணாலும் தந்தர்றேனுங்க..."

வி.ஓ., கடகடவெனச் சிரித்தார். இவள் புரியாமல் பார்த்தாள். பின் வி.ஓ.,வே பேசினார்.

"இந்த பணம் சேங்ஷன் ஆகறதுக்கு ஆறுமாசமோ ஒரு வருஷமோ ஆகும்..."

"அப்ப கல்யாணத்துக்கு கெடைக்காதுங்களா...?"

இவள் அப்பாவியாகக் கேட்டாள். வி.ஓ., திரும்பவும் சிரித்துவிட்டு சொன்னார்.

"இந்தக் கையொப்பமெல்லாம் வாங்கினப்புறம்... கல்யாணப் பத்திரிகையும் பொண்ணு மாப்பிள்ளை போட்டோவும் சேர்த்து யூனியன் ஆபிஸில் கொடுக்கணும். அவுங்க பாத்துட்டு மேலே அனுப்புவாங்க. அப்புறம்தான் பணம் வரும்..."

இவளுக்கு பகீரென்றது. இத்தனை நாளும் பணம் உடனே வரும் என நினைத்திருந்தாள். இவள் எதுவும் பேசாமல் வி.ஓ., வையே பார்த்தபடியிருந்தாள். வி.ஓ., வேறு வேலையில் ஈடுபட்டிருந்தார். வெகுநேரம் கழித்தே வி.ஓ., சொன்னார்.

"அப்பா நீ போயிட்டு நாளைக்கு வாம்மா... மறக்காம பணங் கொண்டா..."

இவள் பாரத்தை எடுக்கப் போனாள். வி.ஓ., சொன்னார்.

"இது இங்கேயே இருக்கட்டும் போ..."

இவள் மேற்கே நடந்தாள். மசூதியை ஒட்டி நிறைய சந்துகள் பிரிந்து போயிற்று. ஒரு சந்தில் தொங்குதாடி வைத்த இரண்டு பேர்களுக்கிடையே சண்டை நடந்து கொண்டிருந்தது. ஜவுளிக்கடை வீதியைக் கடந்து போகும்போது மெல்ல கூட்டம் தென்பட்டது. எங்குதானிருப்பார்களோ இத்தனை சனங்கள் எனத் தோணியது. பூக்கடை முச்சந்தியில் இரு போலீஸ்காரர்கள் நின்று பேசிக் கொண்டிருந்தார்கள். வசந்தா தியேட்டர் மேற்புறம் இருக்கும் பஸ் நிறுத்தத்திலேயே நின்று கொண்டாள். ஒன்பது மணி பஸ்ஸை விட்டால் பதினொறு மணிக்குத்தான் அடுத்த பஸ் என நினைப்பு வந்ததும் சோர்வு தட்டியது.

வீடு வரும்வரை பணத்தைப் பற்றிய யோசனையாகவே இருந்தது. யாரிடம் கேட்பது? இல்லாதவருக்கு யார் கொடுப்பார்கள். கோவில் பக்கம் போனாள். புரட்டாசி கிடாவெட்டு அற்ற மாதமாகப் போய்விட்டது. அமுதம் எடுப்பவர்கள் ஏனோ மதியத்திலேயே மடத்தில் படுத்து உறங்கிக் கொண்டிருந்தார்கள். பண்டாரம் உச்சிகால பூஜையின் மும்முரத்தில் இருந்தான். இவள் தலை தட்டுப்பட்டதும் வெளியே வந்து கேட்டான். இவள் பணத்தேவையைச் சொன்னாள். பண்டாரத்திடமும் பணம் இல்லை.

வேறு ஒரு திட்டத்தோடு வீட்டுக்கு வந்தாள். அடுப்படியோரத்தில் பித்தளை அண்டா இறங்கு பொழுதின் வெளிச்சத்தை சிதறடித்துக் கொண்டிருந்தது. எடுத்துக் கொண்டு வெளியே வந்தாள். முந்தானையை சும்மாடு கட்டி தலையில் தூக்கி வைத்துக் கொண்டாள். வடக்கே நடந்தாள்.

பின் மதியத்தில் சங்கரன்பாளையத்து வீதிகள் வெறிச்செனக் கிடந்தது. பட்டகாரர் வீட்டுக்குப் பின்புறமிருந்த வேணுகோபால் வாத்தியார் வீட்டுத் திண்ணையில் கொண்டுபோய் அண்டாவை இறக்கி வைத்தாள். வாத்தியார் அம்மாவோடு பேரம் நடந்தது. வாத்தியாரம்மா ஏற்கெனவே ரேடியோ அடைமானத்தில் உள்ளதை ஞாபகப்படுத்தினாள்.

முந்நூறு ரூபாய்தான் கிடைத்தது. சாயங்காலம் ஆகியிருந்தது. தெற்கு வளவைக் கடந்தபோது கவுண்டிச்சிமார்கள் நடையில் உட்கார்ந்து தலைசீவிக் கொண்டிருப்பதைப் பார்த்தபடி வந்தாள்.

மறுநாள் இவள் வி.ஓ., வின் வீட்டிற்குப் போனபோது வி.ஓ., வெளியே கிளம்பிக் கொண்டிருந்தார். இவளைக் கண்டதும் உள்ளே

வந்து அந்த பாரத்தை எடுத்தார். பேனாவைத் திறந்தவர் இவளிடம் கேட்டார்.

"பணம் கொண்டு வந்திருக்கியா...?''

இவள் தலையாட்டியபடி சுருக்குப் பையிலிருந்து இருநூறு ரூபாயை எடுத்துக் கொடுத்தாள். வி.ஓ., வாங்கியபடியே கேட்டார்.

"நான் முந்நூறுல்ல சொல்லியிருந்தேன்...."

"இவ்வளவுதான் பொரட்டமுடிஞ்சுதுங்க..."

"சரி... போனாப் போது இன்னொரு அம்பது கொடு..."

இவள் தயங்கினாள். திரும்பவும் சுருக்கு பையில் கைவிட்டு நிதண்டி ஒரு அம்பது ரூபாயை எடுத்துக் கொடுத்தாள். அதன்பின்பு வி.ஓ., மளமளவென பாரத்தில் கையொப்பம் போட்டார். பின் இவளிடம் சிரித்தபடி சொன்னார்.

"இனி... இதை நீ தாலுகாபீஸில் கொண்டு போய்க் கொடுத்து ஆர்.ஐ.,கிட்டேயும் தாசில்தார்கிட்டேயும் கையொப்பம் வாங்கிக்கிட்டு அப்பறம் யூனியன்ல கொண்டு போய்க் கொடுக்கணும் புரியுதுல்ல..."

"அப்ப இன்னும் கையொப்பம் வாங்கனுமுங்களா...?"

"அதுக்குத்தான் வெவரமாச் சொல்லறேன்..."

வி.ஓ., திரும்பவும் ஒருமுறை விளக்கினார். இவளுக்குக் கையொப்பம் வாங்கியதும் ஏற்பட்ட சந்தோஷம் சட்டென்று வடிந்து விட்டது. நேராக தாலுக்கா ஆபீஸ் போனாள். அவ்வளவு சனத்திரளில் தெரிந்தமுகம் எதுவுமில்லை. சிறிதுநேரம் நின்று பார்த்துவிட்டு உள்ளே நடந்தாள். தனக்கும் கொஞ்சம் தைரியம் வந்துவிட்டதை நினைத்துச் சிரிப்பு வந்தது. வெள்ளை யூனிபார்மில் எதிரில் வந்த ஒருவனிடம் கேட்டாள்.

"கையொப்பம் வாங்கறதுக்கு 'ஆரையெ' (ஆர்ஐ) பாக்கனுமுங்க'

அவன் பாரத்தை வாங்கிப் பார்த்துவிட்டுக் கேட்டான்.

"ஆரு... ஐபருல்லா சார் அனுப்புச்சாரா...?''

"ஆமாங்க...''

"இப்படியே போனீங்கன்னா... பெரிசா மீசை வச்சுக்கிட்டு ஒருத்தர் உக்காந்திருக்காரே அவருதான் உங்க ஆர்.ஐ.,''

அவன் மேற்கொண்டு நிற்காமல் பாரத்தைத் தந்துவிட்டுப் போய்விட்டான். இவள் தைரியமாக ஆர்.ஐ.,யிடம் போனாள். கும்பிட்டாள். ஆர்.ஐ., இவளை நிமிர்ந்து பார்த்துவிட்டுக் கேட்டார்.

"என்னம்மா வேணும்?''

"ஒரு கையொப்பமுங்க...''

"ஒரே கையொப்பம் போதுமா...''

ஆர்.ஐ., சிரித்தார். காவிப் பற்கள் வெளியே தெரிந்தன. மீசை சுழித்து கோரமாக இருந்தது. இவளுக்கும் சிரிப்பு வரும்போல் இருந்தது. அடக்கிக் கொண்டு பாரத்தை நீட்டினாள்.

ஆர்.ஐ., பாரத்தை வாங்கி வெகுநேரம் உற்றுப் பார்த்தபடியிருந்தார். பின் பேசினார்.

"நாங்க உன்னோட ஊருக்கு வந்து டீட்டைலா வெசாரிக்காம கையொப்பம் போடமுடியாதும்மா... பாரத்தைக் குடுத்துட்டு போ.. ரெண்டு நாள் கழிச்சு வந்து பாரு...''

"எனக்கு ஊடு காடு எல்லாம் எதுவுமில்லீங்கய்யா... ஒண்டி காரிங்க..."

"அதுதாம்மா... நாங்க வந்து வெசாரிக்கறோம். நீ போயிட்டு வா...''

இவளுக்கு இரண்டு நாட்களும் கோவில் வேலையாக்க் கழிந்தது. தாலுக்கா ஆபீஸிலிருந்து எவராவது விசாரிக்க வருவார்கள் என எதிர்பார்த்தபடியே இருந்தாள். ஆனால், எவரும் வரவில்லை. மறுதினம் இவள் தாலுக்கா ஆபீஸ் போனபோது இளமதியமாகிவிட்டது. உள்ளே போய் விசாரித்தாள்.

தொள தொளவென சட்டை போட்டிருந்த ஒல்லியானவன்தான் குணமாகப் பதில் சொன்னான்.

"மதுக்கம்பாளையத்துல மணல் வழிக்கறதா தகவல் வந்திருக்கு... அதனால் ஆர்.ஐ., இப்ப அங்கதான் போயிருக்கார். நீ அர்ஜெண்டா பாக்கனுமுன்னா அங்க போனீனாப் பாத்துக்கலாம்... சாயங்காலம் வரைக்கும் அங்கதான் இருப்பாரு...''

இவள் வெளியே வந்ததும் மதுக்கம்பாளையம் பஸ் ஏறினாள். காட்டூர் தாண்டியதும் கூட்டமெல்லாம் இறங்கிவிட்டது. பஸ் வயலினூடே போயிற்று. மதுக்கம்பாளையத்து புராதன மச்சு வீடுகளின் மேல் மாடங்களில் புறாக்கள் அணத்திக் கொண்டிருந்தன. பொழுது உச்சிக்கு வந்திருந்தது. தகித்தது. ஆற்றில் நடுவில் மணல் வழித்துக் கொண்டிருந்த லாரிகள் தேங்கிப்போய் நின்றிருந்தன. ஜீப்பின்

நிழலில் உட்கார்ந்து சிலர் பேசிக் கொண்டிருந்தனர். ஆர்.ஐ.,யும், ஆர்.டி.,ஓ.வும் லாரி ஆட்களோடு சப்தமாகப் பேசியபடி வந்தார்கள். இவள் கும்பிட்டாள். ஆர்.ஐ., இவளை முறைத்துப் பார்த்துவிட்டுக் கோபமாகச் சொன்னார்.

“உன்னெ யாரும்மா இங்கெல்லாம் வரச்சொன்னது... நாளைக்கு காலையில் ஆபீஸில வந்து பாரு... மொதல்ல எடத்தக் காலி பண்ணு...''

ஆர்.ஐ., திரும்பவும் லாரி ஆட்களோடு சிரித்துப்பேசியபடி ஜீப்புக்குப் போனார். இவள் சிறிது நேரம் அப்படியே நின்றாள். மணல் லாரிகள் ஒவ்வொன்றாகக் கிளம்பிப் போயிற்று. மணலோடு, காற்று வெக்கையினூடே அலைந்தது. இவள் ஆற்றையே பார்த்தபடியிருந்தாள். பசி குடலெல்லாம் பிடுங்கித் தின்றது. தண்ணீரை அள்ளிக் குடித்தாள். தண்ணீர் வெதும்பிப் போயிற்று இவள் மனசு போல.

மறுதினம் காலை இவள் தாலுக்காபீஸ் போய் விசாரித்தாள். ஆர்.ஐ., வரவில்லை எனத் தெரிந்தது. சிறிது நேரம் கழித்தே ஆர்.ஐ., வந்தார். இருக்கையில் போய் உட்கார்ந்து ஆசுவாசப்படுத்தியபின்பே இவள் போனாள்.

இவளை நிமிர்ந்து பார்த்த ஆர்.ஐ., சற்று எரிச்சலாகச் சொன்னார்.

“அவசரப்படாதம்மா... நாங்க இன்னும் உன்னோட ஊருக்கே வரலையே... வந்து விசாரிச்சுட்டுத்தான் கையொப்பம் போடணுமுன்னு ரூல்ஸ் இருக்கு... ரெண்டு நாள் பொறு வர்றோம்...''

“சாமி... கல்யாணத்தேதி நெருங்கிக்கிட்டு வருதுங்க...''

“உனக்கு ஒருத்திக்குத்தான் நெருங்குதுன்னு நெனைச்சுக்காதே. உன்ன மாதிரி முப்பத்து மூனுபேரோட பாரம் இங்க இருக்கு. ஒன்னொன்னாத்தானே வெசாரிக்க முடியும்..''

மேற்கொண்டு ஆர்.ஐ., பேசவில்லை. அடுத்து வந்த ஒருவரிடம் பேசத் தொடங்கிவிட்டார். இவள் அந்த இடத்தைவிட்டு நகர மனமில்லாமல் நகர்ந்தாள். வெளியே வரும்போது அன்றைக்குப் பார்த்த வெள்ளை யூனிபார்ம்காரன் வலிய வந்து கேட்டான்.

“என்னம்மா... கையொப்பம் வாங்கிட்டியா...?''

இவள் ஆர்.ஐ., சொன்னதைச் சொன்னாள். அவன் சிரித்து விட்டுப் பேசினான்.

"அதெல்லாம் சும்மா உன்னெ மிரட்டறதுக்கு.. ஒரு ஐந்நூறு ரூவா இருந்தா கொடு இப்பவே தாசில்தார் வரைக்கும் கையொப்பம் வாங்கிக் கொண்டாறேன்... ஆனா என்னையும் கொஞ்சம் கவனிக்கனும்..."

"அவ்வளவு பணம் இல்லீங்களே.''

"இல்லீன்னா பொரட்டிட்டு வா... இவனுக பணமில்லீன்னா இந்த ஜென்மத்துல கையொப்பம் போடமாட்டானுக... உன்னய ஆயுசு பூரா நடக்கடிச்சே கொன்னுருவானுக..."

அவன் நகர்ந்தான். கொஞ்ச தூரம் போய்விட்டுத் திரும்பிவந்து சொன்னான்.

"இங்கே பியூன் முத்துசாமின்னா எல்லோர்க்கும் தெரியும். இங்க ஆல் இன் ஆல் நாந்தான்..."

அவன் அவசரமாகப் போய்விட்டான். இவள் என்ன செய்வது எனத் தெரியாமலேயே மெயின் ரோட்டுக்கு வந்தாள். மழை பின்தங்கி விட்டது. வெயில் கடுமையாக இருந்தது. ஒரு தீர்மானத்தோடு பஸ்ஸை எதிர்பார்த்திருந்தாள்.

பொழுது இறங்கியேவிட்டிருந்தது. இவள் பஸ்ஸைவிட்டு இறங்கியதும் நேராகக் குமாரசாமிக் கவுண்டரைப் போய்ப் பார்த்தாள். இதுவரை நடந்ததையெல்லாம் சொன்னாள். குமாரசாமிக் கவுண்டர் அமைதியாகக் கேட்டுக் கொண்டிருந்துவிட்டுச் சொன்னார்.

"அப்படியா சங்கதி... நாளைக்கு பத்து மணிக்கு தாலுக்காபீஸ் முன்னால நில்லு... நா வாரேன்... என்னன்னு பாத்தர்லாம். ஆர்.ஐ., தாசில்தார் எல்லாம் நம்மாள்தான்...''

மறுதினம் பத்துமணிக்கு முன்பே இவள் தாலுக்காபீஸ் முன்பு போய் தயாராக நின்று கொண்டாள். குமாரசாமிக் கவுண்டரும் சொல்லிவைத்தாற்போல வந்தார். புல்லட்டைப் பூங்கொன்றை மர நிழலில் நிறுத்திவிட்டு அவர் நடக்கும்போது ஆளும்கட்சி வரை ஜொலித்தது. பெரிய கம்பீரத் தொனியில் வந்ததும் இவளை உள்ளே கூட்டிப் போனார்.

ஆர்.ஐ., மீசையை தடவியபடி அதே இடத்தில் உட்கார்ந்திருந்தார். உடன் பேசிக் கொண்டிருந்தவர் குமாரசாமிக் கவுண்டரைக் கண்டதும் நகர்ந்து கொண்டார். குமாரசாமி கவுண்டர் ஆர்.ஐ., எதிரில் உட்கார்ந்தார். இவள் சற்றுதள்ளி நின்றுகொண்டாள்.

ஆர்.ஐ., பேச்சை ஆரம்பித்தார்.

“ஒரு பேச்சு சொல்லியுட்டிருந்தீங்கன்னா நானே தோட்டத்திற்கு வந்திருப்பேனே...''

“என்னோட விசயமில்ல... இந்த பொம்பள விசயமாத்தான் வந்தேன்... நடையாக நடக்கறாலாமா... உங்ககிட்ட இன்னும் கையொப்பம் ஆகமாட்டேங்குதுன்னு சொன்னா... அதுதான்''

“அந்தம்மாகிட்ட இன்னைக்குப் போட்டுக் கொடுக்கறதாதானே சொல்லியிருந்தேன்... அதுக்குள்ள உங்கள கூட்டி வந்திருச்சு... இப்பவே போட்டுத் தந்தர்றேன்...''

“அப்ப நாங்கௌம்பறேன்..''

“இருங்க டீ சாப்பிட்டுப் போகலாம்...”

“பரவாயில்லை இன்னொரு நாளைக்குச் சாப்பிடுவோம். அப்படியே தாசில்தாரைப் பாத்து சொல்லிட்டு போகணும்...”

“உங்களுக்கு எதுக்கு சிரமம்.. தாசில்தார்கிட்டேயும் நானே சொல்லிக்கறேனே...”

குமாரசாமி கவுண்டர் எல்லோருக்கும் பெரிதாகக் கும்பிடு போட்டார். மற்றவர்களும் பதிலுக்கு வந்து வலிய கும்பிட்டார்கள். வெளியே வந்து இவளிடம் சொன்னார்.

“இனி ஒன்னும் பிரச்சனையில்ல... கையொப்பம் ஆனா இன்னிக்கே கொண்டு போய் யூனியன்ல கொடுத்துடு...''

இவள் தலையாட்டினாள். குமாரசாமிக் கவுண்டர் கிளம்பினார். புல்லட் பெரிய சப்தமெழுப்பியபடி போயிற்று. கொஞ்சநேரம் அப்படியே நின்று கொண்டு கவனித்தாள். அந்த இளமதியத்தில் தாலுக்காபீஸ் எப்பொழுதும் போலவே இயங்கிக் கொண்டிருந்தது.

பின் இவள் உள்ளே போனாள். ஆர்.ஐ., ஏதோ எழுதிக் கொண்டிருந்தார். இவளைக் கண்டதும் நிமிர்ந்தார். அவரே பேசினார்.

“என்னம்மா அதுக்குள்ள ரெகமண்டேஷனா... இங்கே தினம் உன்னெ மாதிரி எத்தனை பேருத்தெ பாக்கறோம். அதுக்கெல்லாம் பயந்துருவோம்னு நெனைச்சியா... சரி வி.ஓ.,க்கு எவ்வளவு கொடுத்தே...?''

“இருநூத்தம்பதுங்க...''

இவள் சொல்லிவிட்டு சட்டென யோசித்தாள். நிஜத்தை சொல்லியிருக்க கூடாதோ என தோணியது.

“வி.ஓ.,க்கே நீ இருநூத்தம்பது கொடுத்திருக்கே... அதுக்கு மேலே இருக்கறவன் நானு... எனக்கு மட்டும் கையொப்பம் சும்மாவா... என்னம்மா முழிக்கறே...''

இவள் பேசாமலிருந்தாள். ஆர்.ஐ.,யே. பார்த்தபடியிருந்தாள்.

“இந்தாம்மா பாரம்... நாங் கையொப்பம் போட்டாச்சு.. கொண்டு போய் அந்தப்பக்கம் தாசில்தார் ரூமுல்ல கொடு... தாசில்தாரு லீவு... டெபுட்டிதான் இன்சார்ஜ்... நாளைக்கு போட்டு வச்சிருப்பாங்க வந்து வாங்கிக்க...''

இவள் கும்பிட்டபடி நகர்ந்து தாசில்தார் அறைபக்கம் வந்தாள். வெள்ளை யூனிபார்ம் முத்துசாமிதான் முன்னால் நின்று கொண்டிருந்தான். இவளை கண்டதும் சிரித்தபடி அருகில் வர ஜாடை காட்டினான். இவள் அருகில் போனதும் பாரத்தை வாங்கிக் கொண்டு சொன்னான்.

“நாஞ்சொன்னபடி நீ கேட்டிருந்தீனா இவ்வளவு சிரமப்பட்டிருக்க வேண்டியதில்ல... வெறும் ஐந்நூறு ரூவாய மொத்தமா எங்கிட்ட கொடுத்திருந்தீனா... ஒரே நாள்ல எல்லாம் ஆயிருக்கும். இப்பவும் ஒன்னும் கெட்டுப் போகல. என்னைக் கவனிச்சீனா இப்பவே டெபுட்டிகிட்ட கையொப்பம் வாங்கித் தாறேன்...''

“எங்கிட்ட காசில்லீங்களே...?”

“எவ்வளவுதான் வெச்சிருக்கே...?”

“முப்பது ரூவா இருக்குதுங்க...”

“அது போதும் கொண்டா...”

“பஸ்ஸீக்கு வேணுமுங்க...”

“அப்பா இருபத்தஞ்ச எடு..”

“இருபது தாறனுங்க...”

“கொடுத்துஃ தொல”

இவள் சுருக்குப் பையில் துழாவி இரண்டு பத்து ரூபாய் நோட்டு களை எடுத்தாள். அவன் வெடுக்கெனப் பிடுங்கி பேண்ட் பாக்கெட்டில் திணித்தபடியே சொன்னான்.

“அப்ப ஒரு அரைமணிநேரம் வெளியே உக்காந்துரு... நா வந்து கூப்படறேன்.’’

அவன் மேலும் நிற்காமல் உள்ளே போய்விட்டான். இவள் வராண்டா ஓரத்தில் உட்கார்ந்து கொண்டாள். அதன்வழியே நடப்பவர்கள் இவளை விநோதமாக பார்த்துப் போனார்கள். மெயின் ரோட்டில் வாகனங்கள் வேகமாகப் போய்க்கொண்டிருந்தன. நடப்பவர்கள்கூட வேகமாகவே நடந்து போய்க்கொண்டிருந்தார்கள். அத்தனைபேருக்கும் ஏதோ ஓர் அவசரவேலை இருக்கிறது என யோசித்ததும் ஆச்சரியமாக இருந்தது. நாகப்பழம் விற்கும் ஒரு பெண்ணின் குரல் ஓங்கிக் கேட்டபடியே இருந்தது வெகுநேரம்.

மதியம் கடந்தபின்பே அவன் கொண்டு வந்து பாரத்தைக் கொடுத்தான். கையொப்பம் வாங்கியாயிற்று என நினைத்தவுடன் குதூகலம் தொற்றியது. பத்தாயிரம் ரூபாய்க் கட்டை வாங்கி ஒவ்வொரு தாளாக எண்ணுவது மாதிரியான கனவு மனக்கண்முன் விரிந்து போயிற்று. அன்று இரவெல்லாம் உறக்கம் கொள்ளவில்லை இவளுக்கு. சதா சிரிப்பு முட்டின மாதிரி இருந்தது. திருவேலைக்காரன் கூட குழந்தைகளை உட்காரவைத்து நம்பிக்கையோடு பேசினான்.

கல்யாணத்துக்கு இன்னும் ஐந்து நாட்களே இருந்தன. ஒரு வழியாகக் காரியம் முடிந்ததில் நிம்மதி பிறந்தது. யூனியன் ஆபீஸ் குண்டடத்தில் இருந்தது. தாராபுரம் போய் பஸ்கள் மாறினாள். கோவை பஸ் எல்லாமே அங்கு நின்றன. போலீஸ் ஸ்டேஷன் உள்ள ஊரில் எல்லா வண்டிகளுமே நிற்கும் என நினைத்துக் கொண்டாள்.

யூனியன் ஆபிஸின் முன்புறம் நிறைய குலாப்பில் மரங்கள் அடர்ந்திருந்தன. அதன் வறண்ட காய்கள் காற்றுக்குச் சலசலத்தபடியிருந்தது. சுற்று மதிலில் காகங்கள் உட்கார்ந்து கரைந்தபடியிருந்தன. சனங்கள் வரவும் போகவும் வந்திருந்தது. நேராக உள்ளே போய் முதலில் உட்கார்ந்திருந்த ஒரு பெண்ணிடம் விசாரித்தாள்.

அந்தப் பெண் உள்ளே திரும்பிச் சப்தமிட்டாள்.

“சுப்புலட்சுமியக்கா... உங்க பார்ட்டி...’’

உள்ளே இருந்து இரண்டு பெண்கள் எழுந்து வந்தார்கள். இவளை வேறு ஓர் அறையின் ஜன்னலோரம் அழைத்துப் போய்ப் பேசினார்கள். இவள் ஜவுளி பையை விரித்து பாரத்தை எடுத்துக் கொடுத்தாள். கறுப்பாக அதிகம் பவுடர் பூசியிருந்தவள் பாரத்தை வாங்கி

படிக்கத் தொடங்கினாள். இன்னொரு பெண்ணுக்குக் கொஞ்சம் வயதாகிவிட்டது. பொறுமையாக இவளிடம் வேறு கேள்விகள் கேட்டுக் கொண்டிருந்தாள். பாரத்தைப் படித்தவள் திடீரென இவளிடம் பேசினாள்.

"என்னம்மா இது... பாரத்துல தப்பாயில்ல கையொப்பம் வாங்கிகிட்டு வந்திருக்கே...''

இவள் புரியாமல் பார்த்தாள்.

"வருஷ வருமானம் பன்னிரண்டாயிரத்துக்குள்ள இருக்கணும். அப்பதான் மணமகள் திருமணத் திட்டத்துல பணம் வரும். உனக்கு பதினஞ்சாயிரத்துக்குக் கையொப்பம் போட்டிருக்கு.... போய் கொறச்சு வாங்கிகிட்டு வந்தீனாத்தான் நாங்க 'வெரிபை' பண்ண முடியும்...''

அந்த பெண் பாரத்தை பிரித்து இவளிடம் காட்டினாள். ரூபாய் பன்னிரண்டாயிரத்தை அடித்து பதினைந்தாயிரமாக மாற்றியிருந்தது பச்சை எழுத்தில்.

"வி.ஓ... கரெக்டாத்தான் போட்டிருக்காரு... ஆர்.ஐ.,யோ, தாசில்தாரோதான் மாத்தி எழுதி கையொப்பம் போட்டிருக்காங்க...''

அந்த பெண் திரும்பவும் விளக்கிச் சொன்னாள். இவள் பாரத்தை வாங்கிக் கொண்டு ரோட்டுக்கு வந்தாள். குலையெல்லாம் பற்றி எரிந்தன. கண்களின் அடியில் லேசாக நீர் கோ(ர்)த்துக் கொண்டதை முந்தானையில் துடைத்துக் கொண்டாள். எங்கு சென்று யாரைப் பார்ப்பது என எதுவும் புரியாமலே இருந்தது.

தாலுக்காபீஸ் போய் விசாரித்தபோது ஆர்.ஐ.,யைக் காண வில்லை. வி.ஓ., இன்னும் கொஞ்ச நேரத்தில் வருவார் எனச் சொன்னார்கள். வெளியே வந்து பூங்கொன்றை மரநிழலில் நின்று கொண்டாள். நிழல் நகர்ந்து கொண்டிருப்பதைக் காணமுடிந்தது. தள்ளி நின்று கொண்டிருந்த நான்கைந்து பேரும் வேறுபக்கம் போனார்கள்.

வி.ஓ., வருவதற்குச் சாயங்காலம் ஆயிற்று. இவள் பாரத்தைக் காட்டிக் கேட்டாள். சப்தமாகவே பேசினாள். வி.ஓ., பொறுமையாகக் கேட்டுக் கொண்டிருந்துவிட்டு சொன்னார்.

"நான் என்னமா பண்ணட்டும் இதுக்கு... டெபுட்டி தாசில்தார்தான் தொகைய எக்ஸ்டன் பண்ணிட்டாரு... அவ்வளவு சீக்கிரத்துல இதை

மாத்த முடியாது... ரெக்கார்டெல்லாம் மாத்த வேண்டியது வரும்... ஒரு வாரம் பொறுத்துக்க இதை நானே சரிப்படுத்தித் தாறேன்.."

"கலியாணத்துக்கு நாலுநாள் தாங்க இருக்குது... அதுக்குள்ள யூனியன்ல குடுக்கனுமுங்க... எப்படியாச்சும் மாத்திக் குடுத்தீங்கன்னா புண்ணியமா போயிரும்...''

இவளுக்கு அழுகை வந்தது. குலுங்கிக் குலுங்கி அழுதாள். சட்டென யாரும் எதிர்பாராத தருணத்தில் வி.ஓ.,வின் காலைப்பிடித்துக் கொண்டாள். மற்றவர்கள் எல்லாம் வேடிக்கை பார்த்தார்கள். வி.ஓ., பதறியபடி நகர்ந்து உட்கார்ந்து கொண்டு சொன்னார்.

"என்ன இதெல்லாம் அசிங்கமா... உன்னோட கஷ்டம் எனக்குத் தெரியுதும்மா... வேண்ணா நாளைக்கு வா... நான் ஆர்.ஐ., கிட்டேயும், டெபுட்டிகிட்டேயும் கலந்து சொல்லறேன்..''

இவளுக்கு வி.ஓ., சொன்னதில் நம்பிக்கை ஏற்படவில்லை. வராண்டாவில் வரும்போது யோசித்தாள். பேசாமல் பியூன் முத்துசாமியையே பார்த்தால் என்ன என்று தோணியது. தாசில்தார் அறைப்பக்கமே முத்துசாமி நின்று யாருடனோ பேசிக் கொண்டிருந்தான்.

இவளைப் பார்த்ததும் சிரித்துக் கொண்டே வந்தான். தனியாக அழைத்துப் போய் கேட்டான்.

"என்னாச்சு... மறுபடியும் வந்திருக்கே?''

இவள் எல்லாவற்றையும் சொன்னாள். அப்படியா? என்றவன் ஒரு நிமிடம் யோசித்துவிட்டுப் பேசினான்.

"இங்கிருக்கறவனுக அப்பன் செத்தாக்கூட காசுவாங்காம மீசை சரைக்காத பயலுக... நீ பேசாம நாளைக்குக் காலையில ஐந்நூறு கொண்டு வந்திரு... இந்த பாரத்தையே கிழிச்சு எறிஞ்சுட்டு புது பாரத்திலேயே மத்தியானத்துக்குள்ள கையொப்பம் வாங்கி தந்தர்றேன்...''

"ரெக்கார்டு எல்லாம் மாத்தறத கஷ்டமுன்னு மணியார்ரு சொன்னாரு...''

"அதெல்லாம் வெறும் பிஸ்கோத்து சமாச்சாரம்... இவங்க மூணுபேரும் ஒன்னுக்குள்ளே ஒன்னு... உங்கிட்ட மேலே பணம் கறக்கறதுக்கான ஒரு சூட்சுமம் இது. அவ்வளவுதான். நீ பயப்படாம பணத்தோட வா கையொப்பம் ஆயிரும்...''

இவள் வீடு வரும்வரை ஐந்நூறு ரூபாய்க்கு என்ன வழி என யோசித்தபடியே வந்தாள். இனி பணம் இல்லாமல் இங்கு காரியம் ஆகாது என்பது புரிந்து போயிற்று.

அன்று சாய்ங்காலம் இரண்டு பித்தளை தேக்சாக்களையும் ஒரு சில்வர் அண்டாவையும் கொண்டு போய் வேணுகோபால் வாத்தியார் வீட்டில் மறுபடியும் அடைமானம் வைத்தாள். இருநூறு ரூபாய் கிடைத்தது. வீடு வந்து லட்சுமியின் வெள்ளிக் கொலுசைக் கழற்றி வாங்கி போனாள். மேலும் இருநூறு ரூபாய் கிடைத்தது. இதையெல்லாம் எப்படித்தான் மீட்கப் போகிறோம் என நினைக்கும்போது சுயநம்பிக்கை எழுந்தது.

இரவு பண்டாரம் வீடு போய் நூறு ரூபாய் கைமாத்து வாங்கி வந்தாள். கடைசியாக, புரட்ட முடிந்தது ஐந்நூறு ரூபாய் மட்டுமே என தெரிந்ததும் அழுகையாய் வந்தது. எவர்மீதும் கோபப்பட முடியவில்லை.

மறுநாள் மளமளவென காரியம் நடந்தது. யூனியன் ஆபிஸில் இருந்த பெண்கள் ஐந்நூறு ரூபாய்தான் கேட்டார்கள். பின் அவர்களே பணம் வந்ததும் வாங்கிக் கொள்வதாகச் சொன்னதால் ஆறுதலாக இருந்தது. லட்சுமி கல்யாணம் முடிந்த நாளிலிருந்து ஒரு வருஷம் யூனியன் ஆபீஸிலிருந்து எந்தவிதத் தகவலும் இல்லாமலே நாட்கள் போயின.

பின் திடீரென ஒருநாள் யூனியன் ஆபிஸ் பெண்களை சங்கர பாளையத்து வீதியில் வைத்து இவள் பார்த்தாள். பணத்தைப்பற்றிக் கேட்டாள். அதற்கு அந்தப் பெண்கள் குமாரசாமிக் கவுண்டர் பெண்ணுக்குப் பணம் சேங்ஷன் ஆகியிருப்பதாகவும் அதற்கு வந்ததாகவும் சொன்னார்கள்.

மறுநாள் இவள் யூனியன் ஆபிஸில் போய் விசாரித்தாள். நல்ல பதில் கிடைக்கவில்லை. மேலதிகாரி என குறிப்பிடப்பட்டவர் மட்டும் கொஞ்சம் நம்பிக்கையோடு சொன்னார்.

“அடுத்த பேட்சுல உனக்கு சேங்ஷன் ஆனாலும் ஆகும்...’’

இவளுக்கு இந்தப் பணம் கிடைக்கும் என்கிற நம்பிக்கை இத்தனை நாட்களுக்குப் பின்னால் இன்றைக்குத்தான் முழுசாகப் போய்விட்டது. பஸ்ஸில் ஊருக்குத் திரும்பிவரும்போது அடைமானத்தில் மூழ்கிப்போன பொருட்கள் ஒவ்வொன்றாக ஞாபகம் வந்தபடியேயிருந்தது.

(அவள் விகடன், 2-7- 2004)

ஆறுமுகக் காவடி

நிலா மேற்கே இறங்கியிருந்தது. தார்ச்சாலையில் புளியமரத்து நிழல்கள் திட்டுத்திட்டாகப் படிந்து கிடந்தன. பனிக்காலத்துச் சாமத்தில் காற்று குளிரோடு வீசியது. காவடிக்காரர்கள் நடந்து போய்க் கொண்டிருந்தார்கள். காவடிக்காரர்களுக்குப் பின்னால் காவடிச் சாமான்கள் ஏற்றிய மாட்டுவண்டிகள் அசைந்தபடி வரிசையாக வந்து கொண்டிருந்தன. அதன் எருதுகளின் கொம்புச் சலங்கை ஒலி தனித்துக் கேட்டது.

திடீரென அருகில் பார ரயில் ஒன்று தடதடத்துப் போகும் ஓசை எழுந்தது. ஆறுமுகக் காவடி எடுத்து வந்த பெரிய பூசாரி சட்டென நின்றார். கொடுமுடி நெருங்கிவிட்டதை உணர்ந்து கொண்டார். காவடியைத் தோள் மாற்றிக் கொண்டே சப்தமாக பெரிய தோட்டி யாரைக் கூப்பிட்டார். பெரிய தோட்டியார் முன்பகுதியிலிருந்து பெரிய பூசாரியிடம் ஓடி வந்தார்.

"ஏம்பா... ஊர் நெருங்கிட்டு வருது... பலகைக்காரர்களும் அடிக்கக் காணோம்... நீங்களும் கொம்பூதக் காணோம்... அப்ப எதுக்கு உங்களயெல்லாம் காவடிக்கு கூட்டிட்டு வர்றது... போய் மளார்ன்னு வேலையப்பாரு..."

உடனே பெரிய தோட்டியார் காவடிக்காரர்களை விலக்கி முன்பகுதிக்கு ஓடி சப்தமிட்டார். கொம்புகளைத் தோளில் தொங்க விட்டபடி தூக்கச் சடைவில் நடந்து கொண்டிருந்த தோட்டிமார்கள் உடனே கொம்புகளை எடுத்து ஊதத் தொடங்கினார்கள். கொம்புகளின் சப்தம் கேட்டுப் பலகைக்காரர்களும் கொட்டு முழக்கு அடித்தார்கள்.

அவர்களுக்கு முன்பு பத்தடி தூரத்தில் சாமிக்காளைகள் போய்க் கொண்டிருந்தன. சாமிக் காளைகளின் முதுகில் திமிலோடு சேர்த்துக் கட்டியிருந்த சேகண்டியை காளை ஓட்டிகள் அடிக்கவும் திடுமண்

சப்தமும் எழும்பியது. காவடிக்காரர்கள் நடையில் வேகம் கூடியது. தெரு நாய்கள் ஓடிவந்து வழிமறித்தபடி குரைத்தன. வீடுகள் தென்படத் தொடங்கின. காவடிக்காரர்கள் கொடுமுடிக்குள் நுழைந்தார்கள். வீதிகள் எங்கும் வேறு ஊர் காவடிக்காரர்கள் படுத்து உறங்கிக்கொண்டு இருந்தார்கள்.

மகுடேஷ்வரன் கிழக்குக் கோபுரவாயில் முன்பு அந்நேரத்திலும் கரகாட்டம் ஆடிக்கொண்டிருந்தது. கொட்டு முழக்கு அடிக்கும் பலகைக்காரர்கள் அங்கு நின்று வளையமிட்டு அடித்தார்கள். மூன்று கோமாளிகளும் நடுப்பகுதிக்கு வந்து ஆடினார்கள். கரகாட்ட கோஷ்டியிலிருந்து குறவன் மட்டும் வந்து சிறிது நேரம், கூட ஆடிவிட்டு போனான்.

திரும்பவும் காவடிக்காரர்கள் நகர்ந்தார்கள். தெருவிளக்கின் மங்கிய வெளிச்சத்தில் ஆற்றுக்கு போகும் தடம் சந்து சந்தாகப் போயிற்று. படுதாக்கள் இறக்கிய கடைமுன்பு பெஞ்சியில் ஆட்கள் முகம் தெரியாமல் மூடிப் படுத்திருந்தார்கள். காவடிக்காரர்கள் படித்துறைபக்கம் போய் நின்றார்கள். நேர் கீழே காவிரி ஆறு ஓடும் முறைச்சல் கேட்டது. ஆற்றுக்கப்பால் அக்கரைத் தென்னந்தோப்பும் தொடுவானமும் மங்கலாய்ப் புலப்பட்டன. வருடா வருடம் காவடி ஒட்டும் அரசமரத்தடியில் மய்யார் பூஜை கொடுப்பவர்களும் சில ஊர்க்கார ஆட்களும் ஏற்கனவே இடம்பிடித்து உட்கார்ந்திருந் தார்கள். பண்டாரம் தண்ணீர் தெளித்துக் கூட்டியபின் பெரிய பூசாரி காவடியை அங்க ஒட்டச் செய்தார்.

அக்கரையில் வைகறையின் ஒளிபடரத் தொடங்கியது. அரசமரத்தின் முதிர்ந்த கிளையில் காற்று ஊடுருவிச் சலசலத்தது. பெரிய பூசாரி எழுந்துபோய்ப் பக்கப் பூசாரியை எழுப்பினார். இருவரும் படித்துறையில் இறங்கி நடந்தார்கள். அந்நேரத்திலும் சிலர் ஆற்றில் குளித்துக் கொண்டிருந்தார்கள். பெரிய பூசாரி குளிப்பதற்குத் தனிமையான ஓரிடத்தைத் தேடி நடந்தார். அப்போதுதான் அந்தக் காட்சி அவர் கண்ணில் தென்பட்டது. ஒருவன் சப்பணமிட்டு ஆற்றைப் பார்த்து அமர்ந்து முனகலாய் மந்திரம் ஓதிக்கொண்டிருந்தான். கருக்கல் வெளிச்சத்தில் உருவம் தெளிவாகத் தெரியவில்லை. பெரிய பூசாரி மேலும் ஓர் எட்டு வைத்துவிட்டு மறுபடியும் நின்று கூர்ந்து பார்த்தார். அவருக்கு உடம்பு சிட்டெடுத்தது.

அந்த ஆள் பெரிய பூசாரி பார்ப்பதைக் கண்டதும் எழுந்து ஆற்றில் இறங்கினான். திரும்பித் திரும்பிப் பார்த்துக்கொண்டே அக்கரையை

நோக்கிப் போனான். பெரியபூசாரி குளிக்கும்போது பக்கப் பூசாரியிடம் சொன்னார்.

"அவன் ஏதோ ஒரு பெரிய மந்தரவாதி... காலங்காத்தால துஷ்ட தேவதைகளை ஏவற மந்திரத்தையில்ல படிக்கறான்..."

பக்கப் பூசாரி பதிலேதும் சொல்லாமல் பெரிய பூசாரியையே பார்த்தார். பெரிய பூசாரியின் முகத்தில் அச்சம் தெரிந்தது. விடியற்பொழுதில் குருவிகள் விழித்திருந்தன. படித்துறையில் காவடிக்காரர்கள் குளித்துத் தயாராக இருந்தார்கள். தோட்டிமார்கள் கொம்பூதிக்கொண்டிருந்தார்கள். பெரிய பூசாரி பூஜையை முடித்ததும் ஆறுமுகக் காவடியை எடுத்தார். காவடிக்காரர்களும் வரிசையாகக் காவடியை எடுத்தார்கள்.

"அரகரா... அரகரா... அரோகரா..."

காவடிக்காரர்கள் ஆற்றில் இறங்கினார்கள். தண்ணீர் முழங்கால் அளவுக்கும் குறைவாகவே ஓடியது. மணலற்ற தரையில் கூழாங்கற்கள் கால்களை அழுத்தின. குடைபிடிப்பவர்களையும் சாமி காளை களையும் முன்னால் போகும்படி பெரியபூசாரி கட்டளையிட்டார். சிறுவர்கள் கரைமேல் நின்று கோமாளிகளை ஆச்சரியத்தோடு வேடிக்கை பார்த்துக் கொண்டிருந்தார்கள். வேறு ஊர் காவடிக்கூட்டம் ஒன்று தீர்த்தம் முத்தரித்து எதிரில் வந்துகொண்டிருந்தது.

"அரகரா... அரகரா... அரோகரா..."

காவடிக்காரர்கள் மணற்பரப்பில் ஏறி நடக்க ஆரம்பித்தார்கள். நாணல் பூத்த மணற்பரப்பு விரிந்து கிடந்தது. ஈரமணலில் நிறைய காலடித் தடங்கள் இருந்தன. ஏற்கனவே காவடிக்காரர்கள் கூட்டம் கூட்டமாக கூடி தீர்த்தம் முத்திரத்துக் கொண்டிருந்தார்கள். கொஞ்சம் சுத்தமாக இருந்த ஓரிடத்தில் பெரிய பூசாரி காவடிகளை ஒட்டச் செய்தார். காவடிக்காரர்கள் ஆடைகளைத் துவைத்துக் குளிக்க, திரும்பவும் ஆற்றுக்கே போனார்கள். கலசச் சொம்பை மூடிக்கட்டும் வாழை இலைகளைக் காயப்போடும் வேலையில் கோமாளிகள் மும்முரமாக இறங்கினார்கள்.

பெரிய பூசாரி பக்கப் பூசாரியை அழைத்துக்கொண்டு தீர்த்தம் முத்தரித்துத் தரும் புரோகிதரைத் தேடிக் கிளம்பினார். அப்போதுதான் நீரை ஒட்டிய ஒரு மணற்திட்டில் இருளில் பார்த்த அந்த மாந்திரீகன் அமர்ந்திருந்தான். அவன் முன்பு நான்கைந்து பெண்கள் தலைவிரி கோலமாக ஆடிக்கொண்டிருந்தார்கள்.

பெரிய பூசாரி ஒருகணம் நின்று அந்த மாந்திரீகன் இருக்கும் திசையையே பார்த்தார். மாந்திரீகன் மந்திரங்களை உச்சஸ்தாயில் சொல்லி அந்தப் பெண்களிடம் பிடித்திருக்கும் பேயை விரட்டிக் கொண்டிருந்தான். பக்கப்பூசாரி கூப்பிட்டார்.

"அண்ணே... அவங்கெடந்துட்டுப்போறான்... நாம அய்யரைப் பார்ப்போம்..."

"நல்ல பொம்பளைகளைக்கூட இவன் பேய் புடிக்றமாதிரி ஏவிவிடறான்... அப்புறம் விரட்டற மாதிரி விரட்டிக் காசு புடுங்கறான்..."

"வம்பா.. பாவம் அந்தப் பொம்பளைங்க... பொடணியில சுளுக்கு புடிச்சுக்கும்... ஊர் போய் வேலைய பாக்க வேணாமா... சாமி கும்பிட வந்த எடத்துல எதுக்கு இந்த அசிங்கம்..."

பெரிய பூசாரி மறுபடியும் சற்று நேரம் மௌனமாக நின்று அந்த மாந்திரீகனைப் பார்த்துவிட்டு நகர்ந்தார். பொழுது கிளம்பி மேலேறி வந்துகொண்டிருந்தது. சூரிய ஒளிபட்டு ஓடும்நீர் ஸ்படிகம் போலத் துலங்கிற்று. ஆனாலும் பெரிய பூசாரி எதைப்பற்றியோ தீவிரமாக யோசிப்பதை பக்கப்பூசாரி கண்டுகொண்டார்.

இருவரும் நாற்புறமும் பார்த்துக்கொண்டே நீரில் நடந்தார்கள். நீர்க்காகங்கள் தலைக்கு மேலே வட்டமடித்துக்கொண்டிருந்தன. அந்தச் சமயத்தில் படித்துறையிலிருந்து அக்கரையை நோக்கி ஒரு புரோகிதர் நடு ஆற்றில் வந்துகொண்டிருப்பது தெரிந்தது. அந்தப் புரோகிதர் நெருங்கி வந்ததும் குறுக்காட்டிக் கேட்டார்கள். அந்தப் புரோகிதர் வரச் சம்மதித்தார்.

மூவரும் மணற்பரப்பை நோக்கி நீருக்குள் மெதுவாக நடந்தார்கள். மாந்திரீகன் பேயோட்டும் மணற்திட்டு அருகில் வந்ததும் பெரிய பூசாரி மறுபடியும் நின்றார். வேட்டி நுனியில் முடிந்திருந்த திருநீற்றை எடுத்து உள்ளங்கையில் வைத்தார். கிழக்கு முகமாகத் திரும்பி சூரியனைப் பார்த்து வாய்க்குள் ஏதோ முனகினார். பக்கப்பூசாரி திடுக்கிட்டுப் பார்த்துக்கொண்டிருந்தார்.

"பூசாரி... அவங்கூட வெளையாடாதீங்க.. அவன் வெனை புடிச்சவன்..."

புரோகிதர் எச்சரித்தார். பெரியபூசாரி கேட்கவில்லை. உள்ளங்கைத் திருநீறை ஏதேதோ பாட்டுப்பாடி மந்திரித்தார். பேய் பிடித்த பெண்கள் ஆடும் திக்கை நோக்கி மூன்று முறை ஊதினார்.

"இனி அவம் மந்திரம் பலிக்காது... ஊரைப் பார்த்து ஓடிருவான்..."

பக்கப் பூசாரியும் புரோகிதரும் எதுவும் பேசவில்லை. பயம் கலந்த பார்வை பார்த்தனர்.

தீர்த்தம் முத்தரித்து கலசச் சொம்பை காவடியில் கட்டி முடிக்கும்போது இளமதியம் கடந்துவிட்டது. புரோகிதர் தட்சணை வாங்கிக் கொண்டு கிளம்பிப் போனார். அதன்பின்பு பெரியபூசாரியின் ஆறுமுகக் காவடி ஆட்டம் தொடங்கியது. பெரிய பூசாரி மூன்று இடங்களில் மட்டும்தான் காவடி ஆட்டம் ஆடுவார். இதனைவிட்டால் ஊரிலும், கிரி சுற்றும்போது பழனிமலை அடிவாரத்திலும்தான்.

சனக்கூட்டம் பெரிய பூசாரியின் காவடி ஆட்டத்தைக் காணவும், அருள்வாக்கு கேட்கவும் காத்துக்கிடந்தது. காவடிக்காரர்கள் வளையமிட்டு நின்றார்கள். பெரிய பூசாரி துண்டைச் சும்மாடு கூட்டி தலைமேல் வைத்து, அதன்மீது ஆறுமுகக் காவடியைத் தூக்கி வைத்தார். கொட்டுமுழக்கு கிளம்பியது. கொம்பின் ஒலி காற்றில் வெட்டிப்படர்ந்தது. பெரிய பூசாரி தப்படி வைத்து ஒரு வளையம் வந்தார்.

"சஞ்சணக்கு... சஞ்சணக்கு... சஞ்சணக்கு...''.

பலகைக்காரர்கள் நெருங்கி வந்து அடித்தார்கள். பெரிய பூசாரியின் ஆட்டம் வேகமெடுத்தது. அசுரத்தனமாக ஆடினார். ஏறுவெயில் மணற்பரப்பைச் சூடாக்கிக்கொண்டிருந்தது. அரைமணிநேரம் கடந்திருக்கும். பெரியபூசாரி நின்று கூட்டத்தை வெறித்தபடி பார்த்தார். பக்கப்பூசாரி சாமியாரும் 'குறிஞ்சி'யைக் கொண்டு வந்து முன்னால் போட்டார். பெரிய பூசாரி விறைப்புடன் நடந்து குறிஞ்சி மீது உட்கார்ந்தார். பக்கப்பூசாரி அருகில் திருநீற்றுத் தட்டைப் பிடித்து நின்று கொண்டார்.

"ஏய்..." நாக்கை மடித்துப் பெரிய பூசாரி குரலை இழுத்தார்.

"சாமி... மலையேறறதுக்கு முன்னால கணக்கு ஆருக்குன்னு சொல்லு சாமீ..."

கோமாளிகள் வந்து கட்டியங் கூறினார்கள். அந்தக் கணம் பெரிய பூசாரிக்கு உடம்பின் மேற்பகுதி மட்டும் அசைவுற்றுக் குலுங்கிற்று. கண்கள் வெறித்தன. முறுக்கேறிய உடம்பு லேசாகத் தளர்ந்தது. சட்டென எழுந்தார். கால்கள் தள்ளாடின. நெஞ்சின் எலும்புகள் மூச்சுவிடும்போது ஏறி இறங்கின. முகத்தில் இனம்புரியாத ஒரு வேதனை தெரிந்தது.

கூட்டம் திகைத்து நின்றது. தோட்டிமார்கள் கொம்பூதுவதை நிறுத்திக் கொண்டனர். கொட்டு முழக்குச் சப்தமும் அடங்கியது. திடீரென அவ்விடமே நிசப்தமாயிற்று.

யாரும் எதிர்பாராத கணக்கில் பெரியபூசாரி உரக்க ஓலமிட்டுக் கத்தினார். அவர் தலை திக்கில்லாமல் சுழன்றது. தலைமீது இருந்த ஆறுமுகக் காவடி நழுவி கழுத்தின் மீது வளையம்போல விழுந்தது.

பெரியபூசாரிக்குத் திரும்பவும் உடம்பு முறுக்கேறியது. ஆட முயன்றார். தப்படிகள் தடுமாறின. கண்கள் இருண்டு வந்தது. ஏதோ பேசத் துடித்தார். முடியவில்லை. பல்லை நறநறவெனக் கடித்துக் கொண்டார். நாக்கு துருத்தியது. வாயிலிருந்து ரத்தம் கசிந்தது. அரைஞாணில் கட்டியிருந்த தாயத்து தறித்து மணலில் விழுந்தது. தலை தொங்கிப் போனது. ஆறுமுகக் காவடி தள்ளிப் போய் தலைக்குப்புற விழுந்தது. கீழே சாய்ந்தார். உடம்பு வெட்டியது.

முன்னால் நின்ற காவடிக்காரர்களுக்கு நெஞ்சு நடுங்கியது. யாரும் கிட்டத்தில் போகப் பயந்தார்கள். பக்கப்பூசாரி மட்டும் பயத்தில் கத்தினார்.

“பூசாரிக்கு யாரோ செய்வினை வெச்சுட்டாங்க...''

ரத்தவாந்தி கக்கிய பெரியபூசாரியின் உடம்பு மணலில் சலனமில்லாமல் கிடந்தது. மீண்டும் எங்கும் நிசப்தம். சில கணங்கள் சென்றன.

கொம்பூதிக் கொண்டிருந்த பெரிய தோட்டியார் திமிறிக் கொண்டு சாமியாடும் இடத்திற்கு வந்தார். கொம்பின் தோள்வாரை அறுத்து சுடுமணலில் தூர எறிந்தார். அவர் உடம்பு முறுக்கேறத் தொடங்கிற்று. தலை மட்டும் மெள்ள அசைவுற்றது. காவடிக்காரர்கள் பெரிய தோட்டியாரையும் பெரிய பூசாரியையும் மாறி மாறிப் பார்த்துக் கொண்டிருந்தார்கள். வெயில் ஏறி வந்தது.

திடீரென பெரிய தோட்டியார் பெரிய பூசாரியிடம் போனார். ஆறுமுகக் காவடியைத் தூக்கித் தலையில் வைத்துக் கொண்டு ஆடத் தொடங்கினார். கண்களில் வெறி தென்பட்டது. கழுத்து விறைத்துத் தலை சுழன்றாடியது. கரகம்போல ஒட்டிய ஆறுமுகக் காவடி விழவேயில்லை. கொட்டுமுழக்கின் ஓசை அதிகமாயிற்று. கொம்பூதிகள் இடைவிடாமல் ஊதினார்கள். கால்களின் தப்படிகள் பொருந்தி வந்தன. ஆட்டம் கட்டுக்கடங்காமல் போயிற்று.

ஆட்டத்தின் போக்கிலேயே பெரிய தோட்டியார் சட்டென நின்றார். விழிகள் மேலேறின. அவருக்குள் மறுபடியும் வெளி உட்புகுந்தது. பெருங்குரலெடுத்துக் கத்தினார்.

"வெனை வெச்சவனக் காட்டறே... எல்லோரும் வேய்க்கானமா கேளுங்க..."

பெரிய தோட்டியார் மணலில் கால்புதைய நின்று தலையை அசைத்தவாறே இருந்தார். முகம் திடீரென இறுகி விகாரமாயிற்று. அருள் வந்துவிட்டது அவருக்கு. சப்தமாக பேசினார்.

"கூட்டத்தில் குக்கியிருக்கான் அவன்... கூட்டத்தில் குக்கியிருக்கான்... பூணூல் போட்ட குள்ளன் அவன் பூணூல் போட்ட குள்ளன்..."

கூட்டம் மீண்டும் ஒரு விபரீதம் நடக்கக்கூடும் என திகைத்துப் பார்த்துக் கொண்டிருந்தது. ஆனால் பக்கப்பூசாரிக்கு மட்டும் புரிந்து விட்டது. நடுக்கூட்டத்தில் காவடிக்காரர்களுக்கிடையே நின்று வேடிக்கை பார்த்துக்கொண்டிருந்த அந்த மாந்திரீகனைப் போய் எட்டிப் பிடித்தார். காவடிக்காரர்களும் சூழ, மாந்திரீகன், "பகவதி... பகவதி" என கெஞ்சினான். பின்பு நேராக பெரிய தோட்டியாரிடம் ஓடிவந்து அவர் காலில் நெடுஞ்சாண் கிடையாக விழுந்தான்.

"ஸ்வாமீ... தப்பு பண்ணிட்டேன்... பூசாரியாரே நான் எழுப்பறேன்..."

பெரிய தோட்டியார் எதுவுமே பேசவில்லை. முறுக்கேறிய உடம்போடு ஆறுமுகக் காவடி தாங்கி அப்படியே நின்றார். மாந்திரீகன் எழுந்து மேற்கு முகமாகத் துண்டை இடுப்பில் கட்டி நின்றான். ஏதோ மந்திரத்தை அவசரமாகச் சொன்னான். காவடிக்காரர்கள் மூவரையும் மாறிமாறிப் பார்த்துக்கொண்டிருந்தார்கள். இருந்திருந்தார்போல் பெரிய பூசாரியின் உடம்பில் சிறு சலனம் ஏற்பட்டது. கைகால்களை உதறினார். மந்திரத்தின் வேகம் கூடியது.

பெரியபூசாரியின் கண்கள் திறந்தன. எழுந்து அமர்ந்தார். மாந்திரீகன் மந்திரத்தை நிறுத்தினான். திரும்பவும் பெரிய தோட்டியாரின் கால்களில் விழுந்து நமஸ்கரித்தான். அங்கிருந்து நகர்ந்து ஆற்றுக்குள் இறங்கிப் போய்விட்டான்.

பெரியபூசாரி ஆறுமுகக் காவடி எடுத்து அருளோடு நிற்கும் பெரிய தோட்டியாரையே பார்த்தபடி இருந்தார். இருவர் கண்களும் நேராகச்

சந்தித்துக் கொண்டன. பெரிய தேரோட்டியாரின் உடம்பு மெல்லத் தளர்ந்தது. கண்கள் சாந்தமடைந்தன. தலையிலிருந்த ஆறுமுகக் காவடியை இறக்கி மணலில் வைத்தார்.

பின்பு பெரிய தோட்டியார் தோட்டிமார்களுடன் போய் நின்றுகொண்டு பெரிய பூசாரியையும் காவடிக்காரர்களையும் பார்த்தார். எல்லாமே இயல்பு நிலைக்குத் திரும்பியது. பக்கப்பூசாரி நகர்ந்து பெரிய பூசாரியிடம் போனார். குனிந்து பெரிய பூசாரியின் காதில் ஏதோ குசுகுசுவெனச் சொன்னார். பெரிய பூசாரி சடாரென எழுந்தார். கோபமாகக் காவடிக்காரர்களைப் பார்த்துக் கத்தினார்.

"தோட்டிப் பயல் தொட்டு தூக்கி ஆடின காவடிய... இனி நாந்தொட்டு தூக்கியாடனுமாடா? நானென்ன ஈனசாதிக்கு பொறந்த பூசாரின்னு நெனைச்சீங்களா... நா இனி இந்தக் காவடிய கையில் தொடமாட்டேன்..."

காவடிக்காரர்களுக்கு ஒன்றும் புரியவில்லை. திகைத்துப் போய் நின்றார்கள். மணற்பரப்பில் உக்கிரம் அனலோடியது. காவடிக்காரர்கள் மணலில் புதைய பெரியதோட்டியார் வைத்த அதே இடத்தில் அப்படியே கிடந்தது ஆறுமுகக் காவடி.

(உயிர்மை, ஜூலை 2007)

மசை

கார் மழைக்காலம். மழையற்றுப் போனதால் வறட்சியின் கொடூரம் எங்கும் வெயிலோடு தகித்தது. இவன் ஊரைவிட்டு நடந்து வெகுதூரம் வந்திருந்தான். செருப்புகளில் புழுதி மேலெழும்பியபடி இருந்தது. அது பட்டா வண்டித்தடம் பதிந்த மண்பாதை. ஏற்றமாய்ப் போனது. இருமருங்கிலும் ஆவாரஞ் செடிகள் பூத்திருந்தன. அதன் மஞ்சள் பூங்கொத்தை கருந்தும்பிகள் வட்டமடிக்கும் ரீங்கரிப்பு மெல்லிசாய்க் கேட்டது.

இவன் நடந்தபடியே இருந்தான். எதிரில் ஆள் அரவமே இல்லை. குறுங்காட்டு வெளிகள் ஏகாந்தமாய்க் கிடந்தன. தொலைதூரத்தில் திடீரென கதுவேலிகூட்டம் கெக்கலித்தது. அதனைத் தொடர்ந்து பின்னால் ஆட்களின் சீழ்க்கை ஒலியும் கேக்கைச் சப்தமும் கேட்கத் தொடங்கின.

இவன் திரும்பிப் பார்த்தான். நாய் ஒன்று வேகமாக ஓடிவந்து கொண்டிருந்தது. கறுப்புநிறம் கொண்ட நாய். நாயை ஆட்கள் சப்தமிட்டபடி துரத்திக்கொண்டு வந்தார்கள். இவனுக்கு மசைநாய் எனத் தெரிந்துவிட்டது. கீழே குனிந்து இரு கைகளிலும் கல்லை எடுத்துக் கொண்டான். நாய் அருகில் வந்ததும் தாக்குவதற்குத் தயாரானான்.

நாயின் வேகத்திற்கு ஆட்களால் ஈடுகொடுத்து ஓடிவர முடிய வில்லை. நாய் துரிதகதியில் முன்னேறித் தாவி ஓடிவந்து கொண்டிருந்தது. இவன் பாதையை வழிமறித்து நிற்பதைக் கண்டதும் பத்தடி தூரத்தில் திடுக்கிட்டு நின்றது. இவனையே வெறித்துப் பார்த்தது.

நாய்க்கு நாக்கு தொங்கிப்போயிருந்தது. ஜலவாய் ஒழுகியபடி இருந்தது. வாலைப் பின்னங்கால்களுக்கிடையே நுழைத்து பம்மியபடி சுற்றும்முற்றும் பார்த்தது.

அதற்குள் துரத்திக் கொண்டு வந்தவர்களிலிருந்து ஒருவன் சப்தமாகக் கத்தினான்.

“மசைநாயிதா... யோசிக்காதே... ஒரே போடா போட்டெறி...!”

இன்னொருவனும் கத்தினான்.

“அடிக்கு சிக்காம காத்தால இருந்து ஊரச்சுத்தி வட்டவாசி பண்ணுது உட்ராதே....!”

இவன் நாயை அடிக்கத் தோதாக நின்று குறி பார்த்தான். நாய் அதை உணர்ந்ததாகத் தெரியவில்லை. இளப்பெடுத்துக் கொண்டிருந்தது. துரத்திக்கொண்டு வந்தவர்கள் நெருங்கியிருந்தார்கள். நாய் சட்டெனப் பக்கவாட்டில் நகரத் திரும்பியது.

இவன் கல்லை விட்டெறிந்தான். கல் நாயின் பின்னங்கால் அருகில்பட்டு தெறித்துப் போயிற்று. அடிபடவேயில்லை. நாய் திரும்பி இவனை முறைத்தது. இவன் இன்னொரு கல்லை விட்டெறிந்தான். இந்தமுறை கல் நாயின் அடிவயிற்றில் போய்த் தாக்கியது. கனமான அடி. நாய் அப்படியே ‘கயக்க்’ என கத்திக்கொண்டு கீழே விழுந்தது. அடுத்த கணத்தில் சுதாரித்து எழுந்தது. இவனைக் கடிக்க வருவது போல் பல்லைக்காட்டி உறுமியது.

இவன் கீழே குனிந்து இன்னொரு கல்லை எடுத்தான். நாய் ஆவாரஞ்செடிகளுக்குள் புகுந்து அல்லைப்புறத்தில் ஓடியது. அப்போது துரத்திக்கொண்டு வந்தவர்களும் கற்களை வீசத் தொடங்கினார்கள். ஆனாலும் அடி, நாய்க்குப் படவில்லை. கற்கள் தூரத்தள்ளிப் போய் விழுந்து கொண்டிருந்தன.

நாய் மேலும் ஓடியது. கொறங்காட்டு வேலியோரம் போய் நின்றது. மீண்டும் பெருமூச்சுவிட்டு இளப்பெடுத்தது. திரும்பவும் ஆட்கள் கத்தினார்கள். இவன் கல்லைத் தேடி எடுத்து வீசினான். கல் குறி தப்பிப் போயிற்று.

நாய் திடீரென கிளுவை வேலி முட்களுக்குள் தலையைவிட்டு நுழைந்தது. ஆட்களின் கல் ஒன்று அதன் இடுப்பில் தாக்கியது. ஆனாலும் நாய் மறுபுறம் கொறங்காட்டுக்குள் போய்விட்டது. இவன் ஒரு கல்லை எடுத்து வீசினான். கல் நாயின் முதுகில் பட்டது. ஆனாலும் அடிகனமில்லை. நாய் ஓட்டம் எடுக்க ஆரம்பித்தது.

துரத்திக் கொண்டு வந்தவர்களால் உடனே கிளுவை வேலிக்குள் நுழைந்த நாயைப் பின்தொடர்ந்து துரத்த முடியவில்லை. கடவு தேடிப் போனார்கள். அதற்குள் நாய் வெகுதூரம் ஓடியிருந்தது.

இவன் கையில் வைத்திருந்த கல்லைக் கீழே போட்டான். மேற்கொண்டு அங்கு நிற்கவில்லை. நடக்கத் தொடங்கினான். பொழுது உச்சிக்கு ஏறியிருந்தது. வெயிலின் தாக்கம் அதிகமாயிற்று. பழையபடி பாதை நிசப்தம் பூண்டது. பாம்புத்தாரை போயிருந்தது. வண்ணார்கள் கரம்பை மண் எடுத்த குழியில் செம்பூத்து உட்கார்ந்திருந்தது.

இவன் மேடேறினான். ஆகாசம் வெளிறிக் கிடந்தது. கானல் அனலோடியது. இறக்கத்தில் இருந்தது மாமாவின் ஊர். ஊர் முகப்பு அரசமர விநாயகர்கோவில் கல்திண்ணை மீது நிழல் ஒடுங்கியிருந்தது. சில வயதானவர்களே உட்கார்ந்திருந்தார்கள். எதிரில் ஒரே ஒரு மளிகைக் கடை இருந்தது. வீதியில் இறங்கி நடந்தான். வீதி வெறிச்சோடிக் கிடந்தது. சீமையோட்டு வீடுகள் பழைய சாயலில் இருந்தன.

ஊருக்குள் பெரிய வீடு மாமாவினுடையது. வெளிநடை சாத்தியிருந்தது. இவன் கதவைத் தள்ளி, திறந்து முன்வாசலுக்குப் போனான். ஆசாரத்து திண்ணையில் உட்கார்ந்து முறத்து அரிசியில் கல் பொறுக்கிக் கொண்டிருந்த மாமா பெண் இவனைக் கண்டதும் எழுந்து உள்ளே போனாள். பின்பு தண்ணீர் சொம்பைக் கொண்டுவந்து கொடுத்தாள். உள் வீட்டிலிருந்து அத்தை வந்ததும் இவன் மாமாவைப் பற்றிக் கேட்டான். மாமா பட்டிநாயைத் தேடிப் போயிருப்பதாக அத்தை சொன்னாள்.

“ஆட்டுக்குட்டி, கோழியெல்லாம் புடிக்குதுன்னு... கட்டியே வச்சிருந்தோம்... முந்தாநேத்து எப்படியோ தும்பக் கழட்டி நழுவிக்கிட்டு ஓடிருச்சு...''

இவனுக்கு சட்டென மசைநாயின் ஞாபகம் வந்தது. உடனே கேட்டான்.

“நாய் என்ன சாயல்?''

“கருவாயன்..''

“மசைபுடிச்சு எங்கவூர்ல சுத்துது... அடிக்கத் துரத்தினோம் சிக்கல...''

அத்தையின் முகம் மாறியது. மாமா பெண் திண்ணைக்கு வந்து நாயைப் பற்றிக் கேட்டாள். இவன் சொல்லி முடித்ததும் அவளும் அத்தையும் நாயைப் பற்றியே பேசினார்கள். இவன் திண்ணை எறப்பு தூணில் சாய்ந்து உட்கார்ந்தவாறே யோசித்தான். மாமாவிடம் பெண்கேட்டு வந்திருப்பதை நினைத்தபோது இவனுக்கு ஒருசில கணம் பயம் எழுந்தது. திண்ணை மூலையில் அம்மியும் அழுக்குப் பேழையும் கிடந்தது. அதனருகில் பல்லி சயனித்தது. இவன் எதிர்வீட்டுக் கூரைமேல் தெரிந்த ஆகாசத்தைப் பார்த்தவாறே இருந்தான்.

வெகுநேரம் கழிந்தே மாமாவின் புல்லட் சப்தம் வீதியில் கேட்டது. மாமா வெளிநடையில் நின்று கூட வந்த யாரையோ பேசி அனுப்பி விட்டு உள்ளே வந்தார். வாசற்படியில் செருப்பு கழற்றும்போது உருமால் கட்டை அவிழ்த்து முகத்தை அழுந்தத் துடைத்துக் கொண்டார். பின்பு இவன் எதிரில் வந்து உட்கார்ந்தார். எதுவும் பேசவில்லை. இவனுக்கு எப்படிப் பேச்சை தொடங்குவது என எதுவும் பிடிபடவில்லை. மாமா ஏதாவது கேட்கட்டும் என இருந்தான். நேரம் கடந்தது.

அந்த சமயத்தில் ஊருக்குள் நாயின் குரைப்பு ஒலி மிகுந்துகேட்டது. மாமாபெண் உடனே மசைநாயைப் பற்றி மாமாவிடம் சொன்னாள். மாமா பதில் பேசவில்லை. அவசரமாக எழுந்து கிளம்பினார். இவனையும் கூப்பிட்டார்.

வீதியில் நின்றிருந்த புல்லட்டை உதைத்துக் கிளப்பினார். இவன் பின்னால் ஏறி உட்கார்ந்துகொண்டான். புல்லட் ஊரைக்கடந்து சென்றது. மேற்கு பார்த்து வரும்போது வெயில் முகத்தில்பட்டு கூசியது. சிலர் மேய்ச்சல் முடிந்து செம்புலியாடுகளை எதிரே ஓட்டி வந்துகொண்டிருந்தனர். புல்லட் மேடேறும்போது மஞ்சள் வெயில் படிந்த பாதையில் சப்தத்தோடு, புழுதியும் அதிகம் எழும்பிற்று. இருவரும் பேசிக்கொள்ளவேயில்லை. இறக்கத்தில் புல்லட் திரும்பியதும் மாமா திடீரெனப் புல்லட்டை நிறுத்தினார்.

தொலைவில் மதியம் போலவே ஆட்கள் மசைநாயைத் துரத்திவந்து கொண்டிருந்தார்கள். இவன் அவசரமாக புல்லட்டிலிருந்து இறங்கினான். வேட்டியை மடித்துக் கட்டிக்கொண்டான். கீழே குனிந்து கற்களைப் பொறுக்கினான். மசைநாயை அடிப்பதற்குத் தயாராக எதிர்கொண்டு நின்றான். மாமா புல்லட்டை அதே இடத்தில் ஸ்டேண்ட் போட்டு நிறுத்தினார். ஓரமாகப் போய் நின்றுகொண்டார்.

இந்தமுறை மசைநாய் தப்பமுடியாது என இவனுக்குப் பட்டது. துரத்திவந்தவர்களின் எண்ணிக்கையும் அதிகமாக இருந்தது. வெகு தொலைவிலும் ஒரு கூட்டம் மெல்ல ஓடி வந்து கொண்டிருந்தது. நாய்க்கும் துரத்தி வந்தவர்களுக்குமிடையேயான தூரம் குறைவாகவே தென்பட்டது. தவிரவும் ஒவ்வோர் ஆட்களின் கையிலும் முயல்வேட்டைக்குப் போவதுபோல் கட்டுத்தடி, கம்பு, கற்கள் எனப் பிடித்திருந்தார்கள். உடன் வேறு சில ஊர்நாய்களும் ஓடிவரும் மசைநாயோடு குரைத்து, சண்டையிட்டு, அதன் வேகத்தை மட்டுப்படுத்திக்கொண்டு வந்தன.

மாமா பீடி ஒன்றைப் பற்றவைத்துப் புகைக்கத் தொடங்கினார். துரத்திக்கொண்டு வந்தவர்கள் இவனைப் பார்த்து சப்தமிட்டார்கள். இவன் மசை நாயை எதிர்கொண்டு ஓடத் தொடங்கினான். மசைநாயை நெருங்க பத்தடிதூரம் இருக்கும்போது நின்றான். மசைநாயும், இவனைப் பார்த்து நின்றது. களைத்துப்போயிருந்தது. மூச்சிரைப்பில் வயிறு ஒடுங்கி விரிந்துகொண்டிருந்தது. மற்ற ஊர் நாய்கள் மசைநாயைச் சுற்றியும் நின்று குரைத்துக் கடிக்க முயன்றன. மசைநாயும் சுற்றிச் சுற்றி நகர்ந்து ஊர்நாய்களைச் சமாளித்தது. அதன் கவனம் முழுவதும் அப்போது மற்ற ஊர்நாய்களின் மீதே பதிந்திருந்தது. துரத்திக் கொண்டு வந்தவர்களையும் இவனையும் கண்டுணர்ந்த மாதிரி தெரியவில்லை.

இவன் அடிப்பதற்கு இதுதான் சரியான தருணம் என யூகித்தான். மசைநாயைக் குறிபார்த்துக் கல்லை வீசினான். முதல் அடியே மசைநாயின் கெண்டைக்கால் பகுதியில் விழுந்தது. அடிமிகக் கனமாகப் பட்டிருக்க வேண்டும். மசைநாய் பற்கள் தெரிய சிறு உறுமலுடன் இவனைக் கடிக்கத் தாவியது.

அப்போது துரத்தி வந்த ஆட்களில் ஒருவன் கல்லை விட்டெறிந்தான். கல் குறி தப்பிப்போய் ஊர்நாய் ஒன்றின் மீது விழுந்தது. அந்த நாய் வலி தாங்காமல் நகர்ந்துபோய் பெரிதாக ஊளையிட்டது.

இந்தக் கணத்தில் மசைநாய் சுதாரித்துக்கொண்டு இவனை நோக்கி ஓடிவந்தது. இவனுக்குத் திக்கென்றது. தடுமாறிப் போனான். நல்லவேளையாக மசைநாய் இவனைக் கடிக்க முயலவில்லை. விலகி பாதையில் ஓடியது இவன் பின்தொடர்ந்து ஓட ஆரம்பித்தான். துரத்திக் கொண்டு வந்தவர்களும் கத்தியபடி பின்தொடர்ந்து ஓடி வந்தார்கள். மசைநாய் திடீரென வேகமெடுத்து ஓட ஆரம்பித்தது.

என். ஸ்ரீராம்

தூரத்தில் புல்லட்டை ஒட்டி நின்று கொண்டு மாமா இதனை யெல்லாம் சலனமேயில்லாமல் பார்த்துக்கொண்டு இருந்தார். பொழுது இறங்கிக் கொண்டிருந்தது.

துரத்திக்கொண்டு வந்தவர்களின் கற்களும் தடியடிகளும் தொடர்ந்து விழுந்தன. ஆனாலும் மசைநாய் எப்படியோ தப்பித்து முன்னேறி ஓடிக் கொண்டே இருந்தது. பாதை வேறு மேடாய்ப் போனதால் ஆட்களின் வேகமும் குறைந்தே காணப்பட்டது. இவனுக்கும் கால் எங்கும் வலி பரவியது. அப்போது பாதையில் நாய்களின் குரைப்புச் சப்தமும் ஆட்களின் காலடிப்புழுதியும் மிகுந்து எழுந்துகொண்டிருந்தன.

மசைநாய் மாமாவை நெருங்க சில அடிதூரமே இருந்தது. ஆட்கள் மாமாவை விலகி ஓடும்படிக் கத்தினார்கள். ஆனால், மாமா அதே இடத்தில் அசையாமல் நின்றுகொண்டிருந்தார். அப்போது ஆட்களில் ஒருவன் வீசிய கட்டுத்தடி மசைநாயின் பின்னங்கால் பகுதியில் தாக்கியது. பலமான அடிகால் ஒடிந்து போயிருக்க வேண்டும். மசைநாய் இடுப்போடு தரையில் உராய்ந்து இழுத்தபடி மேலும் ஓட முயன்றது.

இவன் துரத்திக் கொண்டு வந்தவர்களிடமிருந்து கட்டுத்தடி ஒன்றை வாங்கினான். விரைந்து முன்னே ஓடினான். மசைநாயின் இடுப்பில் ஒரே போடாகப் போட்டான். மல்லாந்து விழுந்தது மசைநாய். ஈனஸ்வரத்தில் கத்தியது. அதனைத்தொடர்ந்து துரத்திக் கொண்டு வந்த ஆட்களில் ஒருவன் ஓடிவந்து மசைநாயின் தலையில் அடித்தான். நாயிடம் சலனமில்லை. அதன் மூக்கு மற்றும் வாய் பகுதியிலிருந்து ரத்தம் கசிந்தது.

இவன் கட்டுத்தடியைக் கொடுத்துவிட்டுச் சற்றுத் தள்ளி நகர்ந்து போனான். உடனே துரத்திக்கொண்டு வந்த கூட்டத்திற்குத் தலைமைதாங்கி வந்த சித்தப்பா, இவனைக் கூப்பிட்டுச் சொன்னார்.

“மசைநாய... நாரத்தான் மரத்தடியில் பொதைச்சா... மரம் நல்லா காய்புடிக்குமாமா... நானே நாயக் கொண்டு போயீ... பொதைச்சுக்கறேன்...’’

இவன் பதில் பேசவில்லை. உடனே சித்தப்பாவின் ஆட்கள் செத்த மசைநாயின் பின்னங்கால்களைச் சேர்த்துக் கயிற்றால் கட்டினார்கள். ஊர்ப்பாதையில் இழுத்துக்கொண்டு போனார்கள். நின்று கொண்டிருந்த மற்ற ஊர்நாய்கள் அதன்பின்னே குரைத்தபடி ஓட ஆரம்பித்தன.

துரத்திக்கொண்டு வந்தவர்களும் சித்தப்பாவும் கிளம்பிய பின்பு அந்த இடம் சட்டென வெறுமையாயிற்று.

மாமா புல்லட்டைத் திருப்பிக் கிளம்ப ஆயத்தமானார். இவன் மாமாவை நோக்கி நடந்து போனான். சூரியன் முற்றிலும் மறைந்து வெளிச்சம் மட்டுமே இருந்தது. மாமாவின் முகம் இறுக்கமாகவே காணப்பட்டது. சற்றுத் தொலைவில் போய்க் கொண்டிருந்த கூட்டத்தைப் பார்த்தபடி பேசினார்.

“பழைய பகைய மனசுல வச்சு... அநியாயமா பட்டிநாய அடிச்சுக் கொன்னு போட்டானுக... சண்டாளப் பாவிக...''

இவனுக்கு சுருக்கென்றது. அது இவனையும் சேர்த்துச் சொல்லும் வார்த்தையாக உணர்ந்தான்.

போன பஞ்சாயத்துத் தேர்தலின்போது மாமாவும் சித்தப்பாவும் எதிர்ரெதிர் அணியில் நின்றார்கள். கடுமையான போட்டி நிலவியது. முடிவில் மாமா ஜெயித்து பஞ்சாயத்து பிரசிடெண்ட் ஆனார். அன்றிலிருந்து இரு ஊர்களுக்கும் ஆவதேயில்லை. அடிக்கடி சண்டை, சச்சரவு என எழுந்துகொண்டே இருந்தது. இப்போது மாமா சாதாரணமாக ஒரு மசைநாயை அடித்ததைக்கூட அந்த பிரச்சனையோடு முடிச்சிட்டுப் பேசுகிறார்.

வெளிச்சம் மங்கி வந்தது. தூக்கணாங்குருவிக் கூட்டம் கிழக்குப் பார்த்துக் கடந்துபோனது. இவன் திரும்பி ஊர்ப்பாதையில் நடக்க ஆரம்பித்தான். மாமா கூப்பிட்டார். இவன் கிட்டத்தில் போனவுடன் பேசினார்.

“கேக்க மறந்துட்டேனே... மத்தியானம் வூடு தேடி வந்தீங்க... ஏதாவது சோலியா...?''

“ஆமாம் மாமா... ஊட்டுல உக்காந்து பேசவேண்டிய சோலி... நான் போயிட்டு நல்லநாள் பாத்து வாரேன்..''

“புரியலை...?''

“நம்ம வித்யாவுக்கு வயசாயிட்டு போகுது... அதுதான்.''

“ஏதாவது ஜாதகம் கொண்டு வந்திருக்கீங்களா...?''

“இல்ல.. ஜாதகம் வாங்கிட்டு போகலாமுன்னு இருக்கேன்...!''

“மாப்பிள்ளை யாரு?''

"நாந்தான்...!"

உடனே மாமா பேசும் தொனியே மாறியது.

"மூணு தலக்கெட்டா நம்ம குடும்பத்துக்கு நல்ல உறவு இருக்கு... அதைக் கெடுத்திட மாட்டிங்கன்னு நெனைக்கறேன்..?"

"அப்ப... என்னைவிடத்தான் வித்யாவுக்கு நல்ல மாப்பிள்ளை பார்த்திருவீங்களா?"

"நான் மாப்பிள்ளை பார்க்கறேன்.. இல்ல எம்பொண்ணை பாங்கெணத்துல புடிச்சுத் தள்ளறேன்.. அது என் சொந்த விசயம்..."

மாமாவுக்குக் கோபம் அடங்கவில்லை. திட்டியபடி புல்லட்டை உதைத்துக் கிளம்பிப் போனார். புகையோடு, பின்சக்கரத்துப் புழுதியும் சேர்ந்து இவன் முகத்தில் அறைந்தது.

இவன் மாமா மறையும்வரை அதே இடத்தில் நின்று பார்த்தபடி இருந்தான். மனசெல்லாம் கனத்துப்போயிருந்தது. மாமாவிடம் இன்று கல்யாணப் பேச்சை எடுத்திருக்கவே கூடாது என நினைத்தான். பின்பு திரும்பி இறக்கத்தில் ஊரைப் பார்த்து நடந்தான்.

இருள் கவிழ்ந்து கொண்டிருந்தது. சிறிது நேரத்தில் ஊரின் தெரு விளக்குகள் மின்மினிபூச்சியாய்ச் சுடர்வது தெரிந்தன. நேராக வீட்டுக்குப் போகவில்லை. தோட்டத்திற்கு புறப்பட்டு போனான். கிணற்று மேட்டு தொளைவாரிக்கல் மீது போய் உட்கார்ந்து கொண்டு யோசித்தான். பகலில் நடந்தது மனசை அழுத்தியது. எதிர்காலமே சூன்யமாகிவிட்டது போலத் தோன்றியது. தேய்பிறைகாலத்து நிலா கிளம்பி மேலேறி வந்ததும் இவன் எழுந்து வீட்டுக்கு வந்தான். வெளித்திண்ணையிலேயே படுத்துக் கொண்டான். உறக்கமே வரவில்லை.

இருவாரங்கள் கடந்திருந்தன. அன்று வெள்ளிக் கிழமை. இவன் மறுபடியும் மாமாவின் ஊருக்குப் போனான். ஊர் எல்லையில் இருக்கும் மாகாளியம்மன்கோவில் ஒற்றைத் தடத்தில் போய் நின்று கொண்டான். மாமா பெண், அம்மனுக்கு தீபம் போட தனியாக வரும் சந்தர்ப்பத்திற்காகக் காத்திருந்தான். எப்படியும் பேசிவிட வேண்டும் என அங்கிருந்த ஒரு கல்லின்மீது உட்கார்ந்து, ஊர்த்தடத்தையே பார்த்தபடி இருந்தான்.

அந்த ஒளிமங்கிக் கொண்டே வந்தது. கோவிலடி ஆலமரத்தில் அணையும் பறவைகளின் முனகல் கேட்டபடியேயிருந்தது.

இருட்டுவதற்கு சற்று முன்பு மாமா பெண், சைக்கிளில் வந்தாள். இவன் எழுந்து சென்று தடத்தை வழிமறித்து நின்றான். இவன் கிட்டத்தில் வந்ததும் மாமா பெண், சைக்கிள் சட்டத்தில் இறங்கி, காலூன்றி நின்றாள். ஒருவிதபயம் கலந்த மிரட்சியுடன் இவனை ஏறிட்டாள். இவன் ஊர்த்தடத்தைப் பார்த்தான். கண்ணுக்கெட்டும் தூரம்வரை எவரும் தட்டுப்படவில்லை. நேராக விசயத்தைப் பேசினான்.

"என்னை கலியாணம் பண்ணிக்கறதுல்ல... உனக்கு இஷ்டந்தானே...?"

மாமா பெண் பதில் பேசவில்லை. மௌனமாகத் தலைகவிழ்ந்து நின்றாள். இவனே மேலும் கேட்டான்.

"பதில் சொல்லு..."

மாமா பெண் நிமிர்ந்து இவனைப் பார்த்தாள். கண்ணிலிருந்து நீர் வழிந்தது. நடுங்கும் குரலில் பேசினாள்.

"எதா இருந்தாலும் அப்பாகிட்ட பேசுங்க...?"

ஊர்த்தடத்திலிருந்து யாரோ பேசியபடி வந்துகொண்டிருந்தார்கள். மாமா பெண் மேற்கொண்டு நிற்காமல் சைக்கிளில் ஏறி கிளம்பிப் போனாள். இவனும் கிளம்பி ஊருக்கு வந்தான். இரவாகியிருந்தது. நான்கு நாட்கள் சென்றன. இவன் திரும்பவும் மாமா பெண்ணைத் தனியாகச் சந்திக்க முயன்றான். முடியவில்லை.

மாமாவும் பெண்ணுக்குத் தீவிரமாக மாப்பிள்ளை தேடிக் கொண்டிருந்தார். ஒரு சிலர் வீட்டுக்கு வந்து பெண் பார்த்துப் போனதாகக்கூட தகவல் வந்தது. இவனுக்கு மனசே சரியில்லை. எந்நேரமும் எதையோ பறிகொடுத்தவன் போல இருந்தான். தகுதிக்கு மீறி ஆசைப்பட்டுவிட்டதாகக் கூட சில தருணங்களில் தோன்றியது. ஊருக்குள்ளும் இந்த விசயம் கசிந்து, சிலர் மெல்லக் கேட்க ஆரம்பித்து விட்டார்கள்.

அப்போது வேடைகாலம் முடிவுறும் தறுவாயில் இருந்தது. இந்த வருடம் கொஞ்சம் முன்னதாகவே காற்றுக் காலமும் தொடங்கிவிட்டது. பாலக்காட்டுக் கணவாய் வழியே வரும் கோடைக்காற்று அகோரமாக வீசிற்று. பொட்டலான பூமியில் செம்புழுதிகள் பறந்தன. பண்டம்பாடிகளுக்கு மேய்ச்சல் அற்றுப் போனது. குடியானவர்களுக்கு வேலையே இல்லை. அந்தச் சமயத்தில் பஞ்சாயத்துத் தேர்தல் ஊருக்குள் ஒரே கொண்டாட்டமாகப் போய்விட்டது.

இம்முறையும் மாமாவை எதிர்த்து சித்தப்பா நின்றார். இருவருக்கும் இடையே கடும்போட்டி நிலவியது. இவன் வேறுவழியில்லாமல் சித்தப்பாவுக்கு ஆதரவாக பிரச்சாரம் செய்தான். தேர்தல் முடிவு சித்தப்பாவுக்கு சாதகமாக வந்தது. தோல்வியை ஒத்துக் கொள்ளமுடியாத மாமாவின் ஊர்க்காரர்கள் வாக்கு எண்ணுமிடத்திலேயே கைகலப்பில் ஈடுபட்டனர். அன்றிரவு இரு ஊர்களுக்கும் இடையே காவல்துறையினர் வந்து பாதுகாப்புக்குத் தங்கியிருந்தனர்.

இரு ஊர்களுக்குமிடையே ஏற்கெனவே புகைந்து கொண்டிருந்த பகை இந்தத் தேர்தலுக்குப் பின்பு பெரும் வன்மமாக மாறியது. ஆட்களைத் தாக்கிக் கொள்வதோடு மட்டுமல்லாமல், ஆடு மாடுகளின் வால், காது என அறுத்துவரும் இரக்கமற்ற செயல்களையும் செய்தனர் இரு ஊர்க்காரர்களும். இவன் சோர்வும் பயமும் கலந்த மனத்துடன் சுற்றி அலைந்து கொண்டிருந்தான்.

காற்றடங்கி மழைக்காலம் ஆரம்பித்தது. ஆனால், மழை மட்டும் இறங்கவேயில்லை. மதியத்தில் உக்கிரம்கண்டு முகில்கள் தேங்கி நின்றன. சாயங்காலத்திற்கு பின்க் கலைந்து வானம் தெளிவடைந்து ஏமாற்றிக் கொண்டிருந்தது.

ஐப்பசி பிறந்ததும் ஒரு பொட்டுத் துளி நிலத்தில் விழவில்லை. சித்தப்பா தலைமையில் ஊர்சனங்கள் ஒன்றுகூடி மழைச்சோறு எடுத்து கொடும்பாவி இழுத்தனர். ஆனால், மாமாவின் ஊருக்குள் கொடும்பாவி நுழையவே அனுமதிக்கவில்லை. ஊர் எல்லையில் நின்று வாக்குவாதத்தோடு திரும்பி வந்துவிட்டனர். மறுதினம் போட்டிக்கு மாமாவின் ஊர்க்காரர்களும் கொடும்பாவி கட்டி மழைச்சோறு எடுத்தனர். கொடும்பாவியை இவன் ஊர்வரை இழுத்துக் கொண்டு வந்து ஆட்டம்ப் போட்டுப் போயினர்.

எப்படியும் கொடும்பாவிக்குக் கொள்ளி போடுவதற்குள் மோதல் முற்றி, வெட்டு, குத்து நடக்கப் போவதாக இவனுக்குத் தோன்றியது. இவன் எந்நேரமும் இடுப்பில் ஆயுதத்தை மறைத்து வைத்துக் கொண்டே நடமாடினான். நல்லவேளையாக அசம்பாவிதம் எதுவும் நடக்கவில்லை. மூன்றாம் நாள் கொடும்பாவிக்குக் கொள்ளிபோட்டு ஊர் திரும்பி வரும்போது சித்தப்பா இவனை இருளில் தனியே அழைத்துப் போய் சொன்னார். “நாளைக்கு அந்த ஊருல மூணாம் நாள்... ராத்திரி கொடும்பாவிக்குக் கொள்ளி போடுவானுக... அப்போ ஊருக்குள்ள ஆம்பிளை ஒரு பயல் இருக்க மாட்டான்... நான் என்னோட ஆளுகள தொணைக்கு அனுப்பறேன்... உம்மாமன்

பொண்ண நீ கடத்திரு... கல்யாணம் முடிஞ்சுட்டா... எல்லாம் ஒன்னுக்குள்ள ஒன்னா போயிருவீங்க...''

மறுநாள் இருட்டியதும் இவன் சித்தப்பாவின் ஆட்களோடு காரில் கிளம்பினான். மாமா ஊரின் எல்லையை ஒட்டிய ஓர் இட்டேரியில் மறைவாக காரை நிறுத்திக் காத்திருந்தார்கள். அன்று பௌர்ணமி முடிந்து இரு நாட்கள் ஆகியிருந்தன. நிலா கிளம்பி மேலேறி வந்தது. எங்கும் பட்டப்பகல்போல வெளிச்சம் பரவியது. ஆட்கள் அங்கேயே இருந்து கொண்டனர். இவன் மட்டும் மாமா ஊரைப் பார்த்துக் காட்டுத் தடத்தில் நடந்தான்.

ஊரைச் சுற்றிக் கொடும்பாவி இழுக்கும் ஆரவாரம் கேட்டது. மழைச்சோறு எடுக்கும் பெண்களின் பாடல் தெளிவில்லாமல் காற்றோடு வந்தது. கொட்டுச் சப்தமும் கேட்டது. இவன் தடம் பார்த்து நடந்தான். முயல்களும் வெள்ளெலிகளும் குறுக்கே ஓடின. மரநிழல்கள் பயமுறுத்தின. வானில் முகில்களே இல்லை. விண்மீன்கள் நிறைந்து கிடந்தது.

இவன் மாமா ஊரின் தலைவாசல் தெரியுமாறு முன்பகுதிக்குப் போனான். இலைகள் அடர்ந்த ஒரு வேம்பின் கிளையில் ஏறி, உட்கார்ந்து கொண்டான். ஊரைப் பார்த்தவாறே இருந்தான். நிலவின் மிருதுவான ஒளிக்கற்றைகள் கூரைமேல் மிதந்தபடியிருந்தது. கொடும்பாவி இழுக்கும் ஆட்களின் சப்தம் அப்போது பின்வீதிகளில் கேட்டது. கொட்டுக்காரர்கள் விட்டுவிட்டு அடித்துக் கொண்டிருந்தார்கள். கட்டெறும்புகள் காலில் ஏறுவதும், இவன் தட்டிவிடுவதுமாக நேரம் போயிற்று.

இவனுக்கு மனசுக்குள் ஒரே பயமாக இருந்தது. திட்டம் கொஞ்சம் பிசகினாலும் அவ்வளவுதான். உயிர்காலி. மாமா ஊர்க்காரர்களைப் பற்றி இவனுக்கு நன்றாகவே தெரியும். முதல் சாமம் கடந்து கொண்டிருந்தது. ஆட்கள் கொடும்பாவியைத் தலைவாசலுக்கு இழுத்து வந்தார்கள். கொட்டுக்காரர்கள் அடிப்பதை நிறுத்திவிட்டுப் பலகை காய்ச்சப் போனார்கள். ஊர் பெண்கள் கொடும்பாவியைச் சுற்றிலும் கூடி நின்றார்கள். ஒரு கிழவி கொடும்பாவியின் தலைமாட்டிற்கு வந்து நின்றாள். ஒப்பாரியைத் தொடங்கி மாரடித்தாள். மற்ற பெண்களும் பின்பாட்டுப் பாடி மாரடித்தார்கள். ஒருநிலையில் கதறி அழுதார்கள் பெண்கள். மழை பொய்த்த சோகம் எல்லோர் குரலிலும் வெளிப்பட்டது.

திடீரென ஆண்கள் கூட்டத்தை விலக்கி, கொடும்பாவியை இழுத்துப் போனார்கள். கொட்டுக்காரர்களும் முன்னே ஓடி வந்து அடிக்கத் தொடங்கினார்கள். இழவு விழுந்தால் செய்வது போலவே பெண்கள் சுடுகாட்டுப்பாதைவரை சென்று கொடும்பாவியை வழியனுப்பிவிட்டு அழுதுகொண்டு திரும்பி வந்தார்கள். இவன் ஊர் அடங்குவதற்காகக் காத்திருந்தான்.

தரையில் நிழல் கட்டியது. நிலவை முகில்கள் மறைத்திருந்தன. அடிவானில் கருக்கல் ஏறியபடி இருந்தது. விட்டுவிட்டு மின்னியது. இலைகளினூடே காற்று புகுந்து சிறு சலசலப்பை ஏற்படுத்தியது. இவன் சுடுகாட்டுப் பாதையைப் பார்த்தான். ஊரைவிட்டுத் சற்றுத் தள்ளி தீவட்டி வெளிச்சம் தெரிந்தது. கொட்டுச் சப்தம் மங்கியிருந்தது.

இவன் மரத்திலிருந்து கீழே இறங்கினான். குளிர்ந்த காற்று வீசியது. கையோடு கொண்டு போயிருந்த பச்சைநிற துப்பட்டியால் தலைக்கு முக்காடிட்டுக் கட்டினான். உடம்பைப் போர்த்தி மறைத்துக் கொண்டான்.

தலைவாசல் பக்கம் பெண்கள் எல்லோரும் கலைந்து போயிருந் தார்கள். இவன் சேந்து கிணற்றை ஒட்டி மறைவாக நடந்தான். வேகமாகத் தலைவாசலைக் கடந்தான். வீதியில் நுழைந்து மாமா வீட்டுக்குப் போனான். வெளிநடை சாத்திக்கிடந்தது. மெல்லத் தட்டினான். அத்தை வந்து கதவைத் திறந்தாள். அகால வேளையில் இவன் நிற்பதைக் கண்டதும் திடுக்கிட்டுக் கேட்டாள்.

"என்னப்பா... இந்நேரத்துல... அம்மாவுக்கு ஏதாச்சும்...?''

இவன் பதில் பேசவில்லை. நடையைத் தாண்டி வாசலுக்குள் சென்றான். ஆசாரத்து திண்ணையில் நின்றிருந்த மாமா பெண் இறங்கி வாசலுக்கு வந்தாள். கிழக்கே தூரத்தில் கொட்டுச் சப்தம் மெல்லக் கேட்டுக் கொண்டிருந்தது.

இவன் இதுதான் சரியான சந்தர்ப்பம் என யூகித்தான். முன்னே சென்று மாமா பெண்ணின் கையை எட்டிப் பிடித்தான். மாமா பெண் சுதாரிப்பதற்குள் தரதரவென்று வீதிக்கு இழுத்துப் போனான்.

அத்தைக்குப் புரிந்து விட்டது. கத்த ஆரம்பித்தாள். இவன், திமிரும் மாமா பெண்ணைப் பிடித்தபடியே சட்டென வெளிநடையைச் சாத்தித் தாழ் வைத்தான். அத்தை கதவைத் தட்டிக்கொண்டே தொடர்ந்து கத்தினாள். பக்கத்து வீட்டுக் கதவுகள் தாழ்விலக்கும் ஓசை கேட்டது.

இவன் மாமா பெண்ணை அவசரமாக இழுத்துக்கொண்டு ஓடினான். இன்னும் இருபதடி தூரம் போய்விட்டால், ஊரின் பின்புறத்து வழி வந்துவிடும். சித்தப்பாவின் ஆட்கள் இந்நேரம் காரில் தயாராகக் காத்திருப்பார்கள்.

மாமா பெண் முரண்டு பிடித்தாள். இவன் வெகுசிரமப்பட்டுப் பின்புறத்து வழிவரை இழுத்துக்கொண்டு போனான். ஆனால் அங்கு கார் இல்லை. மாமா ஊர்காரர்கள் சிலர் கையில் கம்புடன் ஓடி வந்து கொண்டிருந்தார்கள்.

இவனுக்கு உடனே என்ன செய்வது எனத் தெரியவில்லை. முதலில் அவர்களிடமிருந்து தப்பிக்கும் எண்ணம்தான் தோன்றியது. மாமா பெண்ணை விட்டுவிட்டு, வீதியில் திரும்பி வந்தவழியே ஓடினான். அத்தை பக்கத்துவீட்டுப் பெண்களுடன் தடுக்கப் பார்த்தாள். இவன் நிற்காமல் அவர்களைத் தாண்டி ஓடினான். தலைவாசல் பக்கம் சென்று திரும்பிப் பார்த்தான். மாமாவின் ஊர்க்காரர்கள் சப்தமிட்டுக் கொண்டே வீதியில் இவனை நோக்கி ஓடிவந்துகொண்டிருந்தார்கள்.

இவன் சேந்து கிணற்றைக் கடந்து, ஊர்ப்பாதையில் இறங்கி ஓடத் தொடங்கினான். அதற்குள் சுடுகாட்டுத் தடத்திலிருந்து ஆட்களின் விசில் சப்தம் கேட்டது. இவன் ஓட்டத்தில் வேகம் கூட்டினான். மேடாகப் போன பாதையில் ஓடுவது சிரமமாக இருந்தது. வழி துல்லியமாகப் புலப்பட்டது. கொஞ்ச நேரத்தில் துரத்திக்கொண்டு வந்தவர்களின் காலடி ஓசையும் அருகில் கேட்டது. இவன் மேலும் வேகம் எடுத்து ஓட முயன்றான். முடியவில்லை. கால்கள் வலி எடுத்தன. மூச்சு வாங்கியது.

அப்போது துரத்திக் கொண்டு வந்தவர்களில் ஒருவன் சப்தமாகக் கத்தினான். அதனைத் தொடர்ந்து கம்பு ஒன்று இவன் காலடியில் வந்து விழுந்தது. யதேச்சையாக அடிபடவில்லை. கல் ஒன்று தலைக்கு மேலே பறந்து போய் இவன் முன்னே விழுந்து தறித்தது. இன்னும் சற்று நேரத்தில் துரத்திக் கொண்டு வந்தவர்கள் இவனை அடித்துக் கொன்று விடுவார்கள் என்று இவனுக்கு நிதர்சனமாகத் தெரிந்துவிட்டது.

இவன் சட்டென நின்று திரும்பிப் பார்த்தான். துரத்திக்கொண்டு வந்தவர்கள் அன்று மசைநாயைத் துரத்தி வருவது போலவே ஓடிவந்து கொண்டிருந்தார்கள். அந்தக் கணத்தில் இவன் தன்னையும் ஒரு மசைநாய் என்றே உணர்ந்தான். இருளிலிருந்து மாமாவின் குரல் கேட்டது.

"உட்ராதே... ஒரே போடா போட்டெறி... மத்ததை நாம் பாத்துக்கறேன்..."

துரத்திக் கொண்டு வந்தவர்கள், வெறியோடு மூர்க்கமாக இவனை நெருங்கி வந்து கொண்டிருந்தார்கள். அவர்களின் கைகளில் கனமான ஆயுதங்கள் இருந்தன. பளீரென மின்னல் சொடுக்கி இடி இடித்தது. பெருந்துளியாய் மழை விழ ஆரம்பித்தது.

(ஆனந்த விகடன், 27-12-2006)

வண்ணக் கனவுகளும் அப்பாவும்

தூக்கம் கலைந்து வெகுநேரமாகிவிட்டிருந்தது. எழுந்திருக்கவே தோணவில்லை இவனுக்கு. அப்பு, சந்திரன் எல்லாம்கூட எழுந்து போய்விட்டிருந்தார்கள். இவனை ஒட்டி அவர்களின் பாய்கள் சுருட்டப்படாமலே கிடந்தன. சந்திரன் ஜிம்முக்குப் போயிருக்கக் கூடும். அப்பு கீழ் புளோரில் யார் ரூமிலாவது உட்கார்ந்து அரட்டை அடித்துக் கொண்டிருப்பான் இந்நேரம்.

விடிந்து வெகுநேரம் ஆகியிருக்க வேண்டும் போலிருந்தது. சன்னலிலிருந்து கசியும் வெளிச்சம் சுவரில் ஏறியிருந்தது. மேன்சனின் காலைநேரப் பரபரப்பை அப்பட்டமாக உணர முடிந்தது. வராண்டா நெடுக நடக்கும் காலடிச் சப்தம், பாத்ரூமில் பக்கெட்டில் தண்ணீர் விழும் சப்தம், சரியாகச் சாத்தமுடியாத லெட்ரின் கதவை அறையும் சப்தம் எனத் தொடர்ந்து கேட்டபடியே இருந்தன.

அப்பு வந்து எழுப்பினான் இவனை. இவன் போர்வையை விலக்கி புரண்டுபடுத்தபடிக் கேட்டான்.

"என்னடா... இந்நேரத்தில?"

"உங்க அப்பா வந்திருக்கார்... கீழே நிற்கிறார்...!"

"நிஜமாகவா?"

அப்பு இவனையே பார்த்தான். சிரிப்பு வந்தது அப்புவுக்கு. அப்பா ஏன் இங்கே வரவேண்டும்? இவன் யோசித்தபடி எழுந்தான். முகத்தைத் துடைத்துக்கொண்டான். திடீரென்று உற்சாகம் எல்லாம் வடிந்துவிட்டதுபோல ஆயிற்று இவனுக்கு. சட்டையைப் போட்டுக் கொண்டு செருப்பைத் துழாவினான். சந்திரன் உள்ளே வந்து பேண்ட்டைக்கழற்றிக் கொண்டே கேட்டான்.

"இன்னிக்கு லட்சுமி மூவி மேக்கர்ஸ் போறியா?"

"பார்க்கலாம்..."

இவன் கீழே இறங்கி வரும்போது பார்த்தான். வேலைக்குச் செல்பவர்கள் அறையைப் பூட்டிக் கொண்டிருப்பதை. இருள் படர்ந்த படிக்கட்டுகளில் தூசிகள் படிந்து கிடந்தன. மேலே ஏறிவந்து கொண்டிருந்தவர்கள் சிரித்தபோது ஒதுங்கி நின்று தலையாட்டினான். கீழ் புளோரில் பிளாட்பார வியாபாரிகள் மூட்டைகளை அடுக்கி வைத்திருந்தனர். கசகசவென்று இருந்தது. கிழிந்த சாக்குப்பைகள் இறைந்து கிடந்தன. செருப்புக் கடைக்குள் நுழைந்து வெளியே வந்தபோது அப்பா நின்று கொண்டிருந்தார் பெட்டியோடு. ஏறு வெயில் முகத்திலடித்தது. அப்பாவின் நெற்றிச் சுருக்கத்தின் நடுவே குங்குமப்பொட்டு பிசிறுடன் கரைந்திருந்தது.

ரங்கநாதன் தெருவில் மெல்ல கூட்டம் சேர்ந்து கொண்டிருந்தது. மேற்கு மாம்பலம் மின்சார ரயிலுக்குச் செல்பவர்கள் வேக வேகமாக நடந்துகொண்டிருந்தார்கள். உஸ்மான் ரோட்டின் வாகன இரைச்சலும் கேட்டது. சரவணா ஸ்டோரில் ஷட்டர் தூக்கிவிடும் சப்தம் காதை அடைத்தது. இவன் அப்பாவிடமிருந்து பெட்டியை வாங்கிக் கொண்டான். செருப்புக் கடைக்குள் குனிந்து உள்ளே வந்தபோது கவனித்தான், கடைப் பையன் செருப்பைத் துடைத்து செல்ஃபில் அடுக்கிக் கொண்டிருப்பதையும், அவர்களோடு அப்பு நின்று பேசிக் கொண்டிருப்பதையும், கீழ் புளோர் வந்ததும் அப்பா கோபமாகப் பேசினார்.

"என்னடா மேன்சன் இது... எலிப் பொந்துக்குள்ள நொளஞ்சி வர்ற மாதிரி உள்ளே வரவேண்டியிருக்கு... அட்ரஸ் குடுத்துக் கேட்டா இங்கே ஒருத்தனுக்கும் தெரியமாட்டேங்குது... கண்டுபுடிச்சு வர்றதுக்குள்ள ச்சீசீன்னு போயிருச்சு...!''

இவன் படிகளில் ஏறிவரும்போது கேட்டான்.

"எப்ப... மெட்ராஸ் வந்தீங்க....?''

"நேத்து ஒரு பைசூல் விசயமா எம்.எல்.ஏ.வைப் பார்க்க வேண்டியிருந்திச்சு. நானும் பக்கத்து ஊர்க்காரங்க ரெண்டு பேரும் வந்தோம். நைட் எம்.எல்.ஏ. ஹாஸ்டலிலேயே தங்கிக்கொண்டோம். ஒரு வழியா பைசூல் சுலபமா முடிஞ்சது. அவுங்க ரெண்டு பேரும் கௌம்பிட்டாங்க. நா உன்னைப் பாத்துட்டுப் போலாமுன்னு இங்க வந்துட்டேன்."

இவன் குளித்து ரெடியாகும்வரை அப்பா சுவரில் சாய்ந்து உட்கார்ந்துகொண்டு எதிர்ச் சுவரையே பார்த்தபடி இருந்தார். சுவரில் மூட்டைப்பூச்சிகள் நசுக்கிய கறைகள் இருந்தன. நிறைய ஹேங்கரில் அழுக்குச் சட்டைகளும் ஜீன்ஸ்களும் அலங்கோலமாகத் தொங்கின. பேஃன் ஓடியபோதுகூட வேர்க்கும் புழுக்கம் இருந்தது. இவன் தலைவாரும்போது அப்பா சந்திரனோடு பேசினார், மிருதுவாக.

"நீங்க என்ன பண்றீங்க தம்பி... இவனாட்டம் நடிக்கறீங்களா? இவன்தான் காலேஜ் முடிச்சதும் நடிக்கணுமுன்னு வந்துட்டான். முழுசா ஏழு வருஷமாச்சு... இன்னும் உருப்படியா எதையும் காணோம். போன வருஷம் ஏதோ ஒரு படத்துல கல்யாண மாப்பிள்ளையா ஒரு சீன் நடிச்சான். அம்முட்டுதான். அப்புறம் பழைய குருடி கதவைத் தெறடி கதைதான்... கேட்டா பெருசா பேசறான். வயது இருபத்தெட்டு ஆகுது... ஊர்ல இவன் வயசுப்பசங்கள்லாம் நல்லா இருக்காங்க... இவனும் ஊர்ல வந்து ஏதாச்சும் தொழிலு செய்யணும். இல்லை தோட்டந்துறவு பாக்கணும். அப்பத்தானே நாலுபேரு மதிப்பாங்க... காலாகாலத்துல கல்யாணம் காட்சியின்னு செய்யமுடியும். இங்கெ இப்படி ஊர்சுத்திகிட்டிருந்தா யாரு பொண்ணு குடுப்பா...? பிரசிடெண்ட் நாராயணசாமின்னா எவ்வளவு பிரசித்தமுன்னு எங்க ஏரியா பக்கம் வந்து கேட்டுப்பாருங்க தம்பி... சொல்லுவாங்க... அப்படிப்பட்ட எனக்கு இப்படி ஒரு தெல்லவாரி புள்ளை பொறந்திருக்குதுன்னா நா என்ன செய்ய முடியும். நீங்களே சொல்லுங்க தம்பி..."

அப்பா கலங்கியிருந்தார். முகம் சுரத்தற்றுப் போயிருந்தது. அப்பாவின் பேச்சைச் சந்திரன் மௌனமாக வாங்கிக்கொண்டான். கீழே இறங்கி வந்தபோது, ரங்கநாதன் தெருவின் முகம் மாறியிருந்தது. காலையில், இளமதியத்தில், மாலையில் இரவில் என வெவ்வேறு முகம் கொண்டது இந்த ரங்கநாதன் தெரு மட்டுமே எனத் தோன்றியது இவனுக்கு. கூட்டமும் இரைச்சலும் மிகுந்திருந்தன. உஸ்மான் ரோடு வந்து எதிர்க்க சரவணபவன் ஹோட்டலைக் காட்டி அப்பா கேட்டார்.

"டிபன் சாப்பிடுவோமா...?"

இவன் தலையசைத்தான். ரோட்டைக் கடந்துபோகப் பெரிதாகத் தடுமாற வேண்டியிருந்தது. இரண்டாவது மாடியில் டிபனுக்காக ஒதுக்கியிருந்தனர். சேரை, டேபிளை ஒட்டி இழுத்துப் போட்டு உட்கார்ந்தார் அப்பா. எதிர்க்க உட்கார்ந்துகொண்டான் இவன்.

என். ஸ்ரீராம்

டேபிளைத் துடைத்து விட்டுப் போனார் ஒரு சர்வர். டம்ளரில் பிரிட்ஜ் வாட்டர் கொண்டு வந்து வைத்த வேறு ஒரு சர்வர் கேட்டார்.

"என்ன வேணும்?''

அப்பா இவனைப் பார்த்தார்.

"என்னடா சொல்லட்டும்...?''

"எதை வேணுமுன்னாலும் சொல்லுங்க...''

இவனுக்கு காலை பசியே மறந்து போய் வெகுநாட்கள் ஆகிவிட்டிருந்தது. அதேபோல் டீ, காபி கூடத்தான். தாமதமாக எழுந்திருப்பது, மொட்டை மாடியில் வெகுநேரம் நின்று பல் துலக்குவது, மெதுவாகக் குளிப்பது, நேரத்தை மெல்லப் போக்கி, ஒரேவழியாக பதினோறு மணி சுமாருக்கு ஆந்திரா மெஸ்ஸின் எடுப்புச் சாப்பாடுதான் வயிறு முட்ட. அதன்பின் இரவு கையேந்தி பவனில் கடை மூடும் நேரம் சென்று இட்லி சாப்பிடுவது. இரண்டு வேளை உணவுக்கு உடம்பு பழகிவிட்டிருந்தது.

இவன் நிலை அறிந்தே அப்பா அதிகமாக ஆர்டர் செய்திருக்க வேண்டும் போல் தோன்றியது. புதினா சட்னியோடு இட்லி, மசால் வாசனையோடு பூரி, நெய் மணத்தோடு ரோஸ்ட் என இவனுக்கு இப்படிச் சாப்பிட்டு நீண்ட நாட்களாயிற்று. ருசி மரத்துப்போன நாக்கிற்கு இதமாக இருந்தது.

இவன் கைகழுவிவிட்டு பில்லுக்காக வெயிட் பண்ணிக் கொண்டிருக்கும் பொழுது அப்பா பேசினார்.

"என்னடா... நானும் வந்ததிலிருந்து பாக்கறேன். ஊர்ல அம்மா, அக்கா எல்லாரும் எப்படியிருக்காங்கன்னு பேச்சுக்குக்கூட ஒரு வார்த்தை நீ கேக்கலையே...?''

இவனின் இப்போதைய நிலையில் அக்காவை, அம்மாவை நினைக்கும் சாத்தியக்கூறே இல்லை. அப்புறம் எங்கே விசாரிப்பது?

"சாரி... மறந்துட்டேன்... எப்படியிருக்காங்க?''

அப்பா சிரித்தார் மெலிதாக. இவனையே ஆழமாகப் பார்த்தார். இவனால் அப்பா முன்பு சிரிக்க முடியாமற் போனதற்காக வருத்தம் ஏற்பட்டது. சின்ன வயதில் சதா சிரித்துக் கொண்டிருக்கும் இவன் முகம் ஒரு கணம் ஞாபகம் வந்து போயிற்று.

"எல்லோரும் நல்லாயிருக்காங்க. அம்மாவுக்குத்தான் இப்ப முன்னப் போல நடக்கமுடியலை. கால்ல நீர் எறங்கிருச்சு... தீபா

‘தெரட்டி’க்கூட அக்கா லெட்டர் போட்டிருந்தாளாமே. நீ வரலையின்னு மச்சானுக்கும் சேர்ந்து கோபம். ஊர் வரும்போது அக்கா வூட்டுக்கு ஒரு எட்டு போயிட்டு வா...’’

தீபாவைச் சின்னப் பெண்ணாக இருந்தபோது பார்த்தது. கன்னம் குழிவிழ சிரிக்கும் முகம் தீபாவுக்கு. சைக்கிளில் பள்ளிக்குக் கொண்டுபோய் விட்டுக் கூட்டி வருவான் இவன். வீட்டிலிருக்கும்போது பஞ்சுமிட்டாய், நாகப்பழம் வாங்கிக் கொடுக்கச் சொல்லி அடம்பிடிப்பாள் தீபா. அக்கா அடிக்கக் கை ஓங்கும்போது இவனை வந்து கட்டிக்கொள்வாள். இவன் உப்பு மூட்டை சுமந்தபடி கூட்டிப்போய் வாங்கிக் கொடுப்பான்.

இப்போது மாமாவின் முகமேகூட தீபாவுக்கு மறந்திருக்கும் எனப்பட்டது. ஊர் போய்க்கூட நான்கு வருஷத்துக்கு மேல் இருக்கும். திரும்பவும் ரூம் வரும்வரை அப்பாவே பேசினார்.

“ஒவ்வொரு ராத்திரியும் உங்கம்மா உன்னை நெனைச்சுத்தான் பொலம்புவா... சாப்பாடே எறங்கறதில்லே அவளுக்கு... நானென்ன பாவஞ் செஞ்சேனா... எம்புள்ள கண்காணாத சீமையில போயி கஷ்டப்படுதேன்னு அழுவா... அப்புறம் நானும் எங்க சாப்பிடறது...’’

சாயங்காலம் ஆகும்வரை அப்பா பேசிக்கொண்டேயிருந்தார். இவன் தலைமட்டும் ஆட்டிக்கொண்டு தலை தாழ்ந்தபடி உட்கார்ந்திருந்தான். நேரம் போக மறுத்தது. அப்பாவின் பேச்சு பெரிய இம்சையாகவும் புலம்பலாகவும் இருந்தது. அப்பா குளிக்க எழுந்து போனார். இவன் மட்டும் கீழே இறங்கிவந்தான். மாலையின் வேகம் தெருவெங்கும் தொற்றியிருந்தது. தியாகராயர் நகர் டவுன் பஸ் டிப்போ ரவுண்டானா வந்தான். வடக்கு பார்த்த டிராவல் ஏஜன்ஸி ஒன்றின் உள்ளே நுழைந்தான். இவன் வெளிவந்தபோது தாராபுரத்திற்கு ரிசர்வ் செய்த டிக்கெட் இருந்தது. ஒன்பது மணிக்குத்தான் பஸ் புறப்படுவதாகச் சொன்னார்கள்.

இவன் திரும்பவும் ரூமிற்கு வந்தபோது, அப்பா சந்திரனோடு பேசிக்கொண்டிருந்தார். கிளம்பும்போது சந்திரனிடம் சொன்னார்:

“தம்பி... எப்படியாவது பாத்து முன்னேறுங்க... இல்லாட்டி வேற தொழில் பாருங்க... சம்பாரிக்கிற வயசுல இங்க வந்து கஷ்டபப்படணுமுன்னு என்ன தலையெழுத்தா...”

சந்திரன் வருத்தங்காட்டாமல் சிரித்தான். இவன் பெட்டியை எடுத்துக்கொண்டான். தெற்கு உஸ்மான் ரோட்டின் நகைக்கடைகளில்

அலங்கார விளக்குகள் ஜொலித்தன. இருபக்கமும் நிறுத்தப்பட்டிருந்த கார்களின் பணக்காரத்தன்மை இவனது எதிர்காலம் பற்றிப் பயமுறுத்தின. எதிர்ப்பட்ட எல்லா ஜனங்களின் முகங்களிலுமே ஒருவித சந்தோஷ ரேகை இழையோடியது. மணி எட்டுதான் ஆகியிருந்தது. விஷ்ணு கோவிலுக்கு எதிர்ப்புறம் பிரிந்த ஒரு சந்தில், ஒரு கையேந்திபவனுக்கு சாப்பிட அழைத்துப்போனார் அப்பா. இவன் பின்தொடர்ந்தான். கடைக்காரர் தட்டில் இட்லி வைத்து, சட்னி ஊற்றும்போது அப்பாவைக் கேட்டார்.

"இவர் உங்க புள்ளையா?"

அப்பா ஆமோதிப்பதாகத் தலையசைத்தார்.

"சொன்னா கோச்சுக்கப் படாது... இவர் ரெண்டு மாசமா எங்கிட்டதான் நைட் சாப்பிடறார். ஊர்ல அப்பாவிடமிருந்து பணம் வந்ததும் தர்றேன்னு சொல்லி இன்னும் தரலே... நானும் இரக்கப்பட்டு விட்டுட்டேன்... நல்லகாலம் இன்னிக்கு நீங்களே நேர்ல வந்துட்டீங்க...''

இவனுக்கு வெட்கம் பிடுங்கித் தின்றது. அப்பாவைப் பார்க்கத் திராணியற்றுப் போனது. தலைதாழ்த்திக் கொண்டான். நோட்டைப் புரட்டிப் பார்த்தபின் இருநூற்று இருபது ரூபாய் கணக்கு காண்பித்தார் கடைக்காரர். அப்பா எதுவும் பேசவில்லை. எதையோ யோசித்தபடி இருந்தார். இவன்தான் மெல்ல நிசப்தத்தை உடைத்தான்.

"சினிமாங்கிறது ஒரு வழிப்பாதையின்னு தெரியாமப் போச்சுப்பா... சுலபமா ஜெயிச்சுடலாமுன்னு நெனைச்சு... ஊருக்குள்ள பெரிசா சபதம் போட்டுக்கொண்டு வந்துட்டேன். இப்போ இங்கேயும் தாக்குப்பிடிக்க முடியாம என்ன பண்றதுன்னே தெரியாம.. மதில்மேல் பூனையா... காலம் போகுது... இப்படியே போயிருமோன்னு பயமாக கூட இருக்குது...''

அப்பா இவனை ஆழமாகப் பார்த்தபின் முகத்தைத் திருப்பிக் கொண்டார். பஸ் வந்து நின்றது. அப்பா நம்பரைச் சரிபார்த்த பின் பெட்டியை மேலே வைத்துவிட்டு இருக்கையில் உட்கார்ந்தார். கண்ணாடியை நகர்த்தியபடி சொன்னார்.

"நீ இங்க வந்த ஏழு வருஷத்துல ஒருநாள்கூட நான் உன்னைப் பாக்க வரணுமுன்னு நெனைக்கலை... ஆனா இன்னிக்கு ஏண்டா உன்னைப் பாக்க வந்தோமுன்னு இருக்கு... பேசாம அவுங்ககூடவே நேரா ஊருக்குப் போயிருந்தாக்கூட மனசுக்கு ஆறுதலா இருந்திருக்குமோன்னு படுது..."

இவன் மௌனமாகவே நின்றான். வேறு பஸ்ஸூக்கு வந்தவர்கள் எட்டிப்பார்த்துப் போயினர். பஸ் புறப்பட்டது. மெல்ல நகர்ந்தது. அப்பா சில ரூபாய் நோட்டுகளை எடுத்து இவன் கையில் திணித்தார். இவனுக்குப் பிரமிப்பாக இருந்தது. பஸ் மறைந்தவுடன் இவன் நோட்டுகளை விரித்துப் பார்த்தான். அத்தனையும் ஐநூறு ரூபாய்த் தாள்கள். இவனுக்குக் கண்களில் நீர் கோ(ர்)த்தது, முதன் முறையாக...

(குங்குமம் 07 - 05 -1999)

உருவாரம்

இன்றோடு அப்பாரு கெடைசேந்து ஒரு மாதமாயிற்று. உள்ளே ஆகாரம் இறங்க மறுத்தது. பச்சைத் தண்ணி மட்டும் ரொம்ப நேரம் கழித்து ஒரு மடக்கு இறங்கியது. மேலே மோட்டுவளையை வெறித்தபடிக் கண்கள் நிச்சலனமாகக் கிடந்தன. மூச்சு மட்டும் திணறலாக வந்துகொண்டிருந்தது. மூச்சுவிடும் ஒவ்வொரு தடவையும் நெஞ்சுக்கூடு பெருசாக எழுந்து எழுந்து அமிழ்ந்தது.

வெளித்திண்ணையில் கயித்துக்கட்டிலில்தான் அப்பாரு படுக்க வைக்கப்பட்டிருந்தார்.

ஒறம்பறைச் சனங்கள் 'அப்பாரு'வைப் பார்க்க ஒருவர் மாத்தி ஒருவர் வந்து கொண்டே இருந்தார்கள்.

பண்ணையத்தில் வேலை செய்யற மாதாரிகள் வாசலைக் கொத்தி நறுவீசு பண்ணினார்கள். அப்பா, பெரிய வீட்டு மாமாவின் தெக்குத் தென்னந்தோப்பிலிருந்து மட்டை வெட்டி வரச் செய்து தடுக்கு பின்னி, வாசலில் பந்தல் போட்டார்.

"நாலு சனம் வந்து போற எடம் நறுவீசா இருக்க வேண்டாமா...?" என்றார். அப்பாவின் எல்லாச் செயல்களுமே துரிதமாக நடந்தன.

பக்கத்து ஊரில் கொட்டடிப்பவர்களுக்குத் தகவல் சொல்லப்பட்டது. குழி தோண்டும் 'வெங்கிட்டி'க்கு சாராயத்துக்கும் ஏற்பாடு செய்யப் பட்டது.

ஆனால், அப்பாரு மட்டும்தான் ஏனோ போய்ச் சேரவில்லை. இழுத்துக்கொண்டே கிடந்தார். சாயங்காலம் நாச்சிமுத்து மணியக்காரர் 'அப்பாரு'வைப் பார்க்க வந்தார். அவர், அப்பாருவின் மூச்சு இழுப்பை உத்துக் கவனித்துவிட்டு அப்பாவைக் கூப்பிட்டுப் பேசினார்.

"இப்படிச் சாகற நேரத்துல நல்ல மோட்சமா போய்ச் சேரவுடாம மூச்சு இழுத்துச்சுன்னா, அவுங்க மனசுக்குள்ள ஏதோ இதுநாள்வரைக்கும் வெளியே சொல்லாமல் மறச்சிட்டாங்கன்னு அர்த்தம். அதுக்கு, அவுங்க பால்ய காலத்திலிருந்து கூடப் பழகின ஆளை யாராச்சும் கூட்டி வந்து, அவுங்க மறச்ச விசயம் என்னன்னு கேட்டறிஞ்சு... ஊர்பூரா சொன்னா, உயிர் போயிருமாம். இது ஐதீகம்' என்றார்.

'அப்பாரு'வின் பால்ய சிநேகிதர் யாரென்று ஊருக்குள் விசாரித்தார் அப்பா. 'கொள்ளப்பட்டி அப்புச்சி' என்று தெரியவந்தது. 'கொள்ளப் பட்டி அப்பு'ச்சிக்கு இப்போ கண்பார்வை மங்கி, தோட்டத்து சாய்ப்போடு சரி... வெளியில் எங்கும் போவதில்லை.

கொஞ்ச நேரத்தில் 'கொள்ளப்பட்டி அப்புச்சி' கூட்டி வரப்பட்டார்.

அப்புச்சியினால் வண்டியிலிருந்து இறங்க முடியவில்லை. அப்பாவும் அம்மாவும் கைத்தாங்கலாகப் பிடித்துத்தான் அப்புச்சியைத் திண்ணைக்குக் கொண்டு வந்து உட்கார வைத்தார்கள். அம்மா காபி போட சமையற் கட்டுக்குள்ளே போனாள். அப்பா, அப்புச்சியின் அருகிலேயே உட்கார்ந்துகொண்டார்.

அதன்பின்பு அப்புச்சி காபி குடித்துவிட்டு, வெகுநேரம் 'அப்பாரு'வைப் பத்தி அப்பாவிடம் பேசினார்.

அப்பாருவுக்கு இன்னும் மூச்சு இழுத்துக்கொண்டுதானிருந்தது. உயிர் போகாததால், அப்பாவைவிட அம்மாவுக்குத்தான் அதிகமான வருத்தம் தெரிந்தது.

"நாந்தா... அவெ ஆயுசில நடந்ததெ பூராவும் வெளாவரியா சொல்லிட்டேன்... அவெ இதுலேதான் ஏதாச்சும் ஒண்ணை மறைச்சிருக்கணும்...' என்றபடி அப்புச்சி கிளம்பினார்.

அம்மா, அப்புச்சியின் தோளைப் பிடித்து வண்டிக்குக் கூட்டிப் போனாள். அம்மாவால் அப்புச்சியின் கனத்தைத் தாங்கிப் பிடிக்க முடியவில்லை. அம்மாவுக்குச் சட்டென்று கோபம் வந்தது. அப்பாமேல் எரிந்து விழுந்தாள்.

"சும்மா பாத்துக்கிட்டு உருவாரம் மாதிரி நிக்கறீங்களே... பொம்பள ஒண்டியா இப்படிக் கஷ்டப்படறாளேன்னு கொஞ்சமாவது ஆம்பளைக்கு அக்கறை வேண்டா...''

அப்புச்சி விசுக்கென்று தடியை ஊன்றி நின்றபடி சொன்னார்.

"நீ உருவாரம்னு சொன்னதும் ஞாபகம் வந்திருச்சம்மிணி... அவெ அந்த விஷயத்தைத்தான் மறச்சிருப்பான்...''

அப்பாவும் அம்மாவும் அப்புச்சியைப் பழையபடி மெதுவாகக் கூட்டிவந்து திண்ணையில் உட்கார வைத்தார்கள். அப்புச்சி யாரையும் பார்க்காமல் வாசலைப் பார்த்துக் கொண்டே அப்பாருவின் கதையைச் சொல்லத் தொடங்கினார்.

“அப்போ ரெண்டு பேத்துக்கும் நல்ல முறுக்கம். நாங்கூடக் கொஞ்சம் நோஞ்சான கட்டையடிச்சாப்புல இருப்பேன். அவெனிருக்கானே... அதுதான் உங்க அய்யா... நல்லா தின்னுட்டு, திக்குசா திரளாக்கட்ட மாதிரி இருப்பான். ஒடம்பு இருந்த அளவுக்கு, நல்லா ஒசரமாகவும் இருப்பான். ரெண்டாள் வேலைய ஒருத்தனே செய்வான்.

அந்தச் சமயத்துலதான் நம்ம ஊர்ப்பக்கம் பெரிய்ய பஞ்சம் வந்திருச்சு. மனுஷங்க எல்லாம் நெலையாவரைக் காயைப் பறிச்சு ஆட்டி தோசை சுட்டுத் திங்கறளவுக்குப் பஞ்சம் தலைவிரிச்சு ஆடிச்சு... மனுஷங்களுக்கே இப்படின்னா, மாட்டுக்குச் சொல்லவா வேணும்... ஊர்க்காரங்க அத்தனெ பேருமே பண்டம்பாடியெல்லாம் கொண்டு போய்ச் சந்தையில வித்துட்டு, சிவனேன்னு மழைக்காக மானத்தைப் பாத்துக்கிட்டு இருந்தாங்க... ஆனா, இந்தெ ஊர்லயெ அவெனுக்கும் எனக்கும் மட்டும் மாடுகளெ அழியவுடறதுக்கு மனசில்லே... ஏன்னா, நாளைக்கே மழைமாரி பெஞ்சு காலஞ்செழிச்சா, அழியவுட்டமாட்டெ திரும்ப சேத்த முடியுமா...?

நாந்தான் பாத்துட்டு, மேக்கே புத்தூரு நாயக்கருகிட்ட சோளத்தட்டு இருக்கிறதா வெசாரிச்சுக்கிட்டு வந்தேன். அவெனையும் கூட்டிக்கிட்டு, ஆளுக்கு ஒரு மொட்டை வண்டியும் கட்டிக்கிட்டுப் போனோம். வண்டி ஒதைவில போனதிலே நல்ல சலிப்பு. நாயக்கரோட தோட்டத்து சாய்ப்புலேயே வைக்கப்புல்லே ஒதறித் துண்டே மேலே விரிச்சுப் போட்டு நாங்க படுத்தோம்... சித்தநேரங்கூடப் போகலே...

நாயக்கரு எங்களைத் தேடி ஆளாப் பறந்துக்கிட்டு வந்தாரு... ஏன்னு கேட்டா, நாயக்கருக்கும் பக்கத்துத் தோட்டத்து இன்னொரு நாயக்கருக்கும் பெரிய்ய தகராறாம், போட்டியாம்... ரெண்டு பக்கமும் பலமா மோதிட்டு, கடேசியில அந்த நாயக்கரு இவரெ கொல்லறதுக்குச் சதி போட்டுட்டான். இத்தனைக்கும் இந்த நாயக்கரு அப்பாவி, நல்லவரும் கூட...

அதுவும், அந்த நாயக்கரு அன்னிக்கு என்ன பண்ணினார்னா... மலையாளத்துத் தேசத்துல இருந்து ஒரு மந்திரவாதியைக் கூட்டிக்கிட்டு

வந்து, 'உருவார ஊர்வல பூஜை' நடத்தி, இந்த நாயக்கரைக் கொல்லறதாம்...

உருவார ஊர்வல பூஜைன்னா லேசுபட்டது கெடையாது. சும்மா இந்தப் பில்லி சூனியம், குட்டிச்சாத்தான் என்று படிச்சவனெல்லாம் செய்ய முடியாது. அதுக்கெல்லாம் மேலே பெருசா... பாடம் படிச்சிருக்கணும்.

அந்த ஊரே பயந்து கெடக்கு. விடிஞ்சா என்ன நடக்குமோன்னு... நாயக்கரு திகிலடைஞ்சு போயிட்டாரு. புள்ளக்குட்டி, பொண்டாட்டி எல்லாம் வீட்டுக்குள்ளே 'குக்கி' அழுவுது. அப்போ, இந்த நாயக்கரு எங்களெப் பாத்துச் சொன்னாரு... 'நாஞ்செத்தா பரவாயில்ல... அசலூர்காரங்க நீங்க இங்கே படுத்து ஏஞ்சாகணும்...? ஓடிப்போய் பொழைச்சுக்கங்க...'ன்னாரு. நா பொறப்படறதுக்கு வண்டியெப் பூட்ட எருதெல்லாம் அவுத்துட்டேன். ஆனா, அவெ இருக்கானே... அதுதா உங்கய்யா... 'இங்கிருந்து போக வேண்டாம். உருவார ஊர்வல பூஜை எப்படிச் செய்யறான்னு பாத்துட்டுப் போலாம்'னு தெகீரியமா சொல்லறான்.

எனக்குக் கோவம் பொத்துட்டு வந்திருச்சு. 'இந்த மனுஷன் சாவறதை, நாம இங்கிருந்து கண்ணால பாக்கணுமா...?ன்னேன். 'அட, நீயே பயந்து சாகறே... இந்த மந்திர, தந்திரமெல்லாம் வெறும் வெத்து வேட்டு...ப்பூன்னு ஊதினா போதும்... பயந்து 'அய்ங்காத வழி ஓடிரும்... சும்மா எங்கூட இரு'னு சொன்னான். நானும் அரைமனசோட சம்மதிச்சேன்.

ஊருக்குள்ள போய் அந்த நாயக்கரு வீட்டுக்கு முன்னால பாத்தா, பெருசா உருவாரம் செஞ்சு வெச்சிருந்திச்சு. அசலா உருவாரம் இந்த நாயக்கரு மாதிரியே தெரிஞ்சுச்சு. உருவாரம் கம்பு மாவுல செஞ்சதாம். அதுக்கு முன்னால அரிகறியும் பொரிகறியும் தலைவாழை இலையில படையல் போட்டு வெச்சிருக்கு. நூத்தியெட்டு தீபத்துக்கு எண்ணெயூத்தியும் தயாரா வெச்சிருக்கு.

இந்தக் கம்புமாவு உருவாரத்தெ ஊர்ச்சுத்தி மூணு தடவை ஊர்வலமா இழுத்துச் சுடுகாடு கொண்டுபோய்... நூத்தியெட்டு தீபங்களையும் ஏத்தி, படையெல வெச்சு சாமபூஜை பண்ணி, உருவாரத்தைக் குழியில எறக்கினா... உருவாரம் யாரை மாதிரி நெனைச்சுச் செஞ்சாங்களோ, அந்தாளு இந்த லோகத்துல எந்தத்திக்குலே ஒளிஞ்சிருந்தாலும் அடுத்த நொடியில செத்துப் போயிருவானாம்...

இதைக் கேள்விப்பட்டதியும் அவெ தடாபுடான்னு என்னெயும் கூட்டிக்கிட்டு வெரசா வேகுவேகுன்னு நாயக்கரு தோட்டத்துக்கு வந்தான். நாயக்கரை மட்டும் தனியா கூட்டிப்போய், 'எனக்குச் சில சாமான் எல்லாம் தயார் பண்ணிக் குடுத்தீங்கன்னா, நா அந்த உருவாரத்தை வெரட்டி, உங்க உயிரெ காக்க முடியும்' னான். உயிரெ காக்கறேன்னு சொன்னவுடனே நாயக்கருக்குச் சொல்லிக்கணுமா..?''

"நீங்க என்ன சாமானம் கேட்டாலும் ஒடனே தர்றேன். இந்த ஒரு ஆபத்திலிருந்து மட்டும் என்னெயும் எங்குடும்பத்தையும் தக்காட்டி வுட்டிங்கன்னா போதும்'னாரு. அவனும் சில சாமான்கள் சொன்னான். 'ஆளு ஒசரத்துக்கு மேலே இருக்கற நல்லா... வெளையாத வேலாங்கொம்பா எட்டு அரக்கிக்கிட்டு வாங்க'ன்னான். நாயக்கரு ஆளெ ஏவினாரு... சித்த நாழியில எட்டு வேலாங்கம்பு தயாரு. அடுத்து, 'கனமாக இல்லாத நொச்சிக் கொடாப்பு இருக்கா'ன்னான். கொடாப்பையும் ஆட்டுப்பட்டியிலிருந்து நொடியில் எடுத்துட்டு வந்துட்டாங்க நாயக்கரு ஆளுக. அப்புறம் ஒரு கறுப்புத் திணயும் தொட்டக்கட்டற மாதிரி நீளமான... ஒரு பெரிய்ய... வெள்ளைச் சீலையும் கொண்டு வரச் சொன்னான். வீட்டுக்கு ஓடி அதையும் கொண்டுவந்து கொடுத்தாரு நாயக்கரு...

அப்புறம் ஒரு பத்தடி நீளத்துக்குக் கனமில்லாத பனைமரத்துக் கோந்தாளைத் துண்டம் இருக்கான்னு கேட்டான். ஒடனே போர்ப்பட்டறைக்குப் போட்டிருந்த நல்லா... காஞ்ச தலவு பனைந் துண்டத்தையே கொண்டுவந்து கொடுத்தாங்க ஆளுக...

அவெ வேலிப் பக்கம் போய் தொளசி, பழமாசிதலெ, இன்னும் கண்ட மூலிகையெல்லாம் புடுங்கிட்டு வந்தான். பொறகுதான் அவெ வேலயைக் காமிச்சான்...'

கொள்ளப்பட்டி அப்புச்சி பேச்சை நிறுத்திவிட்டுப் பெரிதான மூச்சு வாங்கினார். அம்மா எழுந்து போய் 'அப்பாரு'வை ஒரு முறை பார்த்துவிட்டு வந்தாள். அப்பாருக்கு இன்னும் மூச்சு இழுத்துக் கொண்டுதானிருந்தது. அப்பா அமைதியாக அப்புச்சியையே பார்த்துக் கொண்டிருந்தார். அப்புச்சி 'அப்பாரு'வின் கதையைத் தொடர்ந்தார்...

"மொதல்ல வேலாங்கம்புகளை எடுத்துத் தலவுல ரெண்டு அடியெ மட்டும் தீயில தணலாகறவரைக்கும் வாட்டினான். வேலாங்கம்புதான் தணல் சாம்பலாகாம, வெகு நேரவரைக்கும் எரியும்னு சொல்லிட்டே வாட்டினான்.

அப்புறம் பனந்துண்டத்தைக் கொண்டு போய் சுடுகாட்டுல குழிதோண்டி நட்டுக்குத்தா நிக்கவெச்சான். அதோட, உச்சியில வெள்ளைச் சீலையின் ஒரு தலவெ கட்டினான். இன்னொரு தலவுல, அடியில காத்துக்கு அங்கியும் இங்கியும் ஆடாம ஒரு கல்லைக்கட்டி நெலத்துல போட்டுட்டான். இருட்டுல பாக்கும்போது பனைமரம் தெரியல... வெள்ளைச்சீலை மட்டும் காத்துக்கு நெளிநெளியா அசைஞ்சிச்சு. பாக்கற எங்களுக்கே பயமா இருந்துச்சு. தனியா எவனாச்சும் ஒருத்தன் மட்டும் பாத்தான்னா, வெள்ளைச் சீலை அந்தரத்துல ஆடறதைப் பிசாசுன்னுதான் சொல்லுவான். அப்படி ஒரு தோற்றம் அதுக்கு.

அடுத்து, கொடாப்பெ சுடுகாட்டுப் பின்னால திரவகள்ளி புதரு மறைவுல கொண்டுபோய்ப் போட்டான். வாட்டின வேலாங்கம்புகளை எடுத்துக் கொடாப்பெ சுத்தியும் சொருகினான். கம்போட தலவுல செந்தணல் தகதகன்னு எரிஞ்சுது. இருட்டுல பாக்கறதுக்குக் கொடாப்பு தெரியல... செந்தணல் மட்டுந்தான் தெரிஞ்சுச்சு...

கறுப்புத் துணியை எடுத்துச் சும்மாடு கட்டினான். மூலிகையை எடுத்து, அங்கராக்கு சோப்புல போட்டுக்கிட்டான். எங்களையெல்லாம் தள்ளிப்போய் ஒழிஞ்சுக்கச் சொல்லிட்டான். நாங்களும் மறைவான இடமா பாத்து நின்றுகிட்டு அவெ என்ன செய்யப்போறான்னு சுடுகாட்டையே பாத்துக்கிட்டிருந்தோம்.

நேரம் நடுச்சாமத்தை நெருங்கிக்கிட்டிருந்திச்சு. உருவாரம் ஊரைச் சுத்தற கொட்டுச் சத்தம் கேட்டுச்சு. அவ்வளவுதான்.. நாயக்கரு அழ ஆரம்பிச்சுட்டாரு. 'இன்னும் கொஞ்ச நேரத்துல நாஞ்சாகப் போறேன்'னு... கூட இருந்த ஆளுகளும் திகிலடிச்சுக் கெடக்கறாங்க. எனக்கும் ஒண்ணும் புரியல. சுடுகாடும் அமாவாசை இருட்டுல கம்முனு கெடக்கு. அவனும் எதுவும் செய்யல... கம்முனு கெடக்கான்.

நேரம் வேற நடுச்சாமத்தைத் தாண்டிட்டு இருக்கு. அப்போ, திடீர்னு வடக்கே ஊர்ப்பாதையெப் பாக்கறோம். பந்தம் புடிச்சு உருவாரம் கம்பீரமா வந்திட்டு இருக்கு. நூத்தியெட்டு தீபங்களும் ஜெகஜோதியா எரியுது. மந்திரவாதி முன்னால மந்திரம் சொல்லிட்டு வாரான். அவனுக்குப் பின்னால அந்த நாயக்கரும்கூட சில ஆளுகளும் வாராங்க...

அப்பத்தான் அது நடந்திச்சு. அவெ சும்மாட்ட தலைக்குக் கொடுத்துக் கொடாப்புக்குள்ளே பூந்து தலையில முட்டிக்கிட்டு தயாரா

நின்னான். அவெ எதுக்கு அப்படி நிக்கறான்னு எங்களுக்கெல்லாம் வெளங்கலே... சுடுகாட்ட நோக்கி வந்த மந்திரவாதியும் உருவாரமும் அப்படியே சட்டுன்னு பனந்துண்டத்து வெள்ளைச் சீலை நெளி நெளியா ஆடறதைக் கண்டதும் தேங்கி நின்னிருச்சு.

மந்திரவாதி மந்திரம் சொல்லி தின்னீறு அள்ளி உள்ளங்கையில் வெச்சு ஊதி வீசினான். பனந்துண்டத்துக்கிட்ட 'டமாரு'ன்னு பெரிய்ய... வேட்டுச் சத்தம் கேட்குது. வானம் உட்ட மாதிரி கல்லும் மண்ணும் மேலே ஆகாசம் போய் வருது... இப்படியே மந்திரவாதி தின்னீறு அள்ளி ஊதி வீசிக்கிட்டேயிருக்கான். இங்கே வேட்டுச்சத்தம் வெடிச்சுக்கிட்டேயிருக்கு. மந்திரவாதி வெள்ளைச்சீலை காத்துக்கு நெளிஞ்சு ஆடறதைப் பேய்னு நெனைச்சுட்டான் போலிருக்கு.

நாங்க எல்லாம் பயந்து போய்ப் பாத்துக்கிட்டு இருக்கோம். இனி, என்ன நடக்கப் போகுதோன்னு. திடீர்னு உங்க அய்யா கொடாப்பே சொமந்துகிட்டு, சுடுகாடு மேலே நின்னு ஆட ஆரம்பிச்சான். 'சஞ்சணக்கு, சஞ்சணக்கு, சஞ்சணக்கு'ன்னு வாயிலேயே சத்தம் போட்டுக்கிட்டுத் தப்படியோட ஆட ஆரம்பிச்சான். அவன் ஆட ஆட, இருட்டுல கொடாப்பும் கொடாப்புக்குள்ள இருக்கற ஆளும் தெரியல... செந்தணல் மட்டும் சுத்துது! ஒடனே மந்திரவாதிக்குப் பின்னால உருவாரத்தைச் சொமந்துகிட்டு வந்த ஆளுக சத்தம் போட்டாங்க... 'கொள்ளிவாய்ப் பிசாசு... கொள்ளிவாய்ப் பிசாசு'ன்னு.

அம்முட்டுதான். அந்த ஆளுகளும் அந்த நாயக்கரும் உருவாரெத்த வெச்சுட்டுக் கண்ணு மண்ணு தெரியாம ஊரைப் பாத்து ஓடிட்டாங்க. மந்திரவாதி மட்டும்தான் 'திகிரீமா' நின்னான்.

உங்கய்யா பழையபடி 'சஞ்சணக்கு, சஞ்சணக்க'னு சத்தம் எழுப்பிக் கிட்டே கொடாப்புக்குள்ள ஆடிக்கிட்டு, தப்படி மேலே தப்படியா வெச்சு மந்திரவாதியை நெருங்கறான். மந்திரவாதியோ 'இந்த லோகத்துல எந்தப் பேயும் எனக்கு அடங்காமப் போனதில்லே... உன்னையும் அடக்கறேம் பாரு'ன்னு கத்தறான். நாங்களெல்லாம் பயந்துட்டோம், இனி அவனுக்கு என்ன ஆகுமோன்னு... உங்க அய்யா, மந்திரவாதி முன்னால போய் நிக்கறாரு... எதுவுமே ஆகாம!

மந்திரவாதி பெரிசா இழுத்து, மந்திரம் ஓதிக்கிட்டே 'வீல்'னு கத்தினான். அவ்வளவுதான்... அப்புறம் 'வேட்டு'ச் சத்தம் நின்னுப்போச்சு. அவெ அவசரமா கொடாப்ப தூக்கிட்டு எங்ககிட்ட வந்தான். நாயக்கரைப் பாத்துச் சொன்னான். 'இனி பனந்துண்டம்,

வெள்ளைச் சீலை, கொடாப்பு, கொள்ளிக்கட்டை… இதையெல்லாம் யாருக்கும் தெரியாம அப்புறப்படுத்தீருங்க'னு.

நாயக்கரோட ஆளுகளும் அவற்றை ஒடனே மாயமுட்ட மாதிரி அப்புறப்படுத்திட்டாங்க. நாங்க நாயக்கரு ஊட்டுக்கு வந்த பெறகுதான் நான் அவங்கிட்ட கேட்டேன். 'என்ன… கடேசியில மந்திரவாதியும் பயந்து ஓடிட்டானா…?' அதுக்கு அவெ அசால்ட்டா, 'ஓடலே… அங்கணயே பயந்து செத்துட்டான்'னு சொன்னான். எங்களுக்கெல்லாம் பகீருன்னுச்சு. அவெ மறுபடியும் 'மந்திவாதியோட மந்திரத்துக்குப் பேயோ, பிசாசோ இருந்தா பயந்து ஓடிருக்கும். நாந்தான் நெஜ மனுஷனா போயிட்டேனே… அதுதான் மந்திரவாதியே பயந்து செத்துட்டான். ஆனா, மந்திரவாதி மானஸ்தெ… ஓடலே, கடேசிவரைக்கும் என்னெ பேயின்னு நெனைச்சுப் போராடினான்'னு சொல்லிச் சிரித்தான்.

எங்களால சிரிக்க முடியல… ஆனா, இனி என்ன ஊர்வம்பு வரப்போகுதோனு ரோசனை பண்ணினோம். தூக்கம் போயிருச்சு… ஆனா, அவெ ஜம்முன்னு தூங்கினான்.

வெடிஞ்சது, நாயக்கரும் சோளத்தட்டை 'விசுவு' எல்லாம் போடாம நெலவரத்திக்கு அள்ளிக்கிட்டுப் போகச் சொல்லிட்டாரு. நாங்களும் ஊருவந்து 'போலீஸ், கீலீஸ்'னு பிரச்னை வருமுன்னு இதெ இதுநாள் வரைக்கும் யாருகிட்டேயும் சொல்லலே…

அப்போ எந்த ஊரு பக்கம் போனாலும் 'உருவாரப் பூஜை செஞ்சு, யாரையாச்சும் கொல்ல நெனைச்சா… கொள்ளிவாய்ப் பிசாசு நேரா வந்து மந்திரவாதிய கொன்னிரும்'னு கதை கதையா பேசிக்கிட்டாங்க. அதன் பொறகுதான் மந்திரவாதிக யாரும் நம்மூர் பக்கம் தலைவெச்சுப் படுக்கறதில்லே…'

கொள்ளப்பட்டி அப்புச்சி, 'அப்பாரு'வின் கதையைச் சொல்லி முடித்தது. அப்பாவும் அம்மாவும் பிரமை பிடித்த மாதிரி விக்கித்துப் போய் உட்கார்ந்திருந்தார்கள். அப்பாரு அவ்வளவு பெரிய 'தகீரியசாலி'யா என அப்போதுதான் நினைக்கத் தோணியது.

அம்மா எழுந்து 'அப்பாரு'வைப் போய்ப் பார்த்தாள். மூச்சு இழுத்துக் கொண்டுதானிருந்தது.

அப்பா 'கொள்ளப்பட்டி அப்புச்சி'யை வண்டியில் ஏற்றி அனுப்பினார். பின்பு அப்பாருவின் கட்டிலைப் போய்ப் பார்த்தார். 'அப்பாரு'வுக்கு மூச்சு நின்றிருந்தது.

அப்பா வாசலுக்கு வந்து, பண்ணையத்து மாதாரியைத் தேடினார். அதற்குள் நெருங்கியப் பங்காளிகள் வந்து, 'அப்பாரு'வைத் தூக்கி நடுவீட்டில் கிடத்தினார்கள். இப்பவும் அப்பாரு ஒரு பெரிய்ய... உருவாரம் மாதிரிதான் கிடந்தார்!

(ஆனந்த விகடன், 09-01-2000)

மழை

சுற்றுவெளி எங்கும் மழையற்றுப்போனது. காற்றில் புழுதி பறந்து கொண்டிருந்தது. கோடை முகில்கள் எடுத்திருந்தன. பொழுதை மறைத்தபடி முகில்கள் கிழக்கே பாட்டம் பாட்டமாக போகிற வண்ணமிருந்தன. ஈரம் உலர்ந்துவிட்டது. நிலம் வெடிப்புகாணத் தொடங்கிற்று. தோட்டமெல்லாம் வறட்சி கவிந்து கொண்டிருந்தது. பண்டம்பாடிகளுக்குப் பெரிய தீனிப்பஞ்சம் சூழ்ந்தது.

ஊரில் மற்றவர்கள் எல்லாம் நாலாதிக்கிலும் அலைந்து தீனி வாங்கிக் கொண்டுவந்து போட்டபடியிருந்தார்கள். இவருக்குப் போர்ப் பட்டறையில் கொஞ்சம் தீனியிருந்தது. ரெண்டு 'விசுவு' தட்டும், பத்துகட்டுப் புல்லும் இருந்தன. ஆடிக்குத் தாக்குப் பிடிக்கும் எனக் கணக்கு போட்டிருந்தார். ஆவணியில் மழை பெய்துவிடும் எனவும் நினைத்திருந்தார்.

இவருக்கு நம்பிக்கையூட்டும் விதமாக மோடியில் பொழுது இறங்கிக்கொண்டிருந்தது. முதல் சாமத்தில் ஜல மூலையில் மின்னியது. பின் மதியத்தில் காற்று அடங்கி உக்கிரம் எடுத்திருந்தது. நிலா கோட்டை போட்டிருந்தது. ஆனால், ஏனோ ஆவணியில் பாதி கடந்தும் மழையில்லாமல் போயிற்று. கட்டுத்தரையில் இவருக்கும் மாடுகளுக்கு அள்ளிப்போடப் பிடித்தபடி கூளம் இல்லை.

ஊரில் வேறு சிலர் மாடுகளுக்குப் பனை ஓலை வெட்டிப்போட்டுக் கொண்டு நாளைக் கடத்தினார்கள். வயிறு ஒடுங்கி அந்த மாடு அசைபோட எதுவுமில்லாமல் தலையைத் தூக்கி வெறித்துக் கொண்டிருந்தது. கோடைக் காற்றுக்கு சிட்டெடுத்த மாடுகள் தீனியில்லாமல் இரவெல்லாம் கத்தின. செருமாறின.

இவரால் பார்த்துக்கொண்டிருக்க முடியவில்லை. விடிந்ததும் தீனி வாங்கக் கிளம்பிப் போனார். போகும்போது விசாரித்தபடியே போனார்.

ஆற்றுக்கால் தொளை ஊர்களில் ‘கல்லக்கொடி’ கொடுப்பதாக ஒரு மேகாட்டுக் குடியானவன் தகவல் சொன்னான்.

ஆற்றுக்கால் தொளை ஊர்கள் செழித்துக்கிடந்தன. கோடைமழை மேற்கே பெய்துவிடுவதால் அணையில் தண்ணீர் திறந்துவிட்டிருந்தனர். ஆற்றில் இடுப்பளவு தண்ணீர் ஓடிய வண்ணமிருந்தது. கோடைக்காலம் முழுதும் இப்படித்தான் அணைத்தண்ணீர் வீணாகிப் போய்க் கொண்டிருந்தது.

இவர் அந்த நாளெல்லாம் சுற்றி அலைந்தார். ஒரு தோட்டத்தில் மூன்று விசுவு கல்லக்கொடி வாங்கினார். வாகனம் பிடித்து கல்லக் கொடியைக் கட்டுத்தரை கொண்டுவந்து இறக்கும்போது இருட்டி விட்டது. இவருக்கு இது பெரும்பாடாகத் தெரிந்தது. சலிப்பு கண்டு விட்டது. அப்படி வாங்கிகொண்டு வந்தும் மாடுகளுக்கு வயிறார அள்ளிப்போட முடியவில்லை. தீனிபோட்டுவிட்டு திரும்பிப் பார்ப்பதற்குள் தின்றுவிட்டு மொளக்குச்சியைச் சுற்றின. பசியடங்கா மாடுகள்.

அப்போது ஆவணி முடிவுறும் தருவாயில் இருந்தது. மழை பெய்வதற்கான அறிகுறி தென்படவில்லை. கோடைக்காற்று அகோரமாக எடுத்திருந்தது. பாலக்காட்டுக் கணவாய் இந்தக் கோடைக்காற்றுக்காகவே திறந்து கிடப்பதுபோலத் தோன்றியது. பகலெல்லாம் ஆகாயம் வெளிறிக்கிடந்தது. இரவில் மின்னலில்லை. கிணற்றில் தண்ணீரே ஒடுங்கி போய்விட்டது. குடியானவர்கள் பயந்து போனார்கள். மாடுகளைச் சந்தைக்குப் பிடிக்கத் தொடங்கினார்கள்.

புரட்டாசி பிறந்ததும் மழை இல்லை. இவராலும் தீனி வாங்கிப் போட்டுக் கட்டுபடியாகவில்லை. மாடுகளை விற்றுவிட முடிவு செய்தார். திங்கட்கிழமை மாலையில் மாதாரி வளவுக்குள் போய் ஆட்களுக்குச் சொல்லிவிட்டு வந்தார். கோழி கூப்பிடவே ஆட்கள் வந்து மாடுகளைச் சந்தை பிடித்தனர்.

ஒரே ஒரு விரதல் மாட்டை மட்டும் இவருக்கு விற்க மனசு வரவில்லை. அந்த மாடு பலம்பிட்டு ரெண்டு மாசமிருக்கும். நல்ல சாதுவான வர்க்கம். மேலும் கட்டுத்தரையை வெறும் கட்டுத் தரையாக்கக் கூடாது என யோசித்தார். அந்த மாட்டைக் கட்டுத் தரையிலேயே விட்டுவிட்டார்.

அன்று சந்தை படுகும்பலாக இருந்தது. கறவை மாடு, வண்டி பழகிய காளைக்கன்றுகள் எல்லாம் ஈன விலைக்கே போனது.

பொள்ளாச்சிக்காரன் அடிமாட்டுக்கு வாங்கினான். எருதுகளை மட்டும் எவனோ ஒரு வளர்த்திக்காரன் வந்து விலை பேசினான். விலை தேட்டம் எனப்பட்டது. பன்னிரண்டாயிரத்துக்குப் போயிற்று.

இவர் ஆட்களை அனுப்பிவிட்டு சந்தையிலிருந்து திரும்ப மதியமாயிற்று. நேராகக் கட்டுத்தரைக்குப் போனார். வெயில் பரவிய கட்டுத்தரை பரிதாபமாக இருந்தது. விரதல் மாடு ஒத்தையில் கத்திக் கொண்டிருந்தது. நிற்காமல் கத்திச் சலித்தது. இதுநாள் வரை அந்த மாடு ஒத்தையில் இருந்ததேயில்லை. தனிமை பழக இந்த வாரமெல்லாம் ஆகும் எனப்பட்டது. இவர் பொழுது இறங்கும்போது போய் பனைஓலை வெட்டிக்கொண்டு வந்து போட்டார். பனை ஓலையை மோந்து பார்த்துவிட்டு மாடு மீண்டும் கத்தியது. இந்த மாட்டையும் விற்றிருக்க வேண்டும்போலத் தோன்றியது. வாயில்லா ஜீவனைக் கொல்லாமல் கொல்வதுபோல் இருந்தது இவருக்கு.

அன்றிரவு சாப்பிட்ட பின்பு இவரால் வீட்டில் படுக்க முடியவில்லை. தோட்டத்துக்குக் கிளம்பினார். முன்னிரவிலேயே ஊர் அடங்கி யிருந்தது. சனங்கள் வெளியில் வேலைக்குப் போய்விட்டு வந்து நேரத்தில் படுத்துக் கொள்கின்றார்கள். பஞ்சகாலம் ஊரைச் சீக்கிரம் ஆழ்த்திவிடும் சாமர்த்தியம் கொண்டது. இட்டேரி தடத்தில் மேகாற்றின் விசைக் காற்று அதிகமாக இருந்தது. அதன் சுழற்சியை மரங்கள் வெளிப்படுத்திக் கொண்டிருந்தன.

இரவில் தோட்டம் அனாதரவாக நிற்பது போலவே இருந்தது. இவரால் இருளில்கூட வறட்சியின் கொடூரத்தை உணர முடிந்தது. மட்டை தொங்கிய தென்னை மரங்கள் சால்சாலாகத் தெரிந்தன. இன்னும் குருத்து சாயாமலிருப்பது பெரிய விசயம் எனப்பட்டது. இப்போது உழவு மழை பெய்தால்கூட தென்னை மரங்கள் பிழைத்துக் கொள்ள வாய்ப்பிருந்தது. இவர் யோசித்தபடியே நடந்தார்.

தொவ்ள மேட்டிலிருந்து இறங்கிய கால்வாய் காய்ந்து கிடந்தது. வரப்புகளில் கட்டெறும்புகள் ஊர்ந்து கொண்டிருந்தன. சில வெடிப்புகளில் பதுங்கிய இரவுப் பூச்சிகள் சப்தமெழுப்பிக் கொண்டிருந்தன.

இவர் தொண்டுபட்டிக் கடவுப் படலை கரையான்கள் அரித்துக் கொண்டிருப்பதைப் பார்த்தார். செங்கரையான்கள், காலடி அரவம் கண்டதும் இருளில் சிதறின. கட்டுத்தரை கூளம் சிந்தாமல் நறுவிசாக இருந்தது. தட்டுப் போர்பட்டறை பனந்தப்பைகள் கல்லின்மேல்

கலையாமல் இன்னும் கிடந்தன. எருதுகள் கட்டியிருந்த மொளக்குச்சி வெறுமனே கிடந்தது. மூத்திரக் கவுச்சியும் மறையாமல் இருந்தது.

விரதல் மாடு தீனி எடுக்கவில்லை. தரித்துப் போட்ட பனை ஓலை அப்படியே கிடந்தது. அசை வாங்காமல் படுத்திருந்தது. பெருமூச்சு விட்டுக் கொண்டிருந்தது.

இவர் வண்டி சாய்ப்புக்குள்ளிருந்த கயிற்றுக் கட்டிலை வெளியே தூக்கி வந்து போட்டுப்படுத்தார். வானம் சுத்தமாக இருந்தது. சிறிய கோடை முகில்கள்கூட இல்லை. நட்சத்திரங்கள் பொலிவாகத் தெரிந்தன. கோடைக்காற்று முறைச்சல் எழுப்பிக்கொண்டு போனபடியிருந்தது. மழை பற்றி யோசித்தபடியே படுத்திருந்தவர் சீக்கிரம் தூங்கிப் போனார்.

இவர் ஒரு தூக்கம் போட்டு எழுந்து பார்த்தார். மேலே கருங்கும் மென்று இருந்தது. உச்சியில் மின்னியது. பின்பு நாலாத்திக்கிலும் எதிர்த்து மின்னியது. மின்னல் வெளிச்சத்தில் அடிவானம் முழுதும் கிண்ணென்று கருக்கல் ஏறியிருப்பதைக் காணமுடிந்தது. மரங்கள் அசைவற்றுக் கிடந்தன. நல்ல உப்பிசம் இருந்தது. பெரிய மின்னல் ஒன்று வெட்டியதும் இடித்தது, நிலம் அதிரச் செய்தது.

இவர் பார்த்துக் கொண்டிருக்கும்போதே துளிகள் இறங்கின. கனமான துளிகள். கார்மழைபோலச் சடசடவென இறங்கியது. இவர் கட்டிலை அவசரமாகத் தூக்கிக்கொண்டு வண்டிச் சாய்ப்புக்குள் வந்தார். மழை அமைதியாகப் பெய்தது. மழை இப்படி நின்று, நிதானமாகப் பெய்து வெகுகாலம் ஆகிவிட்டது.

இவருக்குத் தூக்கம் போய்விட்டது. மழை பெய்வதையே பார்த்துக் கொண்டிருந்தார். மனசு குதூகலப்பட்டது. குளம் குட்டையெல்லாம் தண்ணீர் நிறைந்துவிட்டது. எங்கும் வெள்ளம் பெருகி ஓடியது. ரெண்டு உழவு மழைக்கு மேலிருக்கும் எனத் தெரிந்தது.

மழை நின்றதும் தவளை சப்தமிடத் தொடங்கிவிட்டது. இவர் விடியுமுன்பே எழுந்து ஊருக்குள் போனார். எல்லோரும் மழை பற்றியே பேசிக் கொண்டிருந்தார்கள். மழை எல்லா ஊர்களுக்கும் பரவலாகப் பெய்திருப்பதாகத் தகவல் வந்தது. மழை வெயில் கண்டதும் குடியானவர்கள் முகம் களைகட்டிவிட்டது. உழவு மாடு உள்ளவர்கள் மேட்ல ஈரம் காய்ந்தவுடன் ஏர் பூட்டினார்கள். சிலர் கொறங்காடு எல்லாம் விதைப்பு ஆகிக் கொண்டிருந்தன. சிலர் தோட்டத்தில்கூட உழுது வெள்ளாமை வைப்பதில் முனைந்திருந்தனர்.

இவரிடம் மாடுகள் விற்ற பணம் அப்படியே இருந்தது. செவ்வாய்க்கிழமை வந்தவுடன் தாராபுரம் கிளம்பிப் போனார். கிழக்கு வெளுக்க சந்தைபோய்ப் பார்த்தபோது, சந்தை ஏக கிராக்கியாக இருந்தது. ஓட்டு மாடுகள் அரிதாகவே வந்திருந்தன. மழை பெய்து விட்டதால் ஓட்டு மாடுகளின் விலையும் ஏறியிருந்தன. இவர் முதலில் சில ஜோடி எருதுகளைப் பார்த்தார். விலை படியவில்லை. விலை படியும்போல தெரிந்த எருதுகள் இவருக்குப் பிடிக்காமல் போயின.

பொழுது மேலேறிக் கொண்டிருந்தது. இவருக்கு இனி எருது வாங்குவோம் என்கிற நம்பிக்கை போய்விட்டது. தெரிந்த தரகர்களைப் பார்த்து விசாரித்துக்கொண்டிருந்தார். அப்போது எதேச்சையாகப் பக்கத்தூர் மாட்டேவாரி ஒருவன் வந்து இவரைக் கூப்பிட்டான். ஜோடிபிடிக்கும் விலை கொஞ்சம் தூக்கல் என்றான். மாட்டேவாரி பேசிக் கொண்டே கூட்டிப் போனான். இவர் எருதுகளைப் போய்ப் பார்த்ததும் ஆச்சரியப்பட்டுப் போய்விட்டார்.

இவர் விற்ற அதே எருதுகள் ஒருவாரத்தில் கொஞ்சம் நீராகியிருந்தது. தரகர்கள் சூழ்ந்ததும் பேரம் நடந்தது. குசுகுசுவென சங்கேதப் பாஷையில் பேசிக் கொண்டார்கள். பதினாறாயிரத்துக்கு விலை படிந்தது. விற்றதைவிட நான்காயிரம் ரூபாய் அதிகம் பணத்தை எண்ணிக் கொடுத்ததும் எருதுக்குச் சொந்தக்காரன் கயிற்றை மாற்றிக் கொடுத்தான்.

இவர் எருதுகளை வாங்கியதும் தட்டிக்கொடுத்தார். முன்பு போலவே சாதுவாக நின்றன. அடையாளம் கண்டுகொண்டன இவரை எருதுகள்...

சங்கு, ஏப்ரல்-2002

பூ நாகம்

இவன் பொள்ளாச்சி ரோட்டிலேயே இறங்கிக்கொண்டான். பஸ்ஸே காலியான மாதிரியிருந்தது. யாரும் பஸ் நிலையம் போய் இறங்குவதாகத் தெரியவில்லை. கடைவீதி போகும் ஆட்கள் எல்லாம் இங்கேயே இறங்கிக்கொள்கிறார்கள். சாலையில் வாகனங்கள் மிகுந்திருந்த போதிலும் இளமதியத்தில் ஒரு சின்ன அமைதியிருந்தது. வெயில் சுள்ளென ஏறிவந்துகொண்டிருந்தது.

கிழக்கே நடந்தான் முனிசிபல் ஹைஸ்கூலின் மதில்சுவரோரம் கூட்டத்தைப் பார்த்தான். பத்து பேருக்கு மேல் கூடி நின்றிருந்தார்கள். ரோட்டில் நடப்பவர்கள் ஒரு சிலர் எட்டிப்பார்த்துப் போனார்கள். கூட்டத்திற்கு நடுவிலிருந்து குரல் வந்தது.

"நாகம், சாரை, கட்டுவிரியன், பூ நாகம் எல்லாம் வித்த காட்டப்போகுது. ரெடியாயிருங்க சாமி..."

பின்பு தொடர்ந்து மகுடி ஊதும் சப்தம் கேட்டது. கூட்டம் ஆவலாகப் பார்த்துக்கொண்டிருந்தது. இவனும் கூட்டத்துக்குள் புகுந்து எட்டிப் பார்த்தான். நாகப்பாம்பு படம் எடுத்து ஆடிக் கொண்டிருந்தது. பாம்பாட்டி பாம்பை மேலும் உற்சாகப்படுத்தும் வகையில் நகர்ந்து நகர்ந்து ஊதிக் கொண்டிருந்தான். பாம்பாட்டியின் தோற்றமே விநோதமாக இருந்தது. பெரிய தலைப்பாகை கட்டியிருந்தான். தொளதொளவென சட்டை, அழுக்கேறிய வேட்டி, அவன் வடக்கத்திக்காரன் போலவே இருந்தான்.

மதிலோரம் ஒரு பெண் கல்அடுப்பில் சமையல் செய்து கொண்டிருந்தாள். அவள் அணிந்திருந்த மூக்குத்தி, பாசி என எதிலும் வேறு சாயல் தெரிந்தது. பக்கத்தில் ஒரு குழந்தை உறங்கிக் கொண்டிருந்தது. கைக்குழந்தை. மேலும் இரு பையன்கள்

பாம்புகளை மூடி வைத்திருந்த மூங்கில் கூடையின் மேல் சாய்ந்து உட்கார்ந்திருந்தார்கள். கூட்டத்தையே பார்த்தபடியிருந்தார்கள். பாம்புகளைக் கண்டு பையன்களுக்குப் பயம் இல்லை எனப்பட்டது.

அப்போது பாம்பாட்டி பையன்களை ஏவினான்.

“சாரைய எடு''

ஒரு பையன் எழுந்து மூங்கில் கூடையை நகர்த்தி வைத்தான். அதனுள் சிறிய ஓலைப் பெட்டிகள் இருந்தன. இன்னொரு பையன் துளாவி ஒரு ஓலைப் பெட்டியைத் தூக்கிப் போய் பாம்பாட்டியிடம் கொடுத்தான். படம் எடுக்கும் நாகத்திடம் உரசிக் கொண்டே அந்த பையன்கள் நடப்பது இவனுக்குப் பயத்தை ஏற்படுத்தியது.

பாம்பாட்டி ஒரு கையில் ஊதும் மகுடியைப் பிடித்துக் கொண்டான். இன்னொரு கையில் சாரையை எடுத்து நாகத்திடம் போட்டான். சாரை நாகத்தை எதிர்க்கவில்லை, அடங்கியிருந்தது. நாகம் சாரையைக் கொத்த எத்தனித்துக் கொண்டிருந்தது. சீறியது. பாம்பாட்டி சட்டென மகுடி ஊதுவதை நிறுத்தினான். நாகத்தின் கவனம் முழுவதும் சாரையின் மேலிருக்கும் ஒரு தருணத்தைப் பார்த்து பாம்பாட்டி எட்டி லாவகமாக நாகத்தின் கழுத்தைப் பிடித்தான்.

பாம்பின் வால் முழுவதும் பாம்பாட்டியின் கையைச் சுற்றி இறுக்கியது. நாக்கு உள்ளும் புறமும் அலைந்து கொண்டிருந்தது. பாம்பாட்டி கையில் சுற்றிய வாலைப் பிரித்து எடுத்து பாம்பை ஓலைப் பெட்டிக்குள் வைத்து பழையபடி மூடினான். பையனைப் பார்த்தான். பையன் புரிந்து கொண்டு இன்னோர் ஓலைப் பெட்டியை எடுத்து வந்து கொடுத்தான். இன்னொரு பையன் வந்து சாரையைத் தூக்கி ஓலைப் பெட்டிக்குள் வைத்து மூடி எடுத்துப் போனான். அவ்வளவு பெரிய சாரை சாதுவாக இருந்தது. அதற்குப் பெரிதான வேலையுமில்லை. நாகத்தைப் பிடிக்க மட்டுமே பயன்பட்டது.

“கட்டுவிரியனைப் பாருங்க சாமி... விரியங்கடிச்சா விதி முடிஞ் சதுன்னு சொல்லுவாங்க...''

பாம்பாட்டி சப்தமாகச் சொல்லியபடியே ஓலைப் பெட்டியைத் திறந்தான். கட்டுவிரியன் தலையை உள்வைத்து மண்டலம் போட்டுப் படுத்திருந்தது. பாம்பாட்டி பாம்பைக் கையில் எடுக்காமல் பெட்டியைத் தூக்கிக் கவிழ்த்தான். மண்டலத்தைப் பிரித்துக் கட்டுவிரியன் நீளவாக்கில் நெளிந்தது. அதன் கண்கள் துளாவலின்றி அமைதியாகவே இருந்தன.

"பாம்புலியே மந்தமான ஜீவன் இது... செவிட்டு விரியன்னு சொல்லுவாங்க..."

பாம்பாட்டி மேலும் சப்தமாக கட்டுவிரியனைப் பற்றி ஏதேதோ சொல்லிக்கொண்டிருந்தான். அந்தப் பெண் மதிலைப் பார்த்தபடி உட்கார்ந்திருந்தாள். குழந்தைக்குப் பால் கொடுத்துக்கொண்டிருந்தாள். கூட்டத்தைப் பொருட்படுத்தவில்லை என்பது தெரிந்தது. ஒரு சமயம் பழக்கப்பட்டிருக்கவேண்டும்.

கூட்டமும் அதிகமானபடியிருந்தது. விரிப்பில் நாணயங்கள் விழுந்துகொண்டிருந்தன. சிலர் எட்டிப்பார்த்து நாணயங்களை மட்டும் வீசிவிட்டுப் போய்க்கொண்டிருந்தார்கள். பாம்புகளைப் பார்க்க அவர்களுக்கு நேரமும், பொறுமையுமில்லை. சிலர் நாணயங்கள் எதுவும் போடாமல் வெகுநேரமாக நின்று பாம்புகளைப் பார்த்துக் கொண்டிருந்தார்கள் இவனைப்போல. இவன் சட்டென்று ஒரு ரூபாய் நாணயத்தை எடுத்து விரிப்பில் போட்டான். இவனுக்கு பூ நாகத்தைப் பார்க்கவேண்டும் என்கிற ஆவல் தொற்றியிருந்தது.

தாழம்பூக்காரி இருக்கும்வரை பூ நாகத்தைப் பற்றிச் சொல்வாள். அவள் ஊருக்கு வந்திருப்பதை விடியுமுன்பே தெரிந்து கொள்ளலாம். அவள் குரல் ஊரெங்கும் படர்ந்துபோய் மீண்டு வருவதுபோல இருக்கும். வியாபாரம் எல்லாம் ஆனபின்புதான் வீட்டுக்கு வருவாள். வாசற்படியில் உட்கார்ந்து எட்டிப் பார்ப்பாள். அக்காவுக்கு நயமான ரெண்டு அடுக்குத் தாழம்பூவைத் தனியாக எடுத்து வைத்திருப்பாள். அம்மா 'கரசோறு' கொண்டு வந்து ஊற்றுவாள். பசியாறியபின் நடையில் வெகுநேரம் உட்கார்ந்து பேசிக்கொண்டிருந்துவிட்டுப் போவாள்.

அப்போது தாழம்பூக்காரி பூநாகத்தைப்பற்றி சொல்லிப் போகாத நாளிருக்காது. அதன் கொடிய விஷத்தன்மையையும் மீறி அவள் தாழம்பூக்கள் பறித்து வருகிறாள் என நினைக்கும்போதே தாழம்பூக் காரிமேல் சட்டென ஓர் இரக்கம் பிறக்கும்.

"பொடைக்குள்ள சின்னதா குச்சிமத்தாப்பட்டம்தா இருக்குமாத்தா... கண்ணுக்கே சரியா தெரியாது. தீண்டிருச்சுன்னா அவ்வளவுதான் நேரா பரலோகந்தான். அதனாலதான் தாழம்பு பறிக்கும்போது மட்டும் சூதானமுன்னா அப்படி ஒரு சூதானம் வேணும்..."

தாழம்பூக்காரி ஊருக்குள் வருவது நின்று வெகுகாலம் ஆகிவிட்டது. அவள் குரல் மட்டும் இவனுள் இன்னும் அப்படியே தங்கிவிட்டது.

தாழம்பூக்களைப் பார்க்க நேரும்போதும் ஆறுகளைக் காணும்போதும் இவன் பூநாகத்தை நினைத்துக் கொள்வான். ஆனாலும் பூ நாகத்தைக் காணும் சந்தர்ப்பம் மட்டும் இவனுக்கு இதுவரை வாய்க்காமலேயே போயிற்று.

இப்போது பாம்பாட்டி கட்டுவிரியனைத் தூக்கி ஓலைப் பெட்டிக்குள் வைத்து மூடினான். இவனுக்கு ஆவல் தொற்றியது. அடுத்து பூநாகத்தைக் காண்பிக்கப்போகிறான் என நினைத்துக் கொண்டான். பாம்பாட்டி கூட்டத்தைப் பார்த்தான். மேலும் நிற்பவர்கள் கலைவது தெரிந்தது. பாம்பாட்டி திரும்பவும் நாகத்தை எடுத்து வெளியே விட்டான். மகுடியை எடுத்து ஊதினான். மகுடி சப்தம் கேட்டதும் வேறு சிலர் வந்து சேர்ந்தார்கள்.

இவன் பொறுமையாக நின்று கொண்டான். எப்படியும் பூநாகத்தை பார்த்துவிடவேண்டும் என்கிற ஆவல் இன்னுமிருந்தது. கூட்டத்தில் முன்பிருந்தவர்கள் எல்லாம் கலைந்து போயிருந்தார்கள். இப்போது வேறு முகங்களாகத் தெரிந்தன. முகங்கள் மாறிக்கொண்டேயிருந்தன. இந்த முறையும் பாம்பாட்டி கட்டுவிரியனைக் காட்டியபின் பூநாகத்தை காண்பிக்கவில்லை. நாகத்தினை எடுத்து விட்டு மகுடி ஊதினான்.

இவனுக்கு சுவராஸ்யம் போயிற்று. பாம்பாட்டியிடம் பூநாகம் இல்லை என நினைத்தான். பாம்பாட்டி ஏமாற்றுவதாகக்கூட கோபம் வந்தது. பாம்பாட்டியிடம் கேட்டுவிடவேண்டும் போல இருந்தது. ஆனால், பாம்பாட்டி கூட்டத்தைப் பார்க்கவில்லை. பாம்பின் மேலேயே முழுக்கவனம் செலுத்தியபடியிருந்தான்.

பொழுது உச்சியிலேறியிருந்தது. இவனுக்கு வந்த வேலை ஞாபகம் வந்தது. கூட்டத்தை விலக்கி வெளியே வந்தான்.

இவனுக்கு நெற்றியிலும் கழுத்திலும் வியர்வை வடிந்தது. துடைத்தபடியே கிழக்கே நடந்தான். நேரம் அதிகமாகிவிட்டது தெரிந்தது. பூக்கடை முச்சந்தி போகும்வரை பாம்பாட்டியை நினைத்தபடியே நடந்தான். பெரிய கடைவீதியில் வாகனங்கள் தேங்கிப் போயிற்று.

இவன் வேலையெல்லாம் முடிந்து மேற்கே திரும்பும்போது பொழுது சாயத் தொடங்கியிருந்தது. நடையில் வீடு திரும்பும் அவசரம் இருந்தது. பாம்பாட்டி அதே இடத்தில் இருந்தான். வித்தை காட்டவில்லை. அந்தப் பெண் இப்பொழுது சமையல் செய்து கொண்டிருந்தாள். கல்லடுப்புக்கு வெளியே தீ ஜுவாலைகள்

தெறித்துக்கொண்டிருந்தன. பையன்கள் தவளையைக் கையில் பிடித்துக்கொண்டு ஏதோ செய்துகொண்டிருந்தார்கள். பாம்புகளுக்கு இரைபோடுவதற்காக இருக்கலாம். பாம்பாட்டி மூங்கில் கூடையை ஒட்டி உட்கார்ந்திருந்தான். பீடி குடித்தபடி ரோட்டைப் பார்த்துக் கொண்டிருந்தான்.

இவன் பாம்பாட்டியின் அருகில் போய் நிற்பதைக் கண்டதும் பாம்பாட்டி பவ்யமாக எழுந்து நின்றான். இவன் ஐந்து ரூபாய்த் தாள் ஒன்றை எடுத்து நீட்டினான். பாம்பாட்டி புரிந்து கொண்டான். பணத்தை வாங்காமலே பேசினான்.

"பொழுதுக்கும் ஆடி நாகம் சலிச்சிருக்கு எஜமான்... விரியன் இப்பதா எறமுழுங்கியிருக்கு... வித்தகாட்ட முடியாதே..."

இவன் பணத்தைத் தொடர்ந்து நீட்டியபடியே சொன்னான்.

"இந்தப் பாம்பெல்லாம் வேண்டாம். மூங்கில் கூடையைக் கொஞ்சம் தூக்கிக் கையைவிட்டுத் துழாவினான். சிறிய ஓலைப் பெட்டி ஒன்றை வெளியே எடுத்தான். பின்பு குத்தவைத்து உட்கார்ந்து கொண்டான். இவனையும் உட்கார ஜாடை காட்டினான். இவன் பக்கத்தில் பாம்பாட்டி போலவே உட்கார்ந்தான்.

பாம்பாட்டி ஓலைப் பெட்டியைத் திறந்தான். தீக்குச்சிபோல கரிய நிறத்தில் பூநாகம் இருந்தது. செத்ததுபோலச் சலனமில்லாமல் கிடந்தது. குமிழ்மணி போன்ற தலைப்பகுதியில் மட்டும் லேசான சிவப்பு நிறம் படிந்திருந்தது. கிட்டத்தில் காய்ந்த தாழம்பூ மடிப்பு கிடந்தது.

இவனுக்குச் சின்ன வயதிலிருந்து மனத்தில் உருவகப்படுத்தி வைத்திருந்த தோற்றமும் இப்போது நேரில் பார்ப்பதற்கும் நிறைய வேறுபாடு இருப்பதாகத்தான் பட்டது. நாக்கு நீண்டு, சதா விஷம் சொட்டியபடியிருக்கும் ஒரு ஜீவனைத்தான் இவன் மனத்தில் ஆழப்பதிந்து வைத்திருந்தான்.

திடீரென பையன்களும் வந்து பக்கத்தில் உட்கார்ந்து கொண்டார்கள். பாம்பாட்டி இவனை உற்றுப் பார்த்துவிட்டுப் பேசினான்.

"மற்ற பாம்பாட்டம் இல்ல சாமி... இந்தப் பூநாகம் ரொம்ப ரோஷமுள்ளது... நம்ப புடிச்சி போடற புழுபூச்சியெல்லாம் சரியா சாப்பிடாது... அவ்வளவு சீக்கிரத்தில் மனுஷங்களோட சரியா பழகாது... விஷம் கொடூரமானது... ஆயிரம் தாழமரம் போய்

தேடினாத்தான் ஒரு பொடையில இந்தப் பூநாகம் இருக்கும்... புடிச்சு வர்றதும் கஷ்டம்... எங்கிட்ட மூணு பூநாகம் இருந்துச்சு... அமராவதி ஆத்தங்கரையில் ஆறுமாதம் அலைஞ்சேன் இதப்புடிக்க... இங்க கொண்டுவந்த கொஞ்ச நாள்ல ஒன்னு செத்துப்போச்சு... அப்புறம் கொஞ்சநாள்ல இன்னொன்னும் செத்துப்போச்சு... இப்ப இதுவும் சந்தேகமாயிருக்கு...''

பாம்பாட்டி இதையெல்லாம் ஏன் தன்னிடம் சொல்ல வேண்டும் எனத் தோணியது இவனுக்கு. ஏதோ ஓர் ஒட்டுதல் இருந்திருக்கும் என நினைத்துக் கொண்டான். ரோட்டில் போய்க் கொண்டிருந்தவர்கள் எல்லாம் இவன் பாம்பாட்டியிடம் பேசிக் கொண்டிருப்பதை வேடிக்கை பார்த்தபடிப் போவதைக் கவனித்தான்.

இவன் திரும்பவும் ஐந்து ரூபாய் நோட்டை எடுத்து பாம்பாட்டியிடம் நீட்டினான். பாம்பாட்டி இந்த முறை பணத்தை வாங்கிச் சட்டை பாக்கெட்டில் திணித்துக் கொண்டே மேலும் பேசினான்.

“இன்னொரு விஷயந் தெரியுமா சாமி... பூநாகத்தை புடிச்சுக்கிட்டு வந்து மூணு வருஷமாச்சு... இன்னைக்கு வரைக்கும் அது அஞ்சு பைசா சம்பாரிச்சதில்லை... அது மொதமொதல்ல சம்பாதிச்ச காசு உங்களோடதுதா... இங்க வர்றவங்க எல்லாம் “நாகம் படமெடுத்து ஆடறத” பாக்கறதுக்குத்தா வர்றாங்க. மத்தபாம்பையெல்லாம் பள்ளிகோடத்து கொழந்தைகள்தா பாக்கும். அதுகளுக்கும் பூநாகம் பத்தி தெரியாது...”

இவன் பதில் பேசாமலிருந்தான். பாம்பாட்டி மேலும் ஒரு பீடியைப் பற்றவைத்தான். வெளிச்சம் மங்கிக் கொண்டிருந்தது. பையன்கள் ஓலைப்பெட்டியை மூடி எடுத்துப் போனார்கள். இவன் கிளம்ப எத்தனித்தபோது பாம்பாட்டி புகையை மூக்கு வழியாக விட்டபடியே சொன்னான்.

“இதுக்கும் ஏதாவது ஒன்னு ஆகறதுக்குள்ள இதைக் கொண்டு போயி ஆத்துக்கால்ல உட்டுட்டு வந்தர்லாமுன்னு இருக்கேன். இந்தப் பூநாகம் எனக்கு பிரையோசனப் படல எஜமான்..''

இவன் பாம்பாட்டியிடம் பேசியதிலிருந்து இவனுக்கு மனசு பூராவும் ஏதோ ஓர் இறுக்கம் பரவியிருந்தது. என்னவென்று சொல்லத் தெரியவில்லை. இரண்டு நாள்கள் கழித்துத் திரும்பவும் தாராபுரம் போகும் வேலை வந்தது. சோளகடைவீதி போக வேண்டியிருந்தும் டவுன் பஸ் ஏறவில்லை. பொள்ளாச்சி ரோட்டிலேயே இறங்கிக்

கிழக்கே நடந்தான். முனிசிபல் ஹைஸ்கூல் மதில் சுவரோரம் எப்பவும் போலவே கூட்டமிருந்தது.

இவன் ஜனங்களை ஒதுக்கி உள்ளே எட்டிப் பார்த்தான். பாம்பாட்டி நாகனை வெளியே விட்டிருந்தான். பையன்களிடம் காசு வசூலிப்பதற்காக விரிப்பை விரித்துக்கொண்டிருந்தான்.

பாம்பாட்டி அண்ணாந்து மேலே ஜனங்களைப் பார்த்தபடி சப்தமாக சொன்னான்.

"நாகன்... சாரை... கட்டுவிரியன் எல்லாம் வித்தகாட்டப் போகுது... ரெடியாகுங்க சாமி..."

பின்பு பாம்பாட்டி மகுடியை ஊதுவதில் கவனமாக இருந்தான். நாகம் மண்டலத்தைப் பிரித்து எழுந்து கொண்டிருந்தது. இவன் பாம்பாட்டி தன்னைக் கவனிக்குமுன் கூட்டத்தில் புகுந்து வெளியே வந்தான். பூநாகத்தைப் பற்றிப் பாம்பாட்டி குறிப்பிடாதது மிகவும் வருத்தமாக இருந்தது. நிச்சயம் பாம்பாட்டி பூநாகத்தை ஆற்றங்கரையில் விட்டிருப்பான் என்றே தோணியது. கடைவீதியை நோக்கி நடந்தான். ஆகாயத்தில் முகில்கள் நிறைந்து கிடந்தன.

(சங்கு, ஏப்ரல் - 2004)

வேகாத வெயில்

விடுதியில் தங்கியிருந்த மாணவர்கள் முக்கால்வாசிப் பேர் நேற்றே ஊருக்குக் கிளம்பிப் போயிருந்தார்கள். பன்னிரண்டாம் வகுப்பு பரீட்சை முடிந்து இரண்டு நாள்களாகிவிட்டன. இவன் காலையிலேயே ராஜவாய்க்காலில்போய்க் குளித்துவிட்டு வந்தான். பெட்டியில் பாடப் புத்தகங்களையும் துணிமணிகளையும் எடுத்து அடுக்கி வைத்தான். வார்டன் வந்ததும் சொல்லிவிட்டுக் கிளம்ப வேண்டியதுதான். தேர்ச்சி பெறும் எல்லா மாணவர்களுமே கல்லூரியில் சேரும் முடிவோடுதான் பிரிந்து போனார்கள். இவனுக்குக் கல்லூரியில் சேர்ந்து கணிப்பொறியில் ஏதாவது படிக்க வேண்டும் என்கிற ஆசை இருந்தது. அதனால்தான் கம்ப்யூட்டர் சயின்ஸை முதன்மைப்பாடமாக எடுத்திருந்தான். ஆனால், குடும்பச் சூழலை நினைக்கும்போதுதான் பயமாக இருந்தது. இதுவரை படித்ததே பெரிய விஷயம் எனத் தோணியது. முன் வராந்தாவில் உட்கார்ந்து யோசித்தபடி இருந்தான். சாய்ந்திருந்த தூண் சதுரவடிவில் இருந்தது. வெயில் ஏறிக் கொண்டு வந்தது. வார்டனை இன்னும் காணவில்லை. வார்டன் வருவதற்காகக் காத்திருந்த மற்ற மாணவர்களில் சிலர் கடைவீதி சென்றார்கள். சிலர் தினசரி படிப்பதற்காக டீக்கடைகளை நோக்கிப் போனார்கள். ஊர்போவதில் அவர்களின் முகத்தில் எல்லாம் ஒருவித சந்தோஷமிருந்தது. இந்த விடுமுறையை அவர்கள் மிகவும் விரும்பினார்கள்.

இவன் அப்படியே உட்கார்ந்திருந்தான். வார்டன் வரும்போது இளமதியம் கடந்துவிட்டது. சைக்கிளை நிறுத்தியதும் வார்டன் நேராக அலுவலக அறைக்குள் சென்றார். மாணவர்கள் ஓடிச்சென்று வரிசைப்படுத்தி நின்றனர். வார்டன் மேசை மீது இருந்த படிவத்தில் கையொப்பம் வாங்கிக் கொண்டு ஒவ்வொரு மாணவனாக வெளியே

என். ஸ்ரீராம் | 121

அனுப்பினார். இவன் விடுதியிலிருந்து பெட்டியைத் தூக்கிக் கொண்டு வெளியே வந்தான். மற்ற மாணவர்கள் பேருந்து நிலையம் நோக்கிப் போனார்கள். இவன் பைபாஸ் ரோட்டில் போய்பேருந்து ஏறிக் கொள்ளும் முடிவோடு பிரிந்து எதிர்ப்புறத்தில் சென்றான். பெட்டி கனத்தது. தர்க்காவை ஒட்டி நடந்தான். பச்சைநிற வண்ணம் பூசிய சமாதியை ஒட்டி முஸல்மான் பெரியவர்கள் உட்கார்ந்திருந்தார்கள். மதிலோரம் புறாக்கள் வட்டமடித்துக்கொண்டிருந்தன. உள்பகுதியில் மனநிலை பாதித்தவர்களைக் காலில் விலங்கிட்டு மரத்தில் கட்டி வைத்திருந்தார்கள். முக்காடிட்ட பெண்கள் கல் அடுப்பில் சமையல் செய்துகொண்டிருந்தார்கள்.

இவன் தார்ச்சாலையிலிருந்து பிரிந்தான். வேலிப்புதரினூடே செல்லும் ஒரு மண்பாதை பைப்பாஸ் ரோட்டுக்கு குறுக்கு வழியாகப் போனது. அதில் புகுந்து நடந்தான். வெக்கைப் பூச்சிகளின் ரீங்கரிப்பு கேட்டது. ஆளின் அரவம் கண்டதும் சட்டென நின்றது. வெளியெங்கும் காற்றடங்கிய உக்கிரம் இருந்தது. மலத்தின் வாசனை வீசிற்று. பன்றிகள் உலவிக் கொண்டிருந்தன. விறகு பொறுக்கும் பெண்கள் சேலையைத் தூக்கி இடுப்பில் சொருகியிருந்தார்கள். அப்பெண்களின் கருத்த கெண்டைக்கால் பகுதியை ஓரக்கண்ணால் பார்த்தபடியே அவன் அப்பகுதியைக் கடந்தான். பொழுது உச்சிக்கு ஏறிக் கொண்டிருந்தது. தூரத்தில் முறைச்சலுடன் வாகனங்கள் போவது தெரிந்தது. சைக்கிளில் பிளாஸ்டிக் குடங்களைக் கட்டியபடி ஒருவன் எதிரில் வந்தான்.

பைப்பாஸ் ரோடு முச்சந்தியில் ஏற்கெனவே சிலர் பேருந்துக்காக நின்றிருந்தார்கள். கூடையில் வெள்ளரிக்காய் வைத்து ஒரு கிழவி வியாபாரம் செய்துகொண்டிருந்தாள். இவன் புளியமரத்து நிழலில் போய் நின்றுகொண்டான். பழனியிலிருந்து ஈரோடு செல்லும் பேருந்து எதுவும் இவன் ஊரில் நிற்காது. தாராபுரத்திலிருந்து கிளம்பிவரும் பேருந்தை எதிர்பார்த்துக் காத்திருந்தான்.

வெகுநேரத்துக்குப் பின்பு ‘சக்தி முருகன்’ பேருந்து வந்து நின்றது. கூட்டம் குறைவாகத்தான் இருந்தது. இங்கிருந்து வெறும் பதின்மூன்று மைல்தான் இவனது ஊர். உப்பாற்றுப் பாலத்தைக் கடந்து பேருந்து சென்றது. ஆற்றில் தண்ணீர் வற்றி பாறையாகக் கிடந்தது. கரையில் குத்தாரியிட்டிருந்த கரி அடுப்புகளிலிருந்து புகை மேலே கசிந்து கொண்டிருந்தது. நடத்துநர் வந்து கம்பியில் சாய்ந்து நின்றார். இவன் ஐந்து ரூபாய் நாணயத்தைக் கொடுத்து, சொன்னான்...

இச்சுப்பட்டி ஒன்று...?

பேருந்து நின்று நின்று போனது. உப்பாற்றுக் கரைவெறி காய்ந்து கிடந்தது. எருமைகள் மேய்ந்துகொண்டிருந்தன. அரைமணிநேரப் பயணத்துக்குப் பின் இவன் பேருந்திலிருந்து இறங்கினான். பெட்டியைத் தூக்கி தலையில் வைத்துக்கொண்டான். வந்த தார்ச்சாலையிலேயே கொஞ்ச தூரம் திரும்பி நடந்தான். கானல் நெளிந்தது. ஊருக்குள் சேவல் கூவியது. கிழக்கு பார்த்து இடப்புறம் மண்பாதை பிரிந்தது. புழுதியில் பட்டாவண்டி போனதடம் இருந்தது. மாரியம்மன் கோவிலில் பண்டாரம் உச்சி பூஜையில் ஈடு பட்டிருந்தார். ஆடு மேய்க்கும் சிறுவர்கள் தளுவு சோத்துக்காக மதிற்சுவரோரம் ஒண்டியிருந்தார்கள்.

இந்த வருஷ கோடைக்காலம் உக்கிரமானது. காற்றின் ஓசையில்லை. எங்கும் இளங்கொம்பு அசையாத இறுக்கம். இவன் கோவில் கிணற்று மேட்டில் பெட்டியை வைத்துவிட்டு உள்ளே எட்டிப் பார்த்தான். சருகுகள் படிந்த படிக்கட்டில் உடும்பு ஊர்ந்து கொண்டிருந்தது. பாம்பேறி இச்சிமரத்தின் ஒற்றைக் கிளையில் மூன்று தூக்கணாங்குருவிக் கூடுகள் தொங்கின. இலைகள் பழுத்துச் சருகாகி விழும் ஒலி துல்லியமாகக் கேட்டது. தண்ணீர் அடியாழத்தில் கிடந்தது. மாசிச் சாட்டின்போது கும்பம் தாழித்துவிட்டுப் போட்ட மரத்தக் கைகள் மிதந்துகொண்டிருந்தன. தொலைவாரி கல்பண்ணைகளில் காய்ந்த பாசம் வெடித்துக் கிடந்தது. கிட்டத்தில் காசரளிச் செடிகள் பூத்து நின்றன. கிணற்று பொந்தில் கோட்டான்களின் பகலுறுமல்கள் திடீரெனத் தொடங்கின.

இவன் பெட்டியைத் தூக்கிக் கொண்டு மேடேறி நடந்தான். கள்ளியமேட்டுச் சாணார் வளவில் ஆள் அரவமே இல்லை. எல்லாம் பனையோலை வேய்ந்த கூரை வீடுகள் சூட்டிற்குப் பொரிந்து நுணுங்கிக் கொண்டிருந்தது. முன்பு வீட்டிற்கு வீடு ஒரு முதியவர் அவுனி கிழித்துக்கொண்டே இருப்பார். வாசல் கொப்பரையில் தெலுவு சதா கொதித்துக் கொண்டிருக்கும். பெண்கள் பாகைப் பிசைந்து கருப்பட்டி வார்த்துக்கொண்டிருப்பார்கள். ஏணி, இடைக்கயிறு சொரப்புரடை சகிதமாக ஆண்கள் வீதியில் அலைவார்கள். இரண்டாம் சாமத்தின் நிசப்த வேளை. வளவில் எங்காவது ஒரு மூலையில் சாணார்கள் முருங்கை முட்டியில் வெங்கிக்கல் பொடி போட்டு பாளைக்கத்தியை தீட்டும் சப்தம் கேட்கும். பெண்கள் உரலில் வெங்கிக்கல் பொடி இடிக்கும் ஓசையும் எழும். விடியக் கருக்கலில் கள்முட்டிகள் சாய்ப்பு ஒதைகாலில் தொங்கும். நுரைபொங்கும் கள்ளில் கோத்தும்பிகளும்

தேனீக்களும் நீத்தித் தவிக்கும்ப் பச்சை பனைகொட்டைகளை குவித்துக் கட்டிக்கொண்டிருப்பார்கள் சிலர். வெயில் காலத்தில் நொங்கு வாசலெங்கும் இறைந்து கிடக்கும். சிறுவர்களின் பனை வண்டி கடகடத்து வீதியில் ஓடும்.

எல்லாம் இந்த நான்கைந்து வருஷத்துக்குள் மாறிப்போய் விட்டன. இவன் குடும்பமும் தான். வளவில் யாரும் மரமேறப் போவதேயில்லை. அப்பன் பாளைக்கத்தியைக் கொட்டத்து எறப்பில் சொருகி வெகு நாட்களாகிவிட்டது. இடைக்கயிறு தூசியேறிவிட்டது. சொரக்குடுக்கைக்குள் பல்லிகள் முட்டையிட்டுக் கிடக்கின்றன. கருப்பட்டி வெல்லம் தூர்விட்டுப் பொத்தே போனது.

கொங்கு மண்ணில் பனைகள் அழிவுறும்காலம் தொடர்ந்தாற்போல் பருவமழை பொய்த்துப்போனது. கார்மழை இறங்குவதே இல்லை. பனைகளை வெட்டிசெங்கல் சூளைக்குப் பாரமேற்றுகிறார்கள் குடியானவர்கள். சாணார்கள் வேறுவேலை தேடிப்போய்விட்டார்கள். தற்போது மழை இறங்கிப் பெய்தபோதும் நீர்குடிக்கப் பனைகள் இல்லை. மரமேற ஆட்களில்லை.

இந்த வருடம் பங்குனி முடிவுறும் தறுவாயில் இருந்தது. வானில் இன்னும் கார்மழைக்கான முகாந்திரமே இல்லை. இவன் வீட்டை நெருங்கியிருந்தான். ஜல்லி மண்சுவரில் ஒடக்காய் கொக்கானி காண்பித்தது. மஞ்சளும் செந்நிறமுமான அன்ச் செதில்கள் விறைத்து நின்றன. சாணி வலித்த முன் ஆசாரத்துத் தரையில் கோழி பேண்டிருந்தது. அப்பனின் கத்தாழமஞ்சிக் கயிற்றுக் கட்டிலில் கடுவம் பூனை தூங்கியது. இவன் பெட்டியை கட்டில் மீது இறக்கி வைத்தான். கால்களை நீட்டிக் கடவு முறித்துக் கடுவம்பூனை மெல்ல எழுந்து சுவரில் தாவியது. குறுக்கு மதில் ஏறி அமர்ந்து இவனையே பார்த்தது. வீடு பூட்டியிருந்தது. இவன் விரலால் நிரண்டி கதவுகம்புமேல் தொறப்புக்குச்சி இருக்கிறதா என பார்த்தான். தொறப்புக்குச்சி இல்லை. வாசல் கொடாப்பில் வெள்ளாட்டுக்குட்டிகள் கத்தின. உள்ளே கட்டி தொங்கவிட்டிருந்த மிஷ்டக்கொடி வாடிப் போயிருந்தது. வெள்ளாட்டுக் கொட்டில் நிழலில் நூலான் சேவல் நின்றது. ரெக்கையை விரித்து இளைப்பாறிக் கொண்டிருந்தது. உறியில் கருங்கோழி அடைபடுத்திருந்தது.

இவன் அப்பனைத்தேடிப் போனான். கள்ளியமேடு ஏகாந்தமாய் வெறிச்சோடியிருந்தது. சப்பாத்திக்கள்ளிக்குள்ளிலிருந்து கதுவேரிகள் திடீரென எழுந்து பறந்தன. தடம் வளைந்து போயிற்று. நீரிடி

இறங்கிய குழியருகில் உட்கார்ந்து குனிந்து பார்த்தான். அடியாழத்தில் தண்ணீர் இருப்பதுபோலத் தெரிந்தது. பொடிக்கல்லைப் பொறுக்கி உள்ளே போட்டான். சலனமில்லை. எழுந்து மேட்டிலிருந்து கீழே இறங்கினான். பள்ளத்தில் ஊர் தென்பட்டது. கூரை மீது வெப்பம் இறங்கியிருந்தது. தொடுவானில் முகில்கள் தேங்கி நின்றன.

கிணற்றடியில் ஆடு மேய்க்கும் சிறுவர்கள் விளையாடிக் கொண்டிருந்தார்கள். தளுவஞ்சோத்து இலை தடத்தில் கிடந்தது. உச்சிப்பூஜை முடிந்து பண்டாரம் மாரியம்மன்கோவிலைப் பூட்டிக் கொண்டிருந்தார். கம்பிகளுக்குப் பின்னே சூலமும் உடுக்கையும் பிடித்த உக்கிர தாண்டவத்தில் அம்மன் கண்களில் சாந்தமற்ற மருட்சி. பண்டாரம் துண்டைச் சும்மாடு கூட்டி, கூடையைத் தலையில் தூக்கி வைத்தார். இவன் தூரிக்கு வெளியே நின்றபடியே அப்பனைப் பற்றிக் கேட்டான்.

எளமத்தியானம் பாத்தது அப்பனை...

அருவங்காட்டு இட்டேரியோர ஆடு மேய்ச்சுது...

பண்டாரம் ஊர்ப்பாதையில் போனார். இவன் தெற்கே பிரிந்தான். மொடக்கிடி கவுண்டர் தோட்டத்துக் கல்கட்டை ஒட்டி நடந்தான். கல்கட்டில் பதுங்கியிருந்த பூர்வகாலப் பாப்புராணிகள் நல்ல நிழல்தேடி அலைந்தன. தொண்டுபட்டிப் போர்ப்பட்டறை அடியில் பண்ணயத்து மாதாரி நின்றுகொண்டு அடையாளம் தெரியாமல் இவனையே பார்த்துக்கொண்டிருந்தான். செவலை நாய் ஓடிவந்து குரைத்துவிட்டுத் திரும்பிப் போயிற்று. இவன் விரசலாக நடந்தான். வெயில் சுள்ளென இறங்கியது. கொறங்காடுகள் வந்தன. கிட்டிக்கால் போட்ட செம்புலியாடுகள் வறப்பொருக்களை மேய்ந்து கொண்டிருந்தன. கிளுவையின் ஊடே வண்டித்தடம் பதிந்து அருவங்காட்டு இட்டேரி நேராகப்போயிற்று. வேலியில் காட்டுமல்லிக் கொடிகள் பூத்திருந்தன. வாசனை சுகந்தமாய் வெளிப்பட்டது.

பெருமாள்கோவில் மொடக்கில் வெள்ளாடுகள் வேலியில் தாவி தழைகடித்துக்கொண்டிருந்தன. நெருங்கியாயிற்று. பெருமாள்கோவில் வில்வமரத்தடி நிழலில் அப்பன் சல்லக்கத்தியோடு நின்றிருந்தார். வெறும்மேலில் இடைக்கயிறு படிந்த தழும்பு இருந்தது. வாதுகளில் குடுவை குடுவையாய்க் காய்கள் தொங்கின. மாங்குயில் மெல்லிசாய்க் கூவிற்று. வெகிங்கல் சாமியோரம் கார்த்திகை தீபத்தில் குங்குமம் இருந்தது. பாதி எரிந்த ஊதுபத்தியும், காய்ந்த துளசிமாலையும்

கிடந்தன. கட்டாந்தரையில் களக்கைகள் ஊர்ந்து கொண்டிருந்தன. அப்பனுக்கு இவனைக் கண்டதும் சிரிப்போடியது.

"எப்படா... கண்ணு வந்தே...?''

"இப்பதா...''

நிழல் ஒடுங்கிய வில்வமரத்தின் கீழே இவனும் போய் நின்றான்.

"பரீட்சீல பாஸாயிருவியா?''

"ம்ம்ம்...''

"ஊட்டுக்கு போயிட்டா வாரே...''

"ஆமா...''

"தொறப்புக்குச்சி உங்கம்மாகிட்டே இருக்கே...''

மேற்கொண்டு அப்பனோடு எதுவும் பேசவில்லை. இவன் அம்மா இருக்கும் இடம் கேட்டுத் தெரிந்துகொண்டான். அதே இட்டேரியில் மேலும் நடந்தான். செருப்பை மீறிப் பொடிசுட்டது. சிறிது தூரத்தில் அருவங்காடு வந்தது. கடவடி அரளிப்புதரில் மஞ்சள் பூக்கள் தொங்கின. படலைத் திறந்து உள்ளே போனான். பனைச் சாலோரம் செம்மண் தடம் போனது. பனையில் நொங்கு திரண்டிருந்தது. அணில்கள் சப்தமெழுப்பிக்கொண்டிருந்தன. ஆமரப் பாளைகள் தடத்தில் உதிர்ந்து கிடந்தன. மரத்திலிருந்து கீழிறங்கிய கொம்பேரி குள்ளப் பனங்கருக்குக்குள் சரசரவெனப் போயிற்று. இவன் விருக்கென பயந்து போனான். புழுதிக் காட்டில் இறங்கினான். தடம் கொதித்துக் கிடந்தது. எதிர்ப்பட்ட நொச்சிப் புதரைத் தாண்டினான். ஏரியில் அம்மா உட்கார்ந்திருந்தாள். அருகில் போனான். கருக்கரிவாளால் சோத்துக் கத்தாழையை அரிந்து வடியும் பாலை மண் ஓட்டில் பிடித்துக் கொண்டிருந்தாள். மண் ஓடு பால் ஒழுகி, ஒழுகி கறுத்துப் பிசுபிசுப்பாய் இருந்தது. சோத்துக்கத்தாழை புதரில் எலிகள் வங்குபறித்திருந்தன.

இவனைக் கண்டதும் அம்மா கைகளைச் சும்மாட்டுத்துணியில் துடைத்தபடி ஏரியிலிருந்து இறங்கிவந்தாள். வெயில் காந்தியது. காடு அனலோடிக்கிடந்தது. இருவரும் நடந்து நொச்சிப்புதர் நிழலில் போய் உட்கார்ந்தார்கள். அடித்தூரைச் சுற்றி உதிர்ந்த இலைகள் மீது பாம்புச்சட்டை கிடந்தது. நீளமானது. அநேகமாக சாரைப் பாம்பினுடையதாக இருக்க வேண்டும் என நினைத்தான். அம்மா கேட்டாள்.

எத்தன நாளுக்கு லீவு சாமி...''

"இனி ரிசல்ட் வந்து... காலேஜ் போனாத்தான் படிப்பு...''

"காலேஜ் போய்ப் படிச்சா ரொம்ப செலவாகுமாமே. இப்ப நீ படிச்சதற்கு ஏதாவது உத்தியோகம் கெடைக்குமா?'' இவன் எதுவும் பேசவில்லை. முகத்தைக் காட்டுப்பக்கமாகத் திருப்பினான். புழுதியில் சூறைக்காற்று சுழன்றபடி வந்தது. சருகுகளும் வைக்கோலும் மிதந்து வந்தன. உயரப் பனைகளைப் பிடித்து உலுக்கிற்று.

காற்றோடு ஒற்றைப் பனங்காட்டை வீறிட்டபடி போனது. அம்மாவே மறுபடியும் பேசினாள்.

"மொதல்ல சாதாரண உத்தியோகமாக இருந்தாலும் பரவாயில்லை போயி... ஒட்டிக்கரனும்...''

"தொறப்புக்குச்சியக் குடு... நா... ஊட்டுக்குப் போறேன்...?'' அம்மா முந்தானைத் தலைப்பில் முடிந்திருந்த தொறப்புக் குச்சியை அவிழ்த்துக் கொடுத்தாள். இவன் அதை வாங்கியதும் சட்டை சோப்பில் போட்டுக்கொண்டான். புழுதிக் காட்டில் இறங்கி நடந்தான். காய்ந்த சோளக்கட்டைகளைக் கரையான்கள் அரித்துக்கொண்டிருந்தன. நடுக்காட்டில் கரண்ட் கம்பம் இருந்தது. நெருஞ்சி முட்கள் உலர்ந்து கிடந்தன.

இவன் பனைசாலைத் தாண்டும்போது திடீரென நிலம் அதிர வேட்டுச் சப்தம் கேட்டது. அடுத்தடுத்து மேலும் வேட்டுகள் எழுந்தன. பாறைக் கனத்திற்கு ஒட்டப் பெண்களோடு கல் உடைக்கக் கூலி வேலைக்குப் போகும் அக்காவின் முகம் ஒருகணம் இவனுக்கு ஞாபகத்தில் வந்தது. கருக்கல்லில் போசியில் சோத்தைப் போட்டுக் கொண்டு போகும் அக்கா... இருட்டியதும் முகம் கருவலிந்து வீடு திரும்பும் சித்திரம் மனக்கண்முன்னே விரிந்தன. வேட்டுச் சப்தம் கேட்டுக் காகங்கள் கரைந்தபடி வந்துகொண்டிருந்தன. இவன் நடையில் விரைசலைக் கூட்டினான். இட்டேரியில் பொட்டை நாய் நாக்கைத் தொங்கப் போட்டபடி எதிரில் வந்தது. இவனுக்கு அது மசநாய் போலவேப் பட்டது. இவன் கீழே குனிந்து கையில் கல்லை எடுத்தான். நாய் கிளுவை வேலியில் முட்டிக் கொறங்காட்டுக்குள் ஓடிப்போனது. இட்டேரி முடிவுற்று ஓடையின் கொழி மணல் வந்தது. வானம் வெளிறியிருந்தது. காற்றடங்கி வேலாமரங்கள் அசைவின்றி வெறித்தன.

இவன் வந்த வழியே கல்கட்டை ஒட்டி நடந்து கள்ளியமேட்டை அடைந்தான். குடைசீத்தை மரநிழல்கள் கிழக்கே படரத் தொடங்கியிருந்தன. தொலைவில் தவிட்டுப் புறாக்களின் அனத்தல்கள் கேட்டன. அசையாக் கட்டை செடியடியில் கட்டெறும்புகள் செத்துதிர்ந்து கிடந்தன.

வெள்ளாட்டுக் கொட்டிலடியில் நின்ற நூலான் சேவல் இவனைப் பார்த்ததும் கொக்கரித்தது. இவன் கொடாப்பை எட்டிப் பார்த்தான். வெள்ளாட்டுக் குட்டிகள் தரம்போரம் குறுகிப் படுத்திருந்தன. வயிறு எழுந்தமிழ அதன் மூச்சொலிகள் கேட்டன. இவன் கதவருகில் போனான். சோப்பிலிருந்த தொறப்புக்குச்சியை எடுத்துப் பூட்டை திறந்தான். நாதாங்கியை எடுத்து நெம்பி கழற்ற வேண்டியதாயிற்று. முன் ஆசாரத்தில் கடுவம் பூனையைக் காணவில்லை.

இவன் பெட்டியை மட்டும் எடுத்துக் கொண்டுபோய் உள்ளே வைத்துவிட்டு வந்தான். பசித்தது. ஆனால் ஏனோ சாப்பிடத் தோணவில்லை. சில்வர் அண்டாவிலிருந்து தண்ணீரை மோந்து குடித்தான். கயிற்றுக் கட்டிலைத் தூக்கி வெள்ளாட்டுக் கொட்டிலடியில் போட்டுப் படுத்தான்.

உரியில் அடைபடுத்திருந்த கருங்கோழி இவனையே பார்த்தபடி இருந்தது. வெட்டுக்கை சந்தில் சொருகியிருந்த அப்பனின் பாளைக்கத்தி துருவேறிவிட்டது. அதன் நுனி ஆமரப்பாளையின் கள்வெறி தணியாத மூர்க்கத்துடன் இன்னும் இருப்பதாக இவனுக்குப் பட்டது. காலத்தின் போக்கை நினைத்துப் பார்த்தான். சிரிப்பு வந்தது. நேரம் போயிற்று. வாசல் உழிஞ்ஞை மரத்து நிழல் கொடாப்பின் மீது படர்ந்துகொண்டிருந்தது. அதன் வாதுகளில் அழகண்ணாங்குருவிகள் முனகிக் கொண்டிருந்தன. சோர்வும் பயமும் கலந்த மனநிலையிலேயே படுத்திருந்தன. கொஞ்சநேரத்தில் ஏனோ தூக்கம் கண்களைச் சொருகியது. இவன் தூங்கக் கூடாது என நினைத்தான். ஆனாலும் சிந்தனை தெளிவில்லாமல் பலவாறு எழுந்துகொண்டே இருந்தது. குடும்பச் சூழல் கண்முன்னே புதிர்காட்டியது. மேலே படிப்பது என்பது முடியாது எனத் தெரிந்தது.

இவன் சட்டெனக் கட்டிலிலிருந்து எழுந்தான். செருப்பை தொட்டுக்கொண்டு வெளியே வந்து வளவைப் பார்த்தான். பின்பு ஊர்ப் பாதையில் இறங்கி நடந்தான். ஆட்டுப் புழுக்கைகளும் மல்லும் கால்தாரைகளுமாகப் பாதை காட்சி தந்தது. பொழுது மேற்கே சாய்ந்து கொண்டிருந்தது. கவுண்டர் வளவில் ஆட்களே இல்லை. வீதியில்

நிசப்தம் கவிந்து கிடந்தது. பூட்டிக்கிடந்த தட்டோட்டு கூரைமீது உக்கிரத்தின் தலை விரவிக் கிடந்தது. சுவரில் சுண்ணாம்புக் காரைகள் புட்டு விழுந்துகொண்டிருந்தன.

மளிகைக் கடை நடுவளவில் இருந்தது. தென்னையோலைப் பந்தக்காலில் மஞ்சள் நிறத்தில் தொலைபேசி தொங்கியது. ஒரு ரூபாய் நாணயம் போட்டு இவன் யாருடனோ பேசிவிட்டு வந்தான். வெயில் தணியவில்லை. எப்பவாவது வீசும் காற்று வறண்டு உலத்தியது. மாரியம்மன்கோவில் பக்கம் வந்து சேர்ந்தான். அம்மா மண் ஓட்டில் கத்தாழம்பாலைச் சுமந்தபடி அருவங்காட்டு இட்டேரியிலிருந்து வருவது தெரிந்தது. இவன் நின்று கொண்டான். அம்மா அருகில் வந்ததும், வராததுமாகக் கேட்டாள்.

"மட்ட மத்தியானத்துல எதுக்கடா ஊருக்குள் போயிட்டு வர்றே?'' முருகேஷ் அண்ணனுக்கு போன் செய்யப் போன...

"எதுக்கு..?''

"வேலைக்குப் போக...!?''

"அவ... திருப்பூர்ல சாயப்பட்டறையி வேல பாக்குறான்...''

"ஆமா... நானும் அங்கதா வேலக்கிப் போலாமுன்னு இருக்கேன்...''

முன்னால் நடந்து கொண்டிருந்த அம்மா சட்டெனத் திரும்பி நின்றாள். இவனையே உற்றுப் பார்த்தாள், பின்பு நடந்தபடி பேசினாள்.

"போ... சாமி... போ... நீ நாலு காசு சம்பாதிச்சாதான் நம்ம குடும்பம் மேலுக்கு வரும்.. அப்படியே கவர்மெண்ட் உத்தியோகத்துக்கும் எழுதிப்போடு... வுட்டுராத கண்ணு... நீ படிச்ச படிப்பு வீணாப்போயிரு...''

அதன் பின்பு அம்மா பெரியண்ணனைப் பற்றி விசாரித்தபடி வந்தாள். மகாராஷ்ட்ரா போர்வெல் வண்டிக்கு வேலைக்குப் போன அவன் ஊர்வந்து நான்கைந்து மாதங்களிருக்கும். இடையில் ஒரே ஒரு கடிதம் மட்டும் போட்டிருந்தான். இனி தானும் அப்படித்தானோ எனத் தோணியது இவனுக்கு... ஏனோ எதிர்காலத்தை நினைத்துப் பயம் ஏற்பட்டது. மேடு தீராத தடம்போல நீண்டு கிடந்தது. வளவில் நாய் குரைக்கும் சப்தம் கேட்டது. பொழுது மெல்ல மேற்கே சாய்ந்தபடி இருந்தது.

(தூறல், சனவரி மார்ச் 2008)

அருவி

இரவு மழை பெய்த வானம் வெளிவாங்கியிருந்தது. வனமெங்கும் ஈரவாடை அடித்தது. காற்றடங்கிப் போயிருந்தது. மர அணில்கள் விட்டுவிட்டுக் கிறீச்சிடும் ஓசை தொலைதூரத்தில் கேட்டது. சாத்தாயீசாணி மொழுகிய சுத்திண்ணையில் வந்து உட்கார்ந்தான். குழந்தைகள் இருவரும் வீட்டுக்குள்ளிருந்து எழுந்து வெளியே வந்தார்கள். வாசலில் ஊர்ந்து செல்லும் கோலாலம்பூச்சியை வேடிக்கை பார்த்தபடி, சாத்தாயீயைப் பார்த்து ஏதோ கேட்டார்கள். சாத்தாயீ குழந்தைகளுக்குப் பதில் சொல்லவில்லை. ஆழ்ந்த யோசனையில் இருந்தான்.

கதவின் வழியாக அடுப்பின் புகைமூட்டம் கசிந்து வெளியே வந்து கொண்டிருந்தது. அவன் மனைவி உள்ளே ராகிக் களி கிளறிக் கொண்டிருந்தாள். அடுப்பில் தேக்கங்சிராய்கள் கருகி எரியும் வாசனை புகையோடு மணந்தது.

அவள் உள்ளிருந்தபடியே பேசினாள். "கீ காட்டுக்குப் போயி... ராயீ வாங்கிட்டு வந்தரனு... இல்லீனா நாளைக்கு அடுப்பு பத்த வெக்க முடியாது...''

சாத்தாயீ அவளுக்குப் பதில் எதுவும் சொல்லவில்லை. பீடி பற்ற வைத்தான். புகையை உள்ளிழுத்து வெளியே விட்டான். ஏறு வெயில் ஏற ஏற, வானத்தில் நிழல் கட்டி வந்தது. அந்தச் சமயத்தில் படல் வேலியோரம் பம்மன் நின்று கூப்பிட்டான். சாத்தாயீ எழுந்து அவனிடம் போய்க் கேட்டான். "என்னாச்சு...?''

"காலங்காலத்தால ஒரு சோடி குளிக்க வந்திருக்கு. அருவியில வெள்ளம் வேற ஜாஸ்தி... பாறையோரத்துல நின்னுக்கிட்டு போட்டோ எடுத்திருக்காங்க. எப்படியோ சரிக்கீருச்சு. அந்த ஆள் அம்பேலாகிட்டான்... அந்தப் பொம்பள மட்டும் அழுதுகிட்டு இருக்கா...''

“வசதியானவங்கதானா?''

“பாத்தா அப்படித்தா தெரியுது... ஊர் கோயமுத்தூர்தானாம்... போன் பேசியிருக்கா... சொந்தக்காரங்க எல்லாம் நாலு மணி நேரத்துல வந்திருவாங்களாம்...''

சாத்தாயீ திரும்பி வந்து சுத்திண்ணை எறப்பை பிடித்துக்கொண்டே வீட்டுக்குள் எட்டிப் பார்த்தான். பின்பு மனைவி பெயரைச் சொல்லிக் கூப்பிட்டான். அவள் ஈரக்கையை முந்தானையில் துடைத்தபடி வெளியில் வந்து பார்த்தாள். சாத்தாயீ எறப்புமாலில் சொருகியிருந்த வடக்கயிற்றை உருவியபடி சொன்னான்: “ஆளெடுக்க போறோம்... வர்றதுக்கு ராவாகும்...''

அவள் எதுவும் பேசாமல் சாத்தாயீயையே உற்றுப் பார்த்தாள். சாத்தாயீ நகர்ந்து படல்வேலியோரம் போனான். ஐவிரல்கொடி படலெங்கும் ஏறி படர்ந்திருந்தது. அதற்குள் பம்மன் ஒற்றைத் தடத்தில் இறங்கி நடந்தான். சாத்தாயீ வடக்கயிற்றைத் தோளில் போட்டுக்கொண்டு அவன் பின்னே நடந்தான். பொழுது மேலேறிக் கொண்டிருந்தது. வழிநெடுக உதிர்ந்த இலைகள் ஈரத்துடன் படிந்து கிடந்தன. காடு நிழல் கவிந்து கிடந்தது. ஆளைக் கண்டதும் மந்திகள் வாதுகளில் தாவி ஓடின. மழை வெயிலைக் கண்டதும் காட்டுப் பூச்சிகளின் ரீங்கரிப்பு தொடங்கியிருந்தது. இருவரும் பாறை மடுவில் இறங்கி நடந்தார்கள். அருவிக்குப் போகும் குறுக்குவழி அது. சரிவாய்ப் போனது. குத்துப் பாறைகளைத் தாண்டித் தாண்டிப் போனார்கள். மண் கண்ட இடத்தில் வேப்புலான்புதர்கள் மண்டியிருந்தன. பாறை வெடிப்பில் முளைத்த புற்கள் காற்றில் மெல்ல அசைந்தபடியிருந்தன. கீழே இறங்க இறங்க அருவி விழும் சப்தம் கேட்டது. வெயிலில் நீர்ப்பறவை ஒன்று வீறிட்டபடி பறந்து போயிற்று.

அருவிக்குப் போகும் தார்ச்சாலை வந்ததும் சில ஜீப்புகள் கடந்து போயின. சிலர் தோள் பையோடு நடந்து போய்க்கொண்டிருந்தார்கள். தார்ச்சாலை ஏற்றமாய் வளைந்து வளைந்து மேலே போயிற்று. அருவிக்குக் கொஞ்சம் முன்பாகவே சாலையோரம் மீன் சுட்டு விற்கும் பெண்கள் சிலர் கல் அடுப்பில் விறகு மூட்டிக்கொண்டிருந்தனர். நேர் கீழே அருவி கொட்டிக்கொண்டிருந்தது. நீர்த் திவலைகள் பாறைவரை தெறித்து விழுந்துகொண்டிருந்தன. பம்மன் அந்தப் பெண்ணைத் தேடி மேலேறிப் போனான். சாத்தாயீ கீழே எட்டிப் பார்த்தான்.

பாறைமேல் படுத்தபடி தூண்டிலில் மீன் பிடிக்கும் கிழவன் கூப்பிட்டுச் சொன்னான். "ஆள் விழுந்த நேரத்துக்கு இந்நேரம் அடிவாரத்துக்கே அடிச்சுட்டு போயிருக்கும்..''

சாத்தாயீ நகர்ந்து மரநிழலுக்கு வந்தான். அடிமரத்தினடியில் கல்திண்டு இருந்தது. ஏற்கெனவே ஒருவன் உட்கார்ந்திருந்தான். சாத்தாயீயும் உட்கார்ந்து கொண்டான். வடக்கயிறு தோளை அழுத்தியபடியே இருந்தது. காற்றுக்கு இலைகள் உராய்ந்து சப்தமெழுப்பின. அழகண்ணாங் குருவிகளின் கீச்சுக்குரல் கேட்டது. குயில் ஒன்று அடிவாதில் அமர்ந்து கூவியது.

பம்மன் கீழிறங்கி வந்தபோது பொழுது உச்சிக்குப் போயிருந்தது. காற்றுக்கு மரவாதுகள் அசைவுறும்போது, வெயில் தரையில் படிந்து மறைந்தது. பம்மன், சாத்தாயீ முன்பு வந்து நின்று பேசினான்: "பாடியை எடுத்துத் தரச் சொல்லறாங்க...''

"எம்முட்டு பேசினே?''

"ரெண்டாயிரம்..''

"கட்டாதுன்னு சொல்லு...''

"பிலுக்காதே... மீறினா பாடியெ வுட்டுட்டுப் போற கேஸூதான்...''

"மும்பணம் வாங்கிட்டு ஏறங்கலாம்...''

"இப்ப அவுங்களே வருவாங்க... நீயே கேளு...''

சிறிது நேரத்தில் அவர்கள் ஒரு கும்பலாகக் கீழிறங்கி வந்தார்கள். அந்தப் பெண் அழுது அரற்றிக் கொண்டு வந்தாள். அவளை வேறு இரு பெண்கள் சமாதானப்படுத்திக் கொண்டிருந்தார்கள். அப்பொழுதும் அந்தப் பெண்ணின் அழுகை அடங்கவில்லை. முகம் புதைந்து தேம்பிக் கொண்டிருந்தாள்.

கதர் வேட்டி, கதர் சட்டையில் இருந்த வயதானவர் மட்டும் இவர்களிடம் வந்து பேசினார்: "ஆயிரம் ரூவா அட்வான்ஸ் இருக்கு... பாடியெ எடுத்துக் கொடுங்க... மீதிப் பணத்தை அப்புறம் தர்றேன்...''

பம்மன் அவரிடமிருந்து பணத்தை வாங்கிக் கொண்டு சாத்தாயீயைப் பார்த்தான். சாத்தாயீ எழுந்து நின்று சொன்னான். "இன்னிக்கு வெள்ளம் ஜாஸ்தி... ஒங்க நல்ல நேரமிருந்தா... கடேசியா மொக முழிப்பாக்கியமாவது கெடைக்கும்... இல்லீனா அடிச்சுட்டுப் போயிருச்சுன்னு அர்த்தம். நானும் பகவதித்தாய நெனைச்சு

ஏறங்கறேன்... ஆள் கெடைக்கலீனா இந்த ஆயிரம் ரூவாவ திருப்பித் தரமாட்டோம்...''

அவர் அதற்கும் சம்மதம் எனஃற தலையசைத்தார். அவருக்குக் கண்களிலிருந்து நீர் கசிந்தது. சட்டென அதே இடத்தில் கீழே உட்கார்ந்து கைகளால் முகத்தை மூடிக் கொண்டு அழுதார். சாத்தாயீ நீர்ப்பெருக்கு பக்கம் கீழே இறங்கி நடந்தான். மேலிருந்து அருவி பெரும் இரைச்சலுடன் தாவி விழுந்துகொண்டிருந்தது. சாத்தாயீ பாளையிடுக்கில் காலூன்றி மேலும் இறங்கினான். பாறையில் பாசப்படிவுகள் இருந்தன. இடுக்கில் முளைத்த முட்செடிகள் வழிமறித்து நின்றன.

திடீரெனப் பம்மன் மேலே நின்றபடியே சப்தமிட்டான். “நேராமடுவுல போயீ தேடு... நா பார்ட்டிய கொஞ்சம் மெரட்டி... ரேட்ட ஏத்திட்டு வர்றேன்...''

சாத்தாயீ, பம்மன் சொன்னதைக் காதில் வாங்கிக் கொள்ளவேயில்லை. மடுவுக்கு அருகில் போய் தேங்கிய நீரைக் குனிந்து பார்த்தான். அந்த இடம் நிழல் பரவியிருந்தது. கூழாங்கற்கள் மேல் வாலாட்டியபடி நடந்து கொண்டிருந்த நீர்ப்பறவை இவனைக் கண்டதும் மேலே பறந்து போயிற்று.

சாத்தாயீ சற்று மேலேறி மரம் ஒன்றில் வடக்கயிற்றை வலுவாகக் கட்டிவிட்டு வந்தான். கயிற்றை இழுத்துப் பார்த்துக்கொண்டான். பின்பு நீரில் இறங்கினான். சிறிது தூரம் கூழாங்கற்களின் மீது கால் வைத்து நடந்து, மடு இருக்கும் இடத்திற்குப் போனான். கயிற்றின் இன்னொரு முனையை இடுப்பில் சுற்றிக் கட்டிக்கொண்டான். கயிற்றின் ஆதரவில் மெல்ல உள் இறங்கத் தொடங்கினான். இரவு பெய்த மழையில் இன்னும் நீர் கலங்கலாகவே இருந்தது. மூழ்கி உள்பகுதியை நோக்கி நீந்தினான். இன்று மேல்பரப்பில் விழுந்தோடும் அருவியின் விசை அதிகமானபடியிருந்தது. காதுக்குள் சப்தம் ஊடுருவிற்று.

ஆழமான மடு. நீர்ப்பரப்பு விரிந்து கிடந்தது. அலைந்தோடின நீர்க் குமிழிகள். அடியாழம் தெளிந்திருந்தது. ஆள் கிடப்பதற்கான சுவடே தெரியவில்லை. சாத்தாயீக்கு மூச்சுத் திணறிற்று. கயிற்றை யாரோ சுண்டுவது போல உணர்ந்தான். உடலை அசைவின்றி தளர்த்தினான். நீரின் அழுத்தம் மேலே தூக்கிற்று. நீந்தும் மீன்கள் அருகில் வந்து விலகிப் போயின. நீரின் மேற்பரப்பு வந்ததும் பார்த்தான். கயிறு கட்டியிருந்த மரத்தோரம் பம்மன் நின்றிருந்தான். சாத்தாயீயைக்

கண்டதும் அவன் கயிற்றைப் பிடித்தபடி பாறையிடுக்கில் கால் வைத்து கீழிறங்கி வந்தான்.

முகில்கள் உச்சிப் பொழுதை மூடி நகர்ந்தன. எந்த நிமிஷமும் மழை வரக்கூடும் என்பதுபோல் தாழப் போயின. அருவியில் நீர்வரத்து கூடிக்கொண்டிருந்தது. விழும் ஓசையும் பலமாகக் கேட்டது. பம்மன் மடுவை உற்று நோக்கியபடிக் கேட்டான்: "என்ன ஆள் கெடைச்சுதா...?''

"ம்...ம்... அடியில உசிரோட குத்தவெச்சு உக்காந்திருக்கான்...''

"எகத்தாளம் பண்ணாதே... கூட அய்னூறு ரூவா சேத்து வாங்கியிருக்கிகேன்...''

சாத்தாயீ சிரித்தான். பின்பு மூச்சை உள்ளிழுத்து விட்டுக் கொண்டான். உடம்பை விறைப்பாக்கி நீரில் மூழ்கினான். இப்போது மேற்பரப்பில் நீர் சற்றுத் தெளிந்திருந்தது. லேசாக வெம்பியிருந்தது. அடியாழத்தில் பாசம்படிந்த கூழாங்கற்களிலிருந்து குமிழிகள் மேலெழும்பிக்கொண்டிருந்தன. ஆள் கிடப்பதற்கான எந்தச் சுவடுமில்லை. நீரின் அழுத்தம் அதிகமாக இருந்தது. உடம்பை மேலே தூக்கிற்று.

இந்த முறை சாத்தாயீ அலைவுறும் மீனின் சலனத்தை உற்று நோக்கினான். மஞ்சள் வாய்ப்பகுதியும், கருத்த மேல்செதில்களும், சிவப்பு வாலும்கொண்ட மீன் கூட்டங்கள். கிழக்கு மூலையில் குவியலாக நீந்திக் கடந்தன. அந்தப் பகுதி கொஞ்சம் இருளாயிருந்தது. சாத்தாயீக்குச் சட்டெனப் பொறி தட்டிற்று. உடம்பைத் தளர்த்தி நீரின் மேற்பரப்புக்கு வந்தான். சுவாசித்து ஆசுவாசப்படுத்திக்கொண்டான். பாறை மீது சாய்ந்து நின்று பீடி புகைத்துக்கொண்டிருந்த பம்மன் கேட்டான்: "ஆள் கெடக்கா...?''

"கெடக்கற மாதிரி...''

பம்மன் சிரித்தான். சாத்தாயீ மேற்பரப்பில் நீந்திக்கொண்டே மேலே அண்ணாந்து பார்த்தான். வடக்கயிறு கட்டியிருந்த மரத்தினருகிலுள்ள பாறையின் மீது சிறு கூட்டம் நின்றிருந்தது. அருவியில் விழுந்து இறந்து போனதுடன் வந்த பெண் மாரில் அறைந்து அழுதுகொண்டிருந்தாள். சாத்தாயீ மூச்சை உள்ளிழுத்து விட்டுக் கொண்டான். திரும்பவும் நீரில் மூழ்கினான். மடுவின் கிழக்கு மூலையைக் குறி வைத்து நீந்திப் போனான். தெளிந்த நீரில் சிறிய மீன்கள் அலைந்து கொண்டிருந்தன. அடிப்பகுதி சலனமில்லாமல் கிடந்தது. கிழக்கு மூலையில் போய் நிற்க

முயன்றான். காலூன்ற முடியவில்லை. உடம்பை மேலே போகாமல் தாங்குவது வெகு சிரமமாக இருந்தது.

மீன் கூட்டங்கள் கலைந்து சிதறின. சற்றுத்தள்ளி கூழாங்கற்கள் மீது ஆள்கிடப்பது தெரிந்தது. சாத்தாயீக்கு உற்சாகம் பீறிட்டது. கை, கால்களை அசைக்காமல் தளர்த்தினான். நீரின் அழுத்தம் உடம்பை மேலே தூக்கிற்று. மேல்பரப்புக்கு வந்தபோது பம்மன் திரும்பவும் ஒரு பீடியைப் பற்ற வைத்தபடி முன்பு போலவே நின்றிருந்தான். சாத்தாயீ நீந்தி பம்மனிடம் போனான். பாறை மீது ஏறி உட்கார்ந்தான். தலையிலிருந்து நீர் வடிந்து கொட்டிக் கொண்டிருந்தது. ஏனோ சிரிப்பு வந்தது சாத்தாயீக்கு. எட்டி பம்மனின் வாயில் புகைந்துகொண்டிருந்த பீடியைப் பிடுங்கி உறிஞ்சினபின், புகைவிட்டபோது பம்மன் பேசினான். "குதியாளம் போடறே... அப்ப ஆள் கெடக்காம்போல..."

சாத்தாயீ பதில் பேசாமல் மேலே அண்ணாந்து பார்த்தான். அந்த ஆட்கள் கீழே உற்றுப் பார்த்தபடி இருந்தார்கள். அழும் அந்தப் பெண் கண்ணுக்குத் தெரியவில்லை. சாத்தாயீ இடுப்புக் கயிற்றை அவிழ்த்து வலக்கையில் பிடித்தபடியே சொன்னான். "நாம் போயீ... ஆளக்கட்டறே... கயித்தெ சுண்டுனதியும் நீ மேலே இழு..."

பம்மன் பீடிக்கங்கை நீரில் வீசிவிட்டுச் சரியென்று தலையசைத்தான். சாத்தாயீ நீரில் குதித்து உள்ளே போனான். வெயில் பாதி மடுவரை இறங்கியிருந்தது. கிழக்கு மூலையில் குளிர்ச்சி கூடியிருந்தது. ஆளிடம் போனதும் கயிற்றை விரைசலாக ஆளின் கால்பகுதியில் முடிச்சிட்டுக் கட்டினான். அந்த ஆளின் உடம்பில் காயம் எதுவும் தெரியவில்லை. தலைப்பகுதியையும் சரியாகப் பார்க்க முடியவில்லை. கயிற்றைச் சுண்டிவிட்டான். உடனே கயிறு இழுபடவும், அந்த ஆளின் கால்பகுதி மேலே போயிற்று. கறுப்புநிற பேண்ட் பாறையில்பட்டுக் கிழிபட்டுக் கிடந்தது. அதனைத் தொடர்ந்து ஊதாநிறச் சட்டையும் சிதைந்த தலையின் பின்பகுதியும் கண்ணில் பட்டது. சாத்தாயீக்கு மூச்சு அழுத்திற்று. கால்களை உந்திவிட்டான். உடம்பு தானாக மேலே போனது. மேற்பரப்புக்கு வந்தபோது, பம்மன் மெல்ல கயிற்றை இழுத்துக் கொண்டிருந்தான். சாத்தாயீக்கு அருகிலேயே அந்த ஆளின் உடல் மிதந்து வந்தது.

சாத்தாயீ சட்டென மேடேறினான். அந்த ஆளின் உடம்பைத் தூக்கிப் பாறைமீது கிடத்தினான். முகமும் தலைப்பகுதியும் கோரமாகச் சிதைந்து போயிருந்தது. பார்ப்பதற்கே அருவருப்பாக இருந்தது. மேலே பாறை மீது நின்றிருந்தவர்கள் கீழே இறங்கிவர முயன்று

கொண்டிருந்தார்கள். அந்த ஆளுடன் வந்த இளம்பெண் கீழே கைநீட்டிக் காண்பித்து சப்தமாக அழுது கொண்டிருந்தாள்.

சாத்தாயீ கட்டியிருந்த ஈரவேட்டியை அவிழ்த்தான். அந்த ஆளின் தலைப்பகுதியை மூடிக்கட்டினான். பம்மன் கால்பகுதியில் முடிச்சிட்டிருந்த வடக்கயிற்றை அவிழ்த்தான். பின்பு கால்பகுதியைப் பிடித்துத் தூக்கினான். சாத்தாயீ தலைமாட்டுக்கு நகர்ந்து முதுகுப் பகுதியைப் பிடித்துத் தூக்கினான். இருவரும் மெல்லப் பாறையில் கால் வைத்து மேலேறினார்கள். அந்த ஆளின் கைகள் இரண்டும் ஒடிந்து விறைப்பில்லாமல் கீழே தொங்கின. மேடேறியதும் தார்ச் சாலைப்பக்கம் தூக்கிப் போய்க் கிடத்தினார்கள். பம்மன் பணம் வாங்குவதற்காக அங்கேயே நின்றுகொண்டிருந்தான்.

சாத்தாயீ தார்ச்சாலையில் கீழிறங்கி நடந்தான். மரநிழல்கள் கிழக்கே படர்ந்திருந்தன. அருவியின் ஓசை காற்றில் மோதி பெருகிக் கேட்டுக் கொண்டிருந்தது. சுற்றுலாப் பயணிகளின் வாகனங்கள் குறைவாகவே தென்பட்டன. சாத்தாயீ, வீட்டுக்குச் செல்லும் ஒற்றையடித் தடத்தில் பிரிந்து நடந்தான். மரநிழலினிடையே விழுந்த வெயில் சருகின்மேல் தெரிந்தது.

வீட்டுக்குப் போனபோது மனைவியையும் குழந்தைகளையும் காணவில்லை. சுத்திண்ணையில் படுத்துக்கொண்டான். இன்னும் டவுசர் ஈரம் காயாமல் தொடைவரை பரவியிருந்தது. வெயில் தாழ்ந்து கொண்டிருந்தது. வாசல் பக்கம் நிழல் கட்டி வந்தது. உறங்கிப் போனான்.

இருட்டுவதற்குச் சற்று முன்பு பம்மன் வந்து எழுப்பினான். வடக்கயிற்றை வாசல்படிப் பக்கம் வீசிப் போட்டான். சாத்தாயீ எழுந்து உட்கார்ந்ததும் பணம் ஆயிரம் ரூபாயை எண்ணிக் கொடுத்தான். பின்பு டவுசர் பாக்கெட்டில் கைவிட்டு சாராய பாட்டிலை எடுத்து சாத்தாயீ முன்பு திண்ணையில் வைத்தான். சாத்தாயீ எதுவும் பேசாமல் பம்மனையே பார்த்தான். பம்மனும் எதுவும் பேசாமல் கிளம்பிப் போனான்.

★ ★ ★

மூன்று தினங்கள் போயிருந்தன. ஒரு மதிய வேளையில் பம்மன் திரும்பி வந்தான். நிற்கும் கோலத்தைப் பார்த்ததும் சாத்தாயீக்குப் புரிந்து போயிற்று. சுத்திண்ணை எறப்பில் சொருகியிருந்த வடக்கயிற்றை எடுத்துத் தோளில் போட்டுக்கொண்டு பம்மனிடம்

போனான். இருவரும் அருவி செல்லலும் ஒற்றைத் தடத்தில் இறங்கி நடந்தார்கள். காற்றின் திசை மாறியிருந்தது. இன்னும் மழைக்காலம் தொடங்கவில்லை. நீலம் பரவிக் கிடந்தது ஆகாசம். இருவரும் தார்ச்சாலையில் மேலேறும்போது மீன்சுட்டு விற்கும் பெண்ணொருத்தி சொன்னாள்: "அண்ணே..ஆள் விழுந்த எடத்துல கத்திப்பாற கொறவு... நெறைய பேரு பொழச்சிருக்காங்க... மளார்னு போங்க..."

இருவரும் அருவிப்பக்கம் போனார்கள். சிறு கும்பல் ஒன்று கூடி நின்றிருந்தது. சற்றுத் தள்ளிப் பாறையோரம் மூன்றுபேர் இறுகிய முகங்களுடன் நின்றிருந்தார்கள். அருவியில் விழுந்தவன் இவர்களோடு வந்தவன் என சாத்தாயீ உணர்ந்துகொண்டான். சாத்தாயீ அருவியின் ஓரம் நடந்து விளிம்பிற்குப் போனான். அந்த மூன்று பேரும் கிட்டத்தில் வந்து விழுந்தவன் எப்படி விழுந்தான் என விளக்கிச் சொன்னார்கள்.

சாத்தாயீ கயிற்றின் ஆதரவில் பாறையிடுக்கில் கால் வைத்துக் கீழே இறங்கினான். கீழே இறங்கும்போதே தெரிந்துவிட்டது. விழுந்தவன் உயிரோடுதான் இருப்பான் என. இதுவரை இந்த இடத்தில் தவறி விழுந்தவன் எவனும் இறந்ததேயில்லை. பதினைந்து வருஷமாக இப்படியேதான் நடந்திருக்கிறது. சாத்தாயீக்கு சுதாரிக்க முடியாமல் கால்கள் வழுக்கின. தலைக்கு மேலே அருவி விழும் ஓசை பிரமாண்டமாய் மிரட்டிக்கொண்டிருந்தது. சாரல், பெரும் விசையுடன் தெறித்துக்கொண்டிருந்தது. ஈரக்காற்றில் மூச்சு முட்டிற்று. கிடங்குகளின் தேன்கூடுகள் இருந்தன. விழுந்தவனை மேலே கொண்டு வந்து சேர்த்தபோது, சாயங்காலத்திற்கு மேலாயிற்று. சிறு காயங்களுடன் அவன் பிழைத்திருந்தான். எல்லோரும் சாத்தாயீயைச் சூழ்ந்துகொண்டு நன்றி சொன்னார்கள். பம்மன் தள்ளிப்போய் நின்று கொண்டு அவர்களைக் கோபமாகப் பார்த்தபடி இருந்தான்.

அந்த மூன்று பேரும் விழுந்தவனை வாடகை ஜீப்பில் ஏற்றி மருத்துவமனைக்குக் கொண்டுசெல்லக் கிளம்பினார்கள். சாத்தாயீ நகர்ந்து தார்ச்சாலையில் இறங்கி நடந்தான். ஊர் திரும்பிக் கொண்டிருக்கும் நபர்கள் பார்த்தபடிப் போனார்கள். இருள் கவிந்து கொண்டிருந்தது. அணையும் பறவைகளின் முனகல் ஒலி கேட்கத் தொடங்கியிருந்தது. தேக்கு பூவெடுக்கும் காலமாக இருந்தது. அதன் வாசனை காற்றில் நிரம்பி மணந்தது. அன்று இரவு சாமத்தில் உறக்கம் கலைந்தவளாக, சாத்தாயீயை எழுப்பி அவன் மனைவி கேட்டாள். "என்னய்யா... இன்னிக்கு ஆளெடுக்கத்தானே போனே...?"

"ஆமா...!"

"அப்ப பம்மன் ஏம்பணங்கொண்டு வல்ல..."

"ஆள் பொழச்சுக்கிட்டான்..."

அவள் மேற்கொண்டு எதுவும் கேட்கவில்லை. திரும்பிப் படுத்து உறங்கிப்போனாள். அதன்பின்பு ஏனோ சாத்தாயீக்கு உறக்கமே வரவில்லை.

இரண்டு மாதங்கள் கடந்திருந்தன. சாத்தாயீக்கு எந்த வேலையும் இல்லை. அருவியில் யாரும் விழுந்ததாகத் தகவல்கூட இல்லை. அருவிப் பக்கமும் அடிக்கடி போகவில்லை. பம்மனைக்கூடப் போய்ப் பார்க்கவில்லை. வீட்டிலேயே முடங்கிக் கிடந்தான். நாளெல்லாம் மனச்சோர்வும் அசதியுமாகவே கழிந்தது.

இன்று சாத்தாயீ வாசலுக்கு முன்பிருந்த விரியமர நிழலில் துண்டை விரித்துப் படுத்திருந்தான். அடியெங்கும் வேர்கள் முடிச்சிட்டுத் துருத்திக் கொண்டிருந்தன. வாதுகளில் இலைகள் உரசி சப்தமெழுப்பின. அப்போது அருவிப் பக்கமிருந்து வந்த அவன் மனைவி கேட்டாள். "என்னய்யா... போகலையா?"

"எங்கே...?"

"எங்கேயா... அருவியில இன்னிக்கு ஆள் உழுந்திருச்சு..."

"பொய் சொன்னே... பல்லப் பேத்துருவேன்..."

"நெஜந்தான்.... காத்தாலயே உழுந்திருச்சு... தகவல் சொல்ல பம்மன் வரலையா...?"

சாத்தாயீ மேற்கொண்டு பேசவில்லை. அவசரமாக எழுந்து வடக்கயிற்றை எடுத்துக்கொண்டு கிளம்பினான். அருவி செல்லும் ஒற்றைத் தடத்தில் விரைசலாக நடந்தான். பறவைகள் குரல் கொடுக்காத தனிமையில் காடு உறைந்து கிடந்தது. பழுப்பு இலைகள் உதிர்ந்து தடத்தில் விழுந்தபடியிருந்தன. அருவிக்குப் போகும் தார்ச்சாலையை சமீபிக்கும்போது, பம்மன் எதிரில் வந்து கொண்டிருந்தான்.

சாத்தாயீ நெருங்கியதும் பம்மனே பேசினான்: "ஒனக்கு ஆரு சொன்னா..."

"ஆரு சொன்னா என்ன... நீ சொல்லலைல...?"

சாத்தாயீ, பம்மனை முறைத்தபடி விலகித் தார்ச்சாலையை நோக்கி நடந்தான். பம்மன் திரும்பிப் பின்தொடர்ந்து வந்தபடியே சொன்னான். "புரியாமப் பேசாதே... ஆள் உழுந்தது அருவியோரம்...

அங்கு உழுந்து எவனாச்சும் செத்திருக்கானா... நீயும் ஓடிப்போயி ஒடனே எறங்குவே... உழுந்தவன் கெடங்குல உசிரோட குந்தவெச்சு உக்காந்திருப்பான்... கஷ்டப்பட்டு மேலே கொண்டு வந்தோம்னா... வெறும் தேங்ஸ்ன்னு சொல்லிட்டுப் போயிருவாங்க... அதுதா... தாமதிச்சேன்... சாயங்காலமா போனமுன்னா... ஆள அடிச்சு மடுவுல போட்டிருக்கும். எடுக்கறதும் சுலுவு... காசும் கெடைக்கும்..''

சாத்தாயீ ஒரு கணம் மௌனமானான். பின்பு தார்ச்சாலையில் இறங்கி அருவியை நோக்கி ஓடத் தொடங்கினான்.

தீராநதி, ஜூலை 2006

சிதைக் கோழி

மஞ்சள் வெயில் துலங்கிற்று. அந்தியின் அமைதி எங்கும் விரவிக் கிடந்தது. இவன் ஊருக்குள் இறங்கி நடந்தான். தலைச்சுமை கனத்தது. வீதிகள் வெறிச்சிட்டுக் கிடந்தன. இழவு வீட்டில் இவனைக் கண்டதும் யாரோ சொன்னார்கள்.

"அம்பட்டையன் பாடைக்கோல் கொண்டு வந்துட்டான். சட்டுன்னு எடுக்குற காரியத்தைப் பாருங்க..."

அதன் பின்பு செயல்கள் துரிதமாகவே நடந்தன. தோட்டிகள் சுடுகாட்டுக்கு எரியூட்டும் விறகுகளைச் சுமந்து போனார்கள். அவன் வாசலில் வைத்தே பாடைகளைக் கட்டத் தொடங்கினான். ஏகாலி மட்டும் உதவி செய்ய வந்தான்.

இறங்கு பொழுதுக் காலம். மேற்கே முற்றிலும் சாய்ந்துவிட்டது. வெளிச்சம் மட்டும் இருந்தது. புல்வெளியில் செம்புலியாடுகள் கத்தின.

பாடைகட்டி முடிக்கிறவரை நிலவடியில் நின்று பார்த்துக் கொண்டிருந்த வயதான ஒருவர் இவனுக்கு ஜாடை செய்தார். அவன் எழுந்து சவம் கிடத்தியிருந்த வீட்டுக்குள் போய்ப் பார்த்தான். ஒப்பாரி ஒன்றும் பெரிதாக இல்லை. பெண்கள் சுவரில் சாய்ந்து உட்கார்ந்து கிடந்தார்கள். இறந்த கிழவிக்கு எண்பது வயதுக்கு மேலிருக்கும். பையன் இல்லாத வீடு. ஒரே மகள் தொலைவில் எங்கோ கட்டிக் கொடுத்துவிட்டாள். மூன்று மாதங்களாகவே கிழவி வீட்டுக்குள்ளேயே முடங்கிக் கிடந்தாள். வெளிநடமாட்டமில்லை. நல்ல ஆகாரமும் இல்லை.

இரு தினங்களாக வீட்டுக்குள்ளிருந்து கிழவியின் இருமல் சத்தம்கூடக் கேட்கவில்லை. நேற்று யாரோ எட்டிப் பார்த்திருக்கிறார்கள். கிழவி பேச்சு மூச்சு இல்லாமல் கிடந்திருக்கிறாள். மகள் ஊருக்குத்

தகவல் சொன்னதும் இன்று மதியம்தான் மகள் வந்து சேர்ந்தாள். கிழவி உயிரோடு இருந்து கஷ்டப்படுவதைவிட போய்ச்சேர்ந்துவிட்டதே நல்லது எனச் சிலர் பேசிக்கொண்டார்கள்.

மஞ்சள் கொட்டிப் போட்டதும் இவன் வெளியே வந்து சப்தமிட்டான்.

"எடுக்கற பங்காளி எசமாங்க எல்லாம் வாங்க சாமியோவ்..."

பங்காளிகள் என்றுகூட யாரும் இல்லை. மாமன் மைத்துனன் எனக் கலந்தே நாலு பேர் வந்தார்கள். தண்ணீர் சுற்றிப் போட்டதும் சவத்தைத் தூக்கிக்கொண்டுவந்து பாடையில் கிடத்தினார்கள்.

இவன் கால்கட்டு கட்டும்போது கிழவியின் கால்கள் சூடாக இருப்பதை உணர்ந்தான். இவன் சட்டென முகத்தைப் பார்த்தான். கிழவியின் கண்களிலிருந்து நீர்வழிந்துகொண்டிருந்தது.

இவன் கழுத்து ஆரத்தைச் சரிசெய்வதுபோல நெஞ்சுக்கூட்டைத் தொட்டுப் பார்த்தான். நெஞ்சுக்கூடு ஏறி அமிழ்ந்துக்கொண்டிருந்தது. இவனுக்குப் புரிந்துவிட்டது. கிழவிக்கு இன்னும் உயிர் இருக்கிறது. இவன் மெல்ல அருகிலிருப்பவர்களிடம் விஷயத்தைச் சொன்னான். எல்லோருக்கும் ஆச்சரியமாக இருந்தது. ஏதோ அதிசயம் நிகழ்ந்தது போலப் பரபரப்பானார்கள். அதே சமயம் கிழவி இனி பிழைத்து என்ன செய்யப் போகிறாள் என்கிற வேதனையும் எழுந்தது.

ஊர் எல்லைவரை ஒப்பாரி அடித்து சடலத்தை வழியனுப்ப இருந்த பெண்கள் கூட்டம் அப்படியே கிழவியை மொய்த்துக்கொண்டது. உடனே அதே ஆட்கள் கிழவியை வீட்டுக்குள் தூக்கிப்போனார்கள். கோரைப்பாயில் கிடத்தினார்கள். ஒரு பெண் நீரைக் கொண்டுவந்து வாயைத் திறந்து ஊற்றினாள். இவனுக்கு என்ன செய்வதென்று தெரிய வில்லை. நிலவடியில் போய் நின்று யோசித்தான்.

அதன் பின்னர்தான் பிரச்னையே ஆரம்பமாயிற்று. இதுவரை இந்தப் பகுதியில் இதுபோல் ஒரு சம்பவம் நடந்ததேயில்லை.

அந்தச் சமயத்தில் வாசலில் நின்ற ஒருவர் கேள்வி எழுப்பினார்.

"ஏம்பா கெழவி பொழச்சுக்கிச்சு. வெறும் பாடையைக் கொண்டு போய் எங்க போடறது?"

உடனே இன்னொருவர் கேட்டார்.

"பாடையையாவது தூக்கிக் கடாசிறலா, சிதைக்கு அடுக்கிறதுக்கு சுடுகாடு கொண்டுபோன வெறக என்ன செய்யறது?"

என். ஸ்ரீராம்

ஆளாளுக்குப் பார்த்துக்கொண்டார்கள். தங்களுக்குள் ஏதோ குசுகுசுவெனப் பேசிக்கொண்டார்கள். ஏற்கெனவே இதுமாதிரியான முன் உதாரணமான சம்பவங்கள் இப்பகுதியில் நடைபெறாததால் யாருக்கும் எதுவும் தெரியவில்லை. இவன் இறங்கி வாசலோரம் போய் நின்றுகொண்டான். அப்போது ஊரில் சில பெரியவர்கள் ஆதீஸ்வரர் கோவில் பெரிய குருக்களிடம் கேட்டு வருவதாகக் கிளம்பிப் போனார்கள். அப்படியே விஜயரங்கன் வலசு அருமைக்கார அய்யனிடம் பார்த்து வருவதாகச் சொன்னார்கள். அந்த அய்யனுக்கு இது மாதிரி ஐதீகங்கள் அத்துபடியாக இருந்தன.

இருள் கட்டி வந்தது. தெரு விளக்குகள் எரியத் தொடங்கின. ஆகாசத்தில் விண்மீன்கள் தெரியாமல் முகில்கள் மூடியிருந்தன. சிறிது நேரத்தில் இந்த விஷயம் ஊர் முழுக்கப் பரவியிருந்தது. சுடு காட்டிலிருந்து தோட்டிகள்கூட வந்துவிட்டார்கள். அவர்களும் வாசலில் ஓர் ஓரமாக உட்கார்ந்துக் கிழவி வீட்டையே பார்த்தபடி இருந்தார்கள். அசலூர்க்காரர்களில் சிலர் கிளம்பிப் போனார்கள். உள் ஊர்க்காரர்களும் கலைந்து, ஒரு சிலர் மட்டுமே நின்றுகொண்டிருந் தார்கள். வாடைக்காற்றில் குளிர் இருந்தது.

மரங்கள் அசையவில்லை. பனி மெல்ல இறங்கியிருந்தது. இவன் பெரிய குருக்களைப் பார்க்கப் போனவர்கள் திரும்பி வரும் கணத்திற்காகக் காத்திருந்தான். இவன் பார்வை மொத்தமும் வீதியைப் பார்த்தபடியே இருந்தது. குருட்டாந்தை தனது எதிர்வீட்டுக் கூரையின் மீது உட்கார்ந்து கத்திற்று. சிறிது நேரத்தில் அதுவும் படபட சத்தம் தொனிக்கப் பறந்து போயிற்று.

பெரிய குருக்களைப் பார்க்கக் கீரனூர் போனவர்கள் திரும்பி வந்தார்கள். அவர்களைக் கண்டதும் தோட்டிகள் எழுந்து நின்றார்கள். இவனும் எழுந்து நின்றான். ஊர்க்காரர் ஒருவர் இவனைக் கூப்பிட்டுச் சொன்னார்.

“பெரிய குருக்களுக்கு இதைப்பத்தி ஒண்ணும் தெரியலை. அருமைக்கார அய்யன் சொன்னாரு. ரெண்டு தலைக்கட்டுக்கு முன்னால இப்படி ஒரு சம்பவம் நடந்திருக்காம். அப்போ... கோழியைக் கொண்டுபோய் சீர் செய்து அடக்கம் பண்ணினாங்களாம். அதனால நாமளும் அப்படியே செஞ்சுருவோம். நீ போயி ஒரு சேவலை வெலைக்கு வாங்கிட்டு வா...''

“சட்டுன்னு காரியம் ஆவட்டும் கௌம்பு..''

இவன் நிலவடியில் போய் நின்று கிழவியின் மகளிடம் பணம் கேட்டான். உடனே கிழவியின் மருமகன் வந்து ஐம்பது ரூபாயை எடுத்துக் கொடுத்தார்.

"இல்ல சாமீ.... எரநூறு ரூவா வேணும்... அதுக்கும் கம்மியா சேவ வாங்கவே முடியாது. பொறிக் குஞ்சுதான் கிடைக்கும்.''

பின்னர் அந்த ஆள் வேறு யாரிடமோ போய் வாங்கி வந்து இருநூறு ரூபாயைக் கொடுத்தார்.

இவன் வாசலைக் கடந்து போகும்போது ஊர்க்காரரில் யாரோ சொன்னார்கள்.

"மளார்னு வந்துர்னும்... பனியில எல்லாம் வெறச்சுப் போயி உட்காந்திருக்காங்க...''

இவன் வீதியில் இறங்கி நடந்தான். அமாவாசைக்கு முந்தின தினம். இருள் அடர்ந்து கிடந்தது. சந்துகளில் காலடித்தடம் கூடச் சரியாகத் தெரியவில்லை.

இவன் சாணார் வளவில் நுழைந்தான். அங்கு விலைக்குக் கொடுக்கும் சேவல்கள் நிறைய இருந்தன. தவிரவும் கட்டுச் சேவல்களும் நிறைய வைத்திருந்தார்கள். சாணார்களின் பனை ஓலை வீடுகள் இருளில் நிசப்தமாய் நின்றன. ஆட்கள் தட்டுப்படவில்லை. கொட்டடத்தில் அடைத்திருந்த பன்றிக்குட்டிகள் முகைந்து பாலூட்டும் சப்தம் கேட்டது. வாசலில் கட்டியிருந்த வெள்ளாடுகள் இவனைக் கண்டதும் மிரட்சியாகப் பார்த்தன.

இரண்டு வீடு தள்ளிக் கட்டியிருந்த வெள்ளாடு ஒன்று தலையைச் சிலுப்பி, காதுகளைப் படபடவென அடித்தது.

ஆட்கள் எவரும் தட்டுப்படவில்லை. அந்தியில் மரமேறிவிட்டு வந்த களைப்பில் ஆண்களும் அதிகாலையில் எழுந்துத் தெளுவு காய்ச்சும் எச்சரிக்கையில் பெண்களும் ஆழ்ந்த நித்திரையில் கிடந்தார்கள்.

இவன் பழக்கமான வீட்டின் கதவைத் தட்டினான்.

உள்ளே இருந்து எழுந்து வந்தவன் தூக்கச் சடைவில் சோம்பல் முறித்துக் கொண்டே கேட்டான். இவன் விசயத்தைச் சொன்னான்.

உள்ளே படுத்திருந்த பெண் எழுந்து உட்கார்ந்து சொன்னாள்.

"சேவ விலைக்கு கொடுக்கிறதுதான், ஆனா சுடுகாட்டுச் சீருக்குன்னா இல்ல..."

இவன் வேறு ஏதோ சொல்லிப் பார்த்தான். சேவலைக் கொடுப்பதற்கு மசியவில்லை. இவன் வேற சிலபக்கம் கேட்டுப்பார்த்தான்.

உள்ளூரில் எல்லா வீடுகளிலுமே அப்படியேதான் சொன்னார்கள்.

அவர்கள் இதுமாதிரியான விஷயங்களுக்குச் சேவலைக் கொடுப்பதில் பயந்து போயிருந்தார்கள்.

இவனுக்கு அடுத்து என்ன செய்வது என்கிற யோசனை நீண்டது. இவன் திரும்பி நடந்தான். பனிக்குளிரில் ஊர் ஆழ்ந்து கிடந்தது.

தொலைதூர சப்தங்கள் கூடத் துல்லியமாகக் கேட்டன. தார்ச்சாலையில் வாகனங்கள் முறைச்சலுடன் செல்வதுகூட அதிர்வாய்க் கேட்டது. இழவு வீட்டிற்கு வந்து சொன்னபோது பக்கத்து ஊரில் போய் வாங்கி வரும்படி சொன்னார்கள். இவனுக்கு எரிச்சல் உண்டானது.

"சாமத்துல போயி எங்க சாமி தேடறது."

உடனே அதிலொருவன் சத்தமான தொனியில் கேட்டான். "அப்ப எங்களப் போயீ கொண்டு வரச் சொல்றியா?"

இவன் பதில் பேசவில்லை. மறுபடியும் கிளம்பினான்.

தோட்டிகளெல்லாம் வாசலிலே படுத்து வேட்டியை போர்த்திக் கொண்டு உறங்கிப்போயிருந்தார்கள். இவன் வீட்டுக்கு நடந்தான். வீதியில் பெருச்சாளிகள் கிறீச்சிட்டபடி சலதாரைப் பக்கம் ஓடின. திண்ணையில் அம்மா படுத்திருந்தாள். வீட்டுக்குள் மனைவியும் குழந்தைகளும் படுத்திருந்தார்கள். யாரையும் எழுப்பவில்லை. சப்தமில்லாமல் பந்தலடியில் நின்ற சைக்கிளை உருட்டிக்கொண்டு வீதிக்கு வந்தான். துண்டைக் காற்றுப் புகாதவண்ணம் காதுவரை இறுக்கிக் கட்டினான். சைக்கிளை ஏறி மிதித்தான். நேரம் இரண்டாம் சாமம் கடந்துகொண்டிருந்தது. வானில் முகில்கள் விலகியிருந்தன. விண்மீன்கள் தெரியத் தொடங்கியிருந்தன. ஊர் தாண்டியதும் பெடலை வேகமாக அழுத்தினான். குளிருக்கு உடம்பு நடுங்கியது. கைகள் விரைத்தன.

கொறங்காட்டுவெளி ஏகாந்தமாய்க் கிடந்தது. மனிதச் சடவே இல்லை.

எங்கும் இருள். தடம் மங்கலாய்த் தெரிந்தது. வெள்ளெலிகள் குறுக்கே ஓடின.

மேற்கிலே போனான். வழியெல்லாம் அந்தக் கிழவி நினைவில் வந்துகொண்டேயிருந்தாள்.

அரசம்பாளையத்தில் நுழைந்தபோது நாய் ஒன்று வழிமறித்துக் குரைத்தது. அதனைத் தொடர்ந்து வேறு சில நாய்களும் குரைத்தபடிப் பின்தொடர்ந்து வந்தன. சீமையோட்டுக் கூரைவீடுகள் கொண்ட ஊர் இருளில் விநோத ரூபம் பூண்டிருந்தது. இவன் ஊரின் வடக்குப் புறத்துக்குப் போனான். ஒதுக்கமாய் இருந்தது ஒரு வீடு. அந்த வீட்டின் எதிரே கொண்டுபோய் சைக்கிளை நிறுத்தினான். கதவு தாழிடப்பட்டிருந்தது.

சிறிய யோசனைக்குப் பின் கதவைத் தட்டினான். யாரோ உள்ளிருந்து கதவிடம் நடந்துவரும் காலடி அரவம் கேட்டது. பின்பு ஒரு பெண் குரல் பேசியது.

"ஆர்றது?''

"அட நாந்தான் கதவெத் தெற!''

அந்தப் பெண் இவன் குரலை அடையாளம் கண்டுகொண்டாள். தாழ் விலக்கும் ஓசை கேட்டது. கதவு திறந்ததும் இவன் உள்ளே போனான். அந்தப் பெண் கதவைப் பழையபடி தாழிட்டாள். அரிக்கேன் விளக்கை தூண்டியபடி கேட்டாள், "என்னய்யா... அர்த்த சாமத்தில் வந்திருக்கே?''

"அது ஒரு பெரிய்ய... கதெ!''

அவன் சட்டென்று அந்தப் பெண்ணை இழுத்து அணைத்துக் கொண்டான். சுவரில் அந்த நிழல் விஸ்வரூபமாகத் தெரிந்தது. அந்தப் பெண் திமிரியபடி கேட்டாள்.

"வந்த சோலிய மொதல்ல சொல்லு!''

இவன் தொடர்ந்து அந்தப் பெண்ணை அணைத்தபடியே ஊரில் நடந்தவற்றைச் சுருக்கமாகச் சொன்னான். அந்தப் பெண் எல்லாம் கேட்டப் பின்பு பேசினாள்.

"சிதையில போட ஒரு கோழிகூட கொடுக்க மாட்டேங்கிறாங்களா? என்னையா ஊர் அது?''

அந்தப் பெண் இவனை விடுவித்துக்கொண்டு மேலும் பேசினாள்.

"டீத் தண்ணி போட்டுத் தரட்டுமாய்யா?''

இவன் சரியென்று தலையசைத்தான். அந்தப் பெண் அடுப்பங்கரைக்குப் போனாள். இவனும் பின்தொடர்ந்து போனான். இப்போது இவனை விரட்டிய நாய்கள் வேறு எதற்காகவோ குரைத்தன. அந்தப் பெண் சூட்டடுப்போரம் கிடந்த சருகை எடுத்து அடுப்பு பற்றவைத்தாள். தீ ஜூவாலை பரவியதும் அந்தப் பெண்ணின் சிரிப்பு இழையோடும் முகம் பளீரெனத் தெரிந்தது. இவன் அந்தப் பெண்ணையே பார்த்தபடி இருந்தான்.

"என்னய்யா ஊர்ல அக்கா, குழந்தைகள் எல்லாம் நல்லா இருக்கில்ல?''

"ம்ம்...''

"இருந்துட்டு காலையில போறயா?''

"இல்ல, சேவல் கொண்டுபோகணும், இழவு வீட்டுல கவுண்டமார்களெல்லாம் காத்திருப்பாங்க...''

"அவுங்களுக்கென்ன... ஒரு நாளைக்குத்தான் காத்துக் கெடக் கட்டுமே.''

இவன் பதில் பேசவில்லை. அந்தப் பெண், வறட்டீ நிரப்பிய டம்ளரை இவனிடம் கொடுத்தாள். அந்தப் பெண்ணும் ஒரு டம்ளரில் ஊற்றிக் குடித்தாள்.

இவன் டம்ளரை வைத்ததும் எழுந்து நின்று கேட்டான்.

"சேவ எங்க அடைச்சிருக்கு.''

"அவசரப்படாதே நா... புடுச்சுத் தர்றே...''

அந்தப் பெண் எழுந்ததும் இவனை வந்து கட்டிக்கொண்டாள். இவன் எதுவும் பேசவில்லை. அடுப்படியில் இருந்ததால் அவளுக்கு உடம்பு சூடுபரவிக் கிடந்தது. நிழல்கள் சுவரில் தாறுமாறாக அசைந்தன. அகால வேளையில் பறவை ஒன்று வீறிட்டபடி ஊரைக் கடந்து போயிற்று. இரவுப் பூச்சிகள் ரீங்கரித்தபடி இருந்தன. கூரைமீது கோட்டான்களின் அலறல் கேட்டது. நேரம் இறுக்கமாகப் போயிற்று. அந்தப் பெண் இவனை விலக்கித் தள்ளியபோது அவனுக்குப் பெருமூச்சு கண்டது. அவன் அப்படியே படுத்திருந்தான். ஆடைகள் விலகிக் கிடந்தன. இவன் எழுந்து ஆடைகளைச் சரிசெய்தான். நேரம் நடுச்சாமத்துக்குப் பின்னிட்டு இருந்தது. நெற்றியில் நசநசப்பாக வழிந்த வேர்வையைத் துண்டால் துடைத்துக்கொண்டான்.

அவள் எழுந்து சுவரில் சாய்ந்து உட்கார்ந்தவாறே கேட்டாள்.

"சேவலப் புடிச்சுத் தரட்டுமா?"

"நேரமாகுது வா..."

அந்தப் பெண் நிலத்தில் கையூன்றியபடி எழுந்தாள். வீட்டின் பின்புறம் இருவரும் நடந்து போனார்கள். படலோரம் கிடந்த சாலில் கோழிகள் அடைத்து வைக்கப்பட்டிருந்தன. அவள் சாலின் மேல் மூடியிருந்த பலகைக் கல்லைத் தூக்கினாள். கெர்ரென சப்தமெழுப்பின கோழிகள்.

இவன் கையைவிட்டுத் துழாவி சேவலை மேலே இழுத்துப் பிடித்தான். அவள் அதற்குள் இவன் துண்டை வாங்கிப் போய் நனைத்து எடுத்து வந்தாள்.

சேவலைச் சுற்றிக் கட்டினாள். ஈரம் பட்டதும் சேவல் குறுகியபடி மெலிதான சப்தத்தையும் அடக்கிக் கொண்டது. இவன் சேவலைத் தூக்கிக் கக்கத்தில் இடுக்கிக்கொண்டான். ரோமங்கள் அழுத்த மெதுமெதுவாய் இருந்தது.

அவள் முன்னே நடந்துபோய்க் கதவைத் தாழ் நீக்கினாள். இவன் பணம் இருநூறு ரூபாயை எடுத்து அவளிடம் நீட்டினான். அவள் எதுவும் பேசாமல் வாங்கிக் கொண்டாள். இவன் முன் வாசலுக்கு வந்தான். வலக்கையால் சேவலை அணைத்தபடி இடக்கையால் சைக்கிளை நகர்த்தி ஏறி அழுத்தினான். ஹேண்ட்பார் கொஞ்சம் உல்ட்டியது. போகபோகச் சரியானது. ஊர் தூக்கத்தில் மூழ்கியிருந்தது. இருள் கடந்த வீதிகளை சைக்கிள் அநாயசமாகக் கடந்து போனது. திரும்பவும் நாய்கள் விழித்துக்கொண்டன. குரைத்தபடி சைக்கிளைப் பின்தொடர்ந்து வந்தன. தலைவாசல் பக்கம் வந்ததும் யாரோ சப்தமிட்டுக் கூப்பிடும் குரல் கேட்டதும் மனசுக்குள் திக்கென்றது.

இவன் சைக்கிளைவிட்டு இறங்கித் திரும்பிப் பார்த்தான். சேவல் திடீரெனக் கேவத் தொடங்கியது. இரு உருவங்கள் துப்பட்டியில் போர்த்தியபடி சைக்கிளை நெருங்கிவந்தன. இவன் பயம் கொண்ட வனாக நின்றான். சேவலைத் தடவிக் கொடுத்தான். அதில் ஓர் உருவம் அழுத்தமாகப் பேசியது. "ஆர்றாநீ?"

"சாமீ மொட்டரப் பாளையத்து நாசுவப் பையனுங்க..."

"இந்நேரத்துல என்றா சோலி?"

இவன் நடந்த நிகழ்ச்சியைச் சுருக்கமாகக் கூறினான். கேட்டு முடித்ததும் இவனைப் போகும்படிச் சொன்னார்கள். இவன் சைக்கிளை உருட்டியபடி போய் பழையபடி மிதித்தான். மண்பாதை காற்றடங்கிக் கிடந்தது. எங்கும் பனி தாரைதாரையாக இறங்கியிருந்தது. கண்கள் சிறிது நேரத்தில் இருளை உள்வாங்கிக்கொண்டது. வழி மங்கலாய் புலப்பட்டது. சன அரவம் தென்படாத நடுநிசி மெல்லத் தேய்ந்தபடி இருந்தது.

இவன் இழவு வீட்டுக்கு வந்து சேர்ந்தபோது யாவரும் உறங்கிப் போய்க் கிடந்தனர். இவன் திண்ணையில் கிடந்தவர்களைப் போய் எழுப்பினான். சப்தம் கேட்டுப் புறவாசல் பக்கம் படுத்திருந்த தோட்டிகள் தானாகவே எழுந்து வந்தார்கள். ஒருவன் போய் பெட்ரோமாஸ் விளக்கைப் பாடையருகே தூக்கிப் பிடித்தான். இவன் சேவலின் கால்களைச் சரட்டினால் கட்டினான்.

பின்பு சேவலை அப்படியே பாடைக்கோலில் சேர்த்துச் சுற்றி முடிச்சிட்டான். ஏகாலி அணைந்து கிடந்த பந்தத்தை எண்ணையூற்றிப் பற்றவைத்துப் பாடைக்கு முன்வந்து பிடித்தான். வீட்டுக்குள் உறங்கியபடி இருந்த பெண்களைப் போய் யாரோ எழுப்பி விட்டார்கள். தூக்குவதற்காக இருந்த உறவினர்களில் நால்வர் பாடையைத் தூக்கினார்கள். பெண்கள் சாங்கீயத்துக்காக வாசல்வரை வந்து அழுது திரும்பிப் போனார்கள்.

பின்னிரவில் பனியும் இருளும் அதிகமானபடி இருந்தன. பாடையில் தொங்கிய சேவல் றெக்கையைப் படபடவென அடித்தபடி வந்தது. சாணார் வளவிலிருந்து முதல் கோழி கூவிற்று. ஊரிலிருந்து தெற்குப் பிரிந்து நடந்தனர். குளக்கரைக்கு முன்பு ஓடையோரத்திலிருந்தே கோனார்களின் சிதைந்த கல்லறைகள் தென்பட்டன.

விண்மீன்கள் அடர்ந்த ஆகாசத்தைப் பார்த்தபடி சுடுகாடு வெற்றிடமாகப் புதைந்து கிடந்தது. பாடையை இறக்கி வைத்ததும் தூக்கி வந்தவர்கள் பாதையில் போய் உட்கார்ந்துகொண்டார்கள். தோட்டிகள் விறகு அடுக்கி வைக்கப்பட்டிருந்த சிதையில் சேவலை வைத்து மூடித் தீ மூட்டினர். தீ பற்றி சடசடத்து எரியத் தொடங்கியது. சூடு பரவியதும் தோட்டிகள் குளிருக்குச் சிதையைச் சுற்றிலும் உட்கார்ந்தார்கள். ஒருவன் மட்டும் போய் புதர் மறைவில் இருந்த சாராயப் பாட்டிலை எடுத்து வந்தான். வெளிச்சத்தில் எல்லோரும் குடிக்கத் தொடங்கினார்கள்.

சிதையில் சேவல் கருகி வெடிக்கும் ஓசை கேட்டது.

இவன் கிளம்பிப் பாதைக்கு வந்தான். பாடை தூக்கியவர்கள் பேசியபடி முன்னால் போய்க்கொண்டிருந்தார்கள். பெரிய தோட்டி இவனிடம் சப்தமாகக் கேட்டான்.

"அய்யனே... இதுக்கு சாஸ்திரம் உண்டா?"

மற்ற தோட்டிகள் சிரித்தார்கள். இவன் ஊரைப் பார்த்து நடக்கத் தொடங்கினான். இருள் இன்னும் சலனமேயில்லாமல் வெறித்துக் கிடந்தது.

நிசப்தம் கவிழ்ந்த பின்பனிக் காலத்தில் ஊர் இன்னும் உறக்கம் கலைந்து விழிக்கவேயில்லை. வீதியில் யாருமே தென்படவில்லை. இவன் நேராக வீட்டுக்குப் போனான். முன்புறக் கதவு திறந்தே கிடந்தது. நடுவீட்டில் குழந்தைகள் மட்டும் உறங்கியபடி இருந்தார்கள். பின் கட்டுப் பொடக்காலியில் உட்கார்ந்து இருள் விலகுவதையே பார்த்தபடியே இருந்தாள் அவன் மனைவி. அடுப்பில் வெந்நீர் காய்ந்துகொண்டிருந்தது. இவனைக் கண்டதும் சட்டென திரும்பிக் கேட்டாள்.

"சேவ கெடச்சிருச்சா...?"

"ம்ம்..."

"எங்க போயி புடிச்சீங்க...?"

".... 'மவுனமாக வேறெங்கோ பார்த்தபடி நின்றான்.

"கேக்குறேன்ல"

"உந்தங்கச்சி வீட்டுல..."

அவள் எழுந்து முறைத்துப் பார்த்தாள். பின்பு எதுவும் பேசாமல் வீட்டுக்குள் போனாள். இவன் பொடக்காலிக் கல்லின்மீது உட்கார்ந்து யோசிக்கத் தொடங்கினான்.

வாரமலர், 30-04-2006

மாட வீடுகளின் தனிமை

விடிகாலையிலும் வானம் வெளிவாங்கவில்லை. கிழக்கேயிருந்து முகில்கள் கிளர்ந்துகொண்டே இருந்தன. இளமதியம்வரை பாட்டம் பாட்டமாக மழை இடியோடு இறங்கியபடியே இருந்தது.

இவன் தாழ்வாரத்துத் திண்ணையில் உட்கார்ந்து வெளியில் பார்த்தபடியே இருந்தான். அடிவானில் இன்னும் கருக்கல்கள் ஏறிக் கொண்டேயிருந்தன. திரும்பவும் புகைச்சல் வந்தது. அந்தக் கணத்தில் ஊரின் அரவம் முற்றிலும் அடங்கியிருந்தது. எவ்வித சப்தமும் கேட்கவில்லை. பின்வாசலில் கூரைத்தண்ணீர் சொட்டிடும் சப்தம் மட்டும் மெல்லிசாய்க் கேட்டது. திடீரென வாடைக்காற்றுக் கொம்பு சுழன்று அடித்தது. கூதல் அதிகமாயிற்று.

இவன் எழுந்து ஊருக்குள் போக நினைத்தான். இவன் வீடு ஊரின் வடகோடியில் இருந்தது. அதுவும் மாடி வீடுதான். வடக்கு பார்த்த நடைகொண்ட வீடாக இருந்தது. வீட்டை ஒட்டி வடக்கு வெளி ஊர்களுக்குப் போகும் கையிட்டேரி ஒன்று போனது. கைக்கோளர்களின் பாவடிக் கற்களினூடே வளைந்து போகும் அந்த இட்டேரியிலிருந்து அப்போது தாசனும் பண்டாரமும் ஊரைப்பார்த்து வந்துகொண்டிருந்தார்கள். தாசனின் வலது தோளில் சேகண்டி ஆடியபடி வந்தது. சங்கை இடக்கையில் பிடித்திருந்தான். பண்டாரம் கூடையைத் தலையில் வைத்து, பிடிக்காமலே நடந்து வந்து கொண்டிருந்தான். வாசலுக்கு வந்ததும் இருவரும் நின்று இவனைப் பார்த்தார்கள். இருவரும் நனைந்துபோயிருந்தார்கள். மடித்துக் கட்டிய வேட்டியிலிருந்து மழைநீர் வழிந்து ஒழுகியது. முழங்கால் எங்கும் சொட்டியபடி இருந்தது. இவன் அவர்களைப் பார்த்துக் கேட்டான்.

“ஆருட்டுக்கு...?”

“தெக்கால வளவுக்குப் போறோம்... பொரட்டாசி மூனாஞ் சனிக்கெழமெ... சங்குநாதம் புடிக்க...”

துளிகள் திரும்பவும் அடர்ந்தன. தாசனும் பண்டாரமும் மேற்கொண்டு இவனோடு பேசவில்லை. வீட்டைக் கடந்து ஊருக்குள் போனார்கள். கீழ்வானில் முகில்கள் கொஞ்சம் வெளிறியிருந்தன. மேற்கு பார்த்து விரைசலாக நகரத் தொடங்கின. அநேகமாகப் புயல் கரையைக் கடந்திருக்கக்கூடும் என இவன் நினைத்தான். இவனுக்கு மழைநாளின் முடக்கம் மனச்சோர்வை சதா தந்தபடியே இருந்தது.

மதியம் வாக்கில் வாசல் பக்கம் யாரோ கூப்பிடுவதுபோல சப்தம் கேட்டது. இவன் திரும்பிப் பார்த்தான். தாசனும் பண்டாரமும் நின்றிருந்தார்கள். அப்போதும் இவன் தாழ்வாரத்துத் திண்ணை மீதே உட்கார்ந்திருந்தான். எழுந்து வாசலுக்குப் போனான். பண்டாரம் மட்டும் பேசினான். தெற்கு வளவில் இவனைக் கூப்பிடுவதாகத் தகவல் சொன்னான். அதற்குள் தாசன் வடக்குவெளிக் கையிட்டேரியில் இறங்கி நடக்கத் தொடங்கியிருந்தான். பாவடிக்கற்களின் மீது மழைக் குருவிகள் கூட்டம் உட்கார்வதும் பறப்பதுமாக இருந்தன. பின்பு பண்டாரமும் நிற்கவில்லை. கிளம்பிப் போனான்.

மழை கொஞ்சம் ஓய்ந்திருந்தது. சட்டெனக் காற்று அடங்கிவிட்டது. புறவெளியில் நிசப்தம் வெறிக்கத் துலங்கிற்று. கலைந்தோடிய முகில்கள் திரும்பவும் நடுவானில் தேங்கி நின்றன. இவன் வீட்டைப் பூட்டிக்கொண்டு கிளம்பினான். வடக்கு வீதி தாண்டி கைக்கோளர் வீதியில் புகுந்து நடந்தான். கைக்கோளர் வீதியில் முன்புபோல சனங்கள் இல்லை. இருப்பவர்களும் முன்புபோலத் தறி நெய்வதில்லை. வேறு வேலை பார்த்துப் போய்விட்டார்கள். வீதி பேச்சரவமற்றுக் கிடந்தது.

முகில்கள் கவிழ்ந்த வானம் இருண்டிருந்தது. மழை இறங்கும் முன் இருக்கும் சிறு புழுக்கம் இருந்தது. இவன் விரைசலாக நடந்தான். செருப்புக் காலை சேற்றுமண் பிடித்துக்கொண்டது. காற்று திசைமாறி இருந்தது. கீகாற்று மெல்ல வீசிற்று. ஜலமூலையில் இருந்து துளிகள் இறங்கிவரும் முறைச்சல் கேட்டது. அதனைத் தொடர்ந்து கிழக்கு வளவுச் சீமையோட்டுக் கூரைமீது மழைத்துளிகள் சடசடத்து விழும் ஓசையும் துல்லியமாகக் கேட்டது.

இவன் தெற்கு வளவு வீதியில் இறங்கி நடந்தான். மழைநீர்த் திவலைகள் முகத்தில் பட்டுத் தெறித்தன. வீதியில் நீர் பெருகியிருந்தது.

தெற்கு வளவில் வடக்கு வாசல் கல்நிலவு நடைவந்தது. நான்கு வாசற்படி தாண்டி ஏறிப்போனான். கல்நிலவின் மேல் சிறிய சீமையோட்டு மஞ்சி இருந்தது. நனையாமல் இருக்கக் கொஞ்சநேரம் அதன் கீழேயே நின்றான். பின்பு தொட்டிக்கட்டு வாசலில் இறங்கி

ஓடினான். சுண்ணாம்புக்காரை பாவிய வாசலில் கூரைத் தண்ணீர் விழுந்து பெருகி ஓடியபடி இருந்தது.

தொட்டிக்கட்டு வாசலைச் சுற்றிலும் தாழ்வான எறப்புக் கொண்ட சுத்திண்ணையுடன் கூடிய ஆசாரம் உண்டு. ஆசாரத்தில் நாலாபுறமும் உத்திரத்தைத் தாங்கிய மரத்தூண்கள் வேலைப்பாடுகளுடன் இருந்தன. இவன் கருமை படர்ந்துபோயிருந்த தூண் ஒன்றைப் பிடித்தபடி நின்று உள்வீட்டை எட்டிப் பார்த்தான். உள்ளே மொத்தம் ஆறு வீடுகள் இருந்தன. எல்லாம் மேல் மாடம் கொண்ட வீடுகள். யாரும் தட்டுப்படவில்லை. பின்பு குரல் கொடுத்தான். நான்கைந்து முறை கூப்பிட்ட பின்பு உள்ளேயிருந்து பெண்குரல் பதில் சொல்லியது.

இவன் அந்தத் தூணிலேயே சாய்ந்து உட்கார்ந்தான். வெளியில் ஆளின் முகம் ஆளுக்குத் தெரியாத அடர்வில் மழை இறங்கிப் பெய்து கொண்டிருந்தது. ஆசாரத்திற்குப் பின்புறமுள்ள உள்வீடுகளிலிருந்து மரப்பல்லிகள் விட்டுவிட்டுச் சயனித்தன. வெட்டுக் கைகளைக் கருந்தும்பிகள் சதா துளையிட்டபடி இருந்தன. திறந்திருந்த சன்னல் வெளிச்சத்தில் மரத்தூசிகள் மிதந்து அலைந்தன. அந்தக் கணம் வடதிசையில் மின்னல் படர்ந்து போயிற்று. பூமி அதிர இடி இடித்தது. மறுபடியும் மழை பெருந்துளியாய்க் கனத்து இறங்கிற்று.

இவன் உள்வீட்டையே பார்த்தபடி இருந்தான். திரும்பவும் மின்னல் படர்ந்தபோது உள்வீட்டிலிருந்து மனோகரியக்கா வெளிப்பட்டாள். இடித்த இடி அருகில் இறங்கியதுபோல இருந்தது. மனோகரியக்கா இவனுக்கு எதிர்த் தூணில் வந்து சாய்ந்து உட்கார்ந்தாள். இருவரும் பேசாமல் ஒருவரை ஒருவர் பார்த்துக்கொண்டார்கள். வீடே நிசப்தமாக இருந்தது. மழை இருளில் ஆசாரம் எங்கும் வெளிச்சம் மங்கிவிட்டது. தோணியில் நிரம்பிய மழைநீரின் வெள்ளப்பெருக்கு பெரும் ஓசையுடன் பின்வாசலில் விழுந்து சிதறியது. கூடவே உள்வீட்டிலிருந்து பெரியம்மாவின் இருமல் சப்தம் விட்டுவிட்டுக் கேட்டது. இவன் மனோகரியக்காவைப் பார்த்தான்.

“அம்மாவுக்கு ரெண்டு நாளா ஒடம்புக்கு முடியல... பழையபடி ஆஸ்துமா தொல்லை... ஏங்கல் வந்திருச்சு...''

“ஆஸ்பத்திரி போகலையா?''

“மழையில வயசான ஜீவன ஆரு கூட்டிட்டுப் போறது... மழை நிக்கட்டும் பாத்துக்கலாம்...''

இவன் வேறு எதுவும் பேசவில்லை. மனோகரியக்கா விழிக் கடையோரம் வழிந்த கண்ணீரை முந்தானையில் துடைத்துக் கொண்டு

சிரித்தாள். இவனால் சிரிக்க முடியவில்லை. மழை இன்னும் ஓய்ந்த பாடில்லை. குளிர்க்காற்று ஆசாரமெங்கும் நிரம்பிப் போயிற்று. மனோகரியக்கா முந்தானையை எடுத்துத் தோள்பட்டைவரை போர்த்திக் கொண்டு தணிவான குரலில் இவனிடம் கேட்டாள்.

"சுகு... எனக்காக வயற்காடுவரை ஒரு எட்டு போயி பருவகாரன பாத்துட்டு வரமுடியுமா?''

இவன் சரியென்று தலையசைத்தான். மீண்டும் உள்வீட்டிலிருந்து பெரியம்மாவின் இருமல் சப்தம் எழுந்து அடங்கிற்று. அதன் பின்பு பெரியம்மா முனகலாய் யாரையோ அழைத்தாள். மனோகரியக்கா உள்வீட்டு இருளை நிச்சலனமாகப் பார்த்தபடியே பேசினாள்.

"பருவகாரன் குத்தகை நெல் குடுத்து ரெண்டு போகமாச்சு... ஆளும் இப்ப முன்ன மாதிரி செரியா இங்க வர்றதில்ல... சொல்லியுட்டாலும் பெரிசா கண்டுக்கறதில்ல...''

மனோகரியக்காவின் பேச்சு இவனுக்கு மிகுந்த துயரம் தருவதாயிருந்தது. அக்கா மேலும் சன்னமான குரலில் ஏதேதோ பேசினாள்.

அப்போது ஆசாரத்தின் மத்தியில் ஏதோ சொத்தென விழுந்தது. இவன் எழுந்து ஆர்வமாகப் போய்க் கூர்ந்து பார்த்தான். நாள்பட்ட சிறு மண்கூடுகள் ஆசாரத் தரையெங்கும் உடைந்து சிதறியிருந்தன. வெகுநாட்களுக்கு முன்பு உத்திரத்தில் வைத்திருந்த புள்ளைக் குளவிக் கூடுகள் அவை. முகட்டு ஓடுகள் விரிசல் கண்டதால் மழைநீர் இறங்கி உத்திரத்தில் படிந்திருக்கிறது. ஈரம் பட்டதும் கூடுகள் பிண்டு விழுந்து கொண்டேயிருக்கின்றன.

இவன் நகர்ந்து ஆசாரத்துத் தூணோரம் வந்தான். மனோகரியக்கா எந்தவித சலனமும் இல்லாமலே தூணில் சாய்ந்து உட்கார்ந்திருந்தாள். தொட்டி வாசலில் இறங்கிப் பெய்யும் மழையையே பார்த்தபடி இருந்தாள். காற்று அடங்கி மழை ஒரே சீராகப் பெய்துகொண்டிருந்தது.

இவன் முன்பு போலவே மனோகரியக்காவின் எதிரில் போய் உட்கார்ந்துகொண்டான். எதுவும் பேசவில்லை. நேரம் போயிற்று. வெளியில் இருள் கவியத் தொடங்கியிருந்தது.

தெற்கு வளவில் வசிக்க ஆட்களற்றுப்போயினர். பின்பு புள்ளைக் குளவிகளும் வீட்டைக் காலி செய்து போய்விட்டன. ஒரு காலத்தில் வாயில் புழுக்களைக் கவ்வியபடி ஆசாரத்துக்குள் நுழையும் புள்ளைக் குளவிகளின் ரீங்கரிப்பு கேட்டபடியே இருந்தது. அந்த நாட்களில்தான் மூன்று சித்திமார்களுக்கும் இந்த வீட்டில் அடுத்தடுத்து பிரசவங்கள்

நடந்தன. உள்வீடுகளில் குழந்தைகளின் அழுகுரல் கேட்டபடியே இருந்தது. எல்லா அறைகளிலும் பிரசவவாடை நிரம்பியிருந்தது. சித்திமார்கள் வீடெங்கும் பால்கவுச்சி மாறாத வாசனையுடன் நடந்துகொண்டே இருந்தார்கள்.

ஆனால், அந்த நேரத்தில் மூன்று சித்தப்பாக்களுக்கும் தொட்ட தெல்லாம் துலங்கவில்லை. சொத்துகளைத் தொலைத்தபடியே இருந்தனர். அப்போவெல்லாம் அப்புச்சி கள்ளிவலசுக்கு கட்டிக் கொடுத்த பெரியம்மாவைத்தான் பெருமையாகச் சொல்லிக் கொண்டிருந்தார்.

“உப்பாத்து கரைவெளியிலேயே நம்ம பெரியம்மிணி குடும்பந்தா... ‘மெசால்ட்டியா’ இருக்கு...'' என்பார்.

ஏனோ அப்புச்சியின் அந்த சந்தோசம் அதிகநாள் நீடிக்கவில்லை. மனோகரியக்கா வயசுக்கு வந்த தினம் பெரியப்பா எதிர்பாராதவிதமாகக் குதிரை வண்டியிலிருந்து விழுந்து இறந்துபோனார்.

அதன் பின்பு வயசுக்கு வந்த பெண்ணை வைத்துக்கொண்டு பெரியம்மாவால் அந்த ஊரில் இருக்க முடியவில்லை. இரண்டு மாதங்கள் கடந்திருந்தன. ஒரு நாள் அந்தி சாயும் வேளை பெரியம்மாவும் மனோகரியக்காவும் தெற்கு வளவுக்கே திரும்பி வந்தார்கள். கல்நிலவு நடைவாசற்படியேறி ஆசாரத்தைப் பார்த்தார்கள். ஆசாரத்து ஊஞ்சலில் உட்கார்ந்திருந்த அப்புச்சி தலைகவிழ்ந்துகொண்டார். தொட்டிக்கட்டு வாசல் முழுவதும் சுவரில் நிழல் கட்டிக் கிடந்தது. பெரியம்மாவால் தாங்க முடியவில்லை. ஓடிப்போய் அப்புச்சியின் கால்களைக் கட்டிக்கொண்டு விசும்பினாள். அப்போதும் அப்புச்சி ஒரு வார்த்தைகூடபேசவில்லை. முகத்தை வேறு பக்கம் திருப்பிக் கொண்டார். உள்வீட்டிலிருந்து சித்திமார்கள் வந்து இருவரையும் உள்ளே கூட்டிப்போனார்கள். நாட்கள் செல்லச்செல்ல பெரியம்மா உள்வீடுகளிலேயே ஒடுங்கிக் கிடந்தாள். அப்புச்சி வெளியே கிளம்பிப் போன பின்னால் எப்போதாவது தொட்டிக்கட்டு வாசல்வரை வந்து போவாள். மனோகரி அக்காகூட அப்படித்தான். கல்நிலவு நடை தாண்டி வெளியே போகவில்லை.

அந்த வருடம் கார்மழையற்றுப் போனது. காற்றுக்காலம் தொடங்கியதும் வெள்ளாமையில்லாமல் தோட்டவெளி எங்கும் வெறுமையானது. குடியானவர்கள் பண்டம்பாடிகளை விற்றுக் கொண்டிருந்தனர். மில்காரர்கள் வந்து தெற்கு வளவுத் தோட்டத்தை விலைக்குக் கேட்டனர். சித்தப்பாக்கள் யாரையும் கேட்காமல் விற்று

விட்டனர். சிறிது நாட்களில் அவர்கள் எல்லோரும் நகரத்தை நோக்கிப் போயினர். சித்திமார்கள் இல்லாமல் வீடே வெறிச்சோடிப் போனது. மனோகரியக்காவும் பெரியம்மாவும் தனித்தே கிடந்தனர். நாளாக நாளாகப் பேச்சுக்கூட வீடு கிணற்றுக்குள் இருந்து பேசுவதுபோல எதிரொலிக்கத் தொடங்கிற்று. அப்புச்சி வெளியில் எங்கும் கிளம்பிப் போவதேயில்லை. ஆசாரத்து ஊஞ்சலே கதியென உட்கார்ந்து கிடந்தார்.

அன்று இரண்டாம் சாமம் கடந்து கொண்டிருந்தது. பெரியம்மாவுக்குத் தூக்கம் வரவில்லை. எழுந்து ஆசாரத்து திண்ணைக்கு வந்தாள். தொட்டிக்கட்டு வாசல் எங்கும் இருள் மூடிக்கிடந்தது. நட்சத்திரங்கள் சுடர்ந்து மினுங்கின. ஆசாரத்து ஊஞ்சலில் படுத்திருந்த அப்புச்சியைக் காணவில்லை. பெரியம்மா பயந்து போனாள். உள்வீட்டுக்குச் சென்று மனோகரியக்காவை எழுப்பிக் கூட்டி வந்தாள். இருவரும் தொட்டிக்கட்டு வாசலில் போய் நின்று அப்புச்சியைத் தேடினார்கள். அப்போது வடக்குவாசல் பக்கம் யாரோ குலுங்கிக் குலுங்கி அழும் சப்தம் கேட்டது. கிட்டத்தில் போய்ப் பார்த்தார்கள். அப்புச்சிதான் கல்நிலவு நடைமேல் உட்கார்ந்து அழுது கொண்டு இருந்தார். வீதியை வெறித்தபடியே இருந்தார். இவர்கள் பக்கம் திரும்பவேயில்லை.

இருவரும் திரும்பி வந்து ஆசாரத்துத் திண்ணை வாசற்படியில் உட்கார்ந்துகொண்டார்கள். கீழ்த்திசையில் நாய்கள் கொடூரமாக ஊளையிடத் தொடங்கியிருந்தன. வீதியில் முறைச்சல் எழுப்பிப் போகும் மேகாற்றில் புழுதி வாசனை படிந்திருந்தது. இருளில் அப்புச்சி எழுந்து வருவது பூதாகரமாகத் தெரிந்தது. தொட்டிக்கட்டு வாசல் வந்ததும் நின்று யோசித்தார். தோக்குருவிகள் ஆளைச்சுற்றி வட்டமடித்துக் கொண்டிருந்தன.

விடிந்ததும் அப்புச்சி வீட்டைவிட்டுக் கிளம்பிப் போனார். திரும்பி வரும்போது அர்த்தசாமமாகியிருந்தது. பெரியம்மாவும் மனோகரியக் காவும் அதுவரை விழித்துக்கொண்டே இருந்தார்கள். ஆனாலும் அப்புச்சி எங்கே போய் வந்தார் எனக் கேட்க முடியவில்லை. அன்று வானம் உக்கிரம் கண்டிருந்தது. வடக்குவாசல் கல்நிலவு நடையில் நின்று சாமக்கோடாங்கி ஒருவன் அபசகுனமாகச் சொல்லிக் கடந்து போனான். பெரியம்மாவுக்கும் மனோகரியக்காவுக்கும் பயமாக இருந்தது. இருதினங்கள் கழித்துப் பெரியம்மாவின் கொழுந்தனார்கள் ஊரிலிருந்து தெற்குவளவுக்கு வந்தார்கள். வந்தவர்கள் நேராக வாசற்படியேறி ஆசாரத்துக்குப் போனார்கள். அப்புச்சியின் முன்பு போய் நின்று ஏதோ கேட்டார்கள். அப்புச்சி திடீரென எழுந்து ஆத்திரத்தோடு அவர்களை

கெட்ட வார்த்தையில் திட்டத் தொடங்கினார். பெரியம்மாவின் சின்னக் கொழுந்தனார் முன்னே வந்து பேசினார்.

"மருகாதியா பேசுங்க... வயசுக்கு மூத்தவங்கன்னு பாக்கறோம்..''

"ஒங்களுக்கு என்னடா மருகாதி வேண்டிக்கெடக்கு... எம்மக சொத்தெப் பிரிச்சுக் குடுத்துட்டு மத்த சோலியப் பாருங்கடா தாயோளிகளா...''

பதிலுக்குப் பெரியம்மாவின் சின்னக் கொழுந்தனார் ஊஞ்சல் சங்கிலியைப் பிடித்து உலுக்கியபடிக் கெட்ட வார்த்தையில் அப்புச்சியைத் திட்டினார். பெரியம்மாவுக்கும் மனோகரியக்காவுக்கும் இந்தச் சண்டை எங்குப் போய் முடியும் என்று தெரிந்துவிட்டது.

பெரியம்மா ஓடிப்போய் உள்வீட்டு வாசற்படியில் உட்கார்ந்து கொண்டுப் பெருங்குரலெடுத்து அழத் தொடங்கினாள். மனோகரியக் காவுக்கு என்ன செய்வது என்றே தெரியவில்லை. சண்டை முடிவில் லாமல் நீண்டுகொண்டு போனது. வீதியில் போனவர்கள்கூட வடக்கு வாசல் கல்நிலவு நடையில் ஏறி நின்று வேடிக்கை பார்த்தபடி இருந்தனர். சற்று நேரத்தில் அப்புச்சியை அவர்கள் அடித்துவிடுவார்கள் எனத் தெரிந்தது. பெரியம்மாவுக்குத் தாங்கிக்கொள்ள முடியாத அவமானமாக இருந்தது. சட்டென ஆசாரத்துக்குப் போய் நின்று கொண்டு கத்தினாள்.

"ஏஞ்சொத்துக்கு... ய்யே... நீங்க ரெண்டு பேரும் அடிச்சுக்கிறீங்க... அதெ என்ன செய்யணுமுங்கறதெ நான்ல முடிவு செய்யணும்..''

பெரியம்மாவின் சின்னக் கொழுந்தனாரும், வந்த ஆட்களும் ஒரு கணம் வாயடைத்துப் போய் நின்று விட்டார்கள். அப்புச்சியும் மேற்கொண்டு எதுவும் பேசவில்லை. பெரியம்மாவையே உற்றுப் பார்த்தபடி இருந்தார். பெரியம்மாவுக்குத் தொடர்ந்து கோபம் தணியவில்லை. சின்னக் கொழுந்தனார் முன்பு போய் நின்று சப்தமாகச் சொன்னாள்.

"ஞாயத்துக்குக் கட்டுப்பட்டு சொத்தெப் பிரிச்சுக் குடுக்கறதுன்னா குடு... இல்லீனா நாங் கோர்ட்டுக்குப் போறதா இருக்கேன்... அப்புறம் நீ உன்னால முடிஞ்சதப் பாத்துக்க...''

பெரியம்மாவின் சின்னக் கொழுந்தனார் பதிலுக்குக் கோபப் படவில்லை. வந்தவர்களோடு கிளம்பிப் போக ஆயத்தமானார்.

மனோகரியக்கா எல்லாம் பார்த்துக்கொண்டு வெறுமனே இருந்தாள். அவளுக்குச் சாமக்கோடாங்கி பாடிப் போனது ஞாபகத்தில் வந்து கொண்டே இருந்தது. அன்று அந்தி சாய்ந்து விளக்கு போடும்போது கவனித்தாள். அப்புச்சி உள்வீட்டு நடையோரம் போய் நின்று

பெரியம்மாவைப் பெயர் சொல்லி கூப்பிட்டுக் கொண்டிருந்தார். பெரியம்மாவுக்கும் இவ்வளவு நாட்களுக்குப் பின் அப்புச்சி பேசியதில் ஆனந்தம் தாங்கவில்லை. பதற்றத்துடன் அப்புச்சியின் முன்னால் வந்து நின்று கேட்டாள்.

"என்னங்கய்யா...?''

"உன்னோட சொத்து... நீ என்ன வேணும்னாலும் பண்ணுவேயில்ல... நாந்தலையிட்டது தப்பாப் போச்சுல்ல...''

அப்புச்சி இப்படிப் பேசியதில் பெரியம்மாவுக்கு என்ன கூறுவது எனத் தெரியவில்லை. அப்புச்சியையே பார்த்தாள்.

"ஊஞ்சொத்தக் கூடநா... வாங்கிக் குடுக்க முடியாத கையாலாகாத வனாப் போயிட்டேன்ல..''

பெரியம்மாவுக்குத் தன்னையறியாமல் அழுகை முட்டிக்கொண்டு வந்தது. அப்புச்சி வேறு ஒன்றும் பேசாமல் திரும்பி நடந்தார். பழையபடி ஆசாரத்து ஊஞ்சலில் போய் உட்கார்ந்துகொண்டார். வீதியில் விளக்குகள் ஒவ்வொன்றாக எரியத் தொடங்கின. வீடு பெருமௌனத்தில் ஆழ்ந்தது. மேல் மாடத்தில் நிரந்தரமாக குடிபுகுந்த புறாக்கள் அணத்திக் கொண்டிருந்தன. ஊர் அடங்கிய பின்பும் பெரியம்மாவுக்கும் மனோகரியக்காவுக்கும் உறக்கமே வரவில்லை. உள்வீட்டு நடையோரம் உட்கார்ந்துகொண்டு இருவரும் ஆசாரத்து ஊஞ்சலில் உட்கார்ந்திருக்கும் அப்புச்சியையே பார்த்தபடி இருந்தார்கள். பின்னிரவு கடந்தது. அப்புச்சி எழுந்து தொட்டி வாசலுக்குப் போய் நின்று விண்மீன்களைப் பார்த்துவிட்டு வந்தார். இவர்களைக் கண்டு கொள்ளவேயில்லை. விடிகாலையில் இருவரும் உறங்கிப் போனார்கள்.

மறுநாள் பொழுது கிளம்பி மேலேறி வந்துகொண்டிருந்தது. மனோகரியக்கா வடக்குவாசல் கல்நிலவு நடையில் ஏறித் தொட்டிக்கட்டு வாசலில் போய் நின்றாள். ஆசாரம் எங்கும் வெளிச்சம் பரவியிருந்தது. ஊஞ்சல் சங்கிலியோரம் கால்கள் தொங்கியபடி இருப்பதைக் கவனித்தாள்.

மனோகரியக்காவுக்கு எல்லாம் புரிந்துவிட்டது. உள்வீட்டு நடையோரம்போய் பெரியம்மாவை எழுப்பிக் கூட்டிவந்தாள். வெளி மதிலில் காகங்கள் கரைந்தபடி இருந்தன. வெகுநேரத்துக்குப் பின்பு ஊர்க்காரர்கள் வந்து அப்புச்சியை அவிழ்த்துக் கிடத்தினார்கள். பெரியம்மாவுக்கு ஏனோ அழுகை வரவில்லை. இறுகிய முகத்துடன்

நின்றுகொண்டு வேடிக்கை பார்த்தாள். மனோகரியக்காவுக்கு யாவும் கனவில் நடப்பதுபோலவே இருந்தது.

அடுத்த மழைக்காலம் தொடங்கியிருந்தது. ஊரிலிருந்து பெரியம்மாவின் கொழுந்தனார்கள் பைசூலுக்கு வந்தார்கள். பேச்சுவார்த்தை சுமுகமாக முடிந்தது. பெரியம்மாவின் பங்காக வரும் தோட்டத்தை அவர்கள் எடுத்துக் கொண்டார்கள். பதிலுக்குக் கரைவெளி வயலை மனோகரியக்காவின் பெயருக்கு 'கரால்' செய்து கொடுத்தார்கள். பெரியம்மா பழைய பருவகாரனையே பருவம் பார்க்க வைத்தாள். சில போகங்களிலேயே பெரியம்மாவால் வயலுக்கு ஒழுங்காக முட்டுவழி போட முடியவில்லை. வயலை அதே பருவகாரனிடமே குத்தகைக்கு விட்டாள். பருவகாரனும் தொடக்கக் காலத்தில் ஒழுங்காகத்தான் குத்தகை நெல்லைக் கொடுத்துக் கொண்டிருந்தான். ஏனோ காலப்போக்கில் தெற்கு வளவுக்குக் குத்தகை நெல் கொடுப்பதையே நிறுத்திவிட்டான்.

இன்று பருவகாரன் வரப்பு வெட்டும் ஆட்களோடு நின்றிருந்தான். இவனைக் கண்டதும் அவன் முகம் இறுகிப் போயிற்று. வேறு வழியில்லாமல் வரப்பின் மீதேறி நடந்து இவன் அருகில் வந்து பேசினான்.

"என்ன... சின்னம்மிணிக்கு அதுக்குள்ள பொறுக்கலியா... ஆளனுப்பிச்சிட்டாங்க... இன்னும் நடவே நடலை... அறுத்ததியும் சொல்லியுடறேன் போங்க...''

பருவகாரன் பேச்சே சரியில்லை. இவனுக்கும் பருவகாரனிடம் என்ன கேட்பது எனவும் தெரியவில்லை. வட்டமடிக்கும் கொக்குக் கூட்டத்தின் நிழல் சேற்று வயல் பரப்பில் விழுந்து கடந்தது. இவன் கிளம்பினான். சேற்றில் இறங்கிய பருவகாரன் திரும்பவும் இவனைக் கூப்பிட்டுச் சொன்னான்.

"சின்னம்மிணி வயலெ விக்கறதுக்கு வெல பேசறதா கேள்விப்பட்டே... அதுகிட்டப் போய்ச் சொல்லுங்க.. நா... நாப்பது வருஷமா இந்த வயல ஓட்டிட்டு இருக்கே... திடீர்னு இன்னிக்கு வேறவனுக்கு வுட்டுட்டு எந்திரிச்சுப் போறதுக்கு நா என்ன இளிச்சவாயனா?''

மேலும் பருவகாரன் இவனிடம் வேறு எதை எதையோ சொல்லிக் கொண்டிருந்தான். எல்லாம் மனோகரியக்காவுக்கு எதிரான கருத்துகளாகவே இருந்தன. இவன் தெற்கு வளவுக்குத் திரும்பி வந்தபோது சாயங்காலம் ஆகியிருந்தது. அடிவானில் கருக்கல்கள்

மெல்ல மேலெழுந்து கொண்டிருந்தன. இவன் வடக்கு வாசல் கல்நிலவு நடையில் நுழையும்போதே தொட்டிக்கட்டு வாசலில் நின்றிருந்த மனோகரியக்கா கேட்டாள்.

“பருவகாரன் என்ன சொன்னா...?''

உடனே இவனால் பதில் ஏதும் சொல்ல இயலவில்லை. சுதாரித்துக் கொண்டு பேசினான்.

“இந்தப் போகத்துல இருந்து ஒழுங்கா குத்தகை குடுக்கறதா சொல்லறா...?''

“அதெல்லாம் வெறும் பேச்சு... அவனுக்குக் குத்தக குடுக்கற எண்ணமில்ல... நாப்பது வருசமா எங்க சோத்தத் தின்னிருக்கோமுன்னு விசுவாசமில்ல... பொம்பளைதானே என்ன செஞ்சிடுவா... ஒத்தாசைக்கு ஆரு வரப்போறாங்கற தெனாவெட்டு... வயலெ அப்படியே அபகரிச்சிருலாமுன்னு எண்ணம் வந்திருச்சி அவனுக்கு...''

இதைச் சொல்லும்போது மனோகரியக்காவுக்குக் கண் கலங்கியது. மூச்சைப் பெரிதாக உள்ளிழுத்துக் கொண்டாள். உள்வீட்டிலிருந்து பெரியம்மாவின் இருமல் சப்தம் வந்தது. இவன் புறப்பட்டு வீட்டுக்கு வந்துவிட்டான். ஆனாலும் இந்த இரவெல்லாம் பருவகாரன் பெரியம்மாவின் வயலை முழுவதும் அபகரித்துக் கொண்டதுபோலவே சித்திரம் மனசெங்கும் திரும்பத் திரும்ப எழுந்து கொண்டிருந்தது.

மறுதினம் சாயங்காலத்துக்கு மேல் திரும்பவும் மழை இறங்கியது. இங்குக் கனத்துப் பெய்யவில்லை என்றாலும் விட்டுவிட்டுப் பெய்தது. மேற்கே மலைக்காட்டுக்கு நல்ல மழை பெய்திருப்பதாகப் பேசிக் கொண்டார்கள். அமராவதி அணை நிரம்பி தொடர்ந்து ஆற்றில் தண்ணீரை தூக்கிவிட்டுக்கொண்டே இருந்தார்கள். ஊர்த்துப்பறியல் ஆள் இறங்க முடியாதபடிக்குத் தண்ணீர் போனபடியே இருந்தது. நடவுக்குப் போகும் பெண்கள் பரிசலுக்காக சதா காத்துக் கிடந்தார்கள். ஐப்பசியிலும் அடைமழை விட்டபாடில்லை. நிலம் ஈரம் சொதும்பிவிட்டது. ஓடைகளில் உரம்பு எடுத்துவிட்டது. மேகாட்டுக் குடியானவர்களின் மானாவாரி வெள்ளாமை எல்லாம் வீணாகிக் கொண்டிருந்தது.

ஒவ்வொரு நாளும் வானம் கவிந்து கொண்டது. அன்று விடிந்ததிலிருந்தே மழை விடாமல் பிடித்துக்கொண்டது. இவன் இரவானதும் வீட்டுக்குள் போய்த் துப்பட்டியில் மூடிப் படுத்துக் கொண்டான். சீக்கிரமே உறங்கிப் போனான். உறக்கம் கலைந்து பார்த்தபோது தாழ்வாரத்துத் திண்ணையிலிருந்து மனோகரியக்கா

இவனைக் கூப்பிட்டுக் கொண்டிருந்தாள். அகால சாமத்தில் மனோகரியக்காவைப் பார்த்ததும் இவனுக்கு விசயம் புரிந்துவிட்டது. எதுவும் கேட்கவில்லை. மனோகரியக்காவுடன் கிளம்பித் தெற்கு வளவுக்குப் போனான். மழை அடர்ந்திருந்தது. தொட்டிக்கட்டு வாசலில் ஆசாரத்துக் கூரைத் தண்ணீர் விழுந்து ஓடிக் கொண்டிருந்தது.

மின்சாரம் எங்கும் அறுந்து போயிருந்தது. உத்திரத்தில் புதைந்த இருளில் மரப்பல்லிகள் சயனித்தன. மனோகரியக்கா அரிக்கேன் விளக்கு பற்றவைத்து எடுத்து வந்தாள். இவன் வீட்டுக்குள் போனான். பெரியம்மாவின் திறந்து கிடந்த கண்களை மூடிவிட்டு ஆசாரத்தில் வந்து உட்கார்ந்து கொண்டான். தரையெங்கும் குளிர் விரவிக் கிடந்தது. மனோகரியக்கா உள்வீட்டுக்குள் பெரியம்மாவின் கட்டிலோரம் உட்கார்ந்து விசும்பும் குரல் கேட்டது. சிறிது நேரத்துக்குப் பின்பு அரிக்கேன் விளக்கு ஒளியில் சுவரில் நிழல் படிய எழுந்து வந்தாள். ஆசாரத்தில் இவன் கிட்டத்தில் வந்து உட்கார்ந்து பெய்யும் மழையைப் பார்த்தபடியே இருந்தாள். தூறலின் தீவிரத்தில் வெளி புலப்படவில்லை. சில்வண்டுகளின் ரீங்கரிப்பு கேட்டபடியே இருந்தது.

விடிவதற்குக் கொஞ்சம் முன்பு இவன் எழுந்து ஊருக்குள் போனான். தூறல் அடங்கிய வானம் நிசப்தம் கொண்டிருந்தது. பங்காளிகளுக்குச் சொல்லிவிட்டு வந்தபோது தனிமையில் மனோகரியக்கா சப்தமாக அழுது கொண்டிருப்பதைப் பார்த்தான். இவனுக்கும் மனத்தில் தாளமுடியாத வேதனை கவியத்தொடங்கிற்று. இருள் வெளிறிக் கொண்டு வந்தது. வெளிச்சம் படர்ந்தபோது வானம் சற்றுத் தெளிவாயிருந்தது. முகில்கள் பிசிறு பிசிறாய் மேற்கே மிதந்து போயின. இழவுக்கு அதிகம் ஒறம்பறை சனங்கள் வரவில்லை. பெரியம்மாவைப் புதைத்துவிட்டுத் திரும்பிய சனங்களும் அன்று தொட்டிக்கட்டுவாசல் வந்ததும் ஆசாரத்துத் திண்ணையில் உட்காராமலே கிளம்பிப் போனார்கள்.

காலமும் வேகமாகப் போனது. தெற்குவளவின் ஆறு வீடுகளிலும் வசிக்க ஆட்கள் இல்லை. மனோகரியக்கா பகலெல்லாம் வடக்குவாசல் கல்நிலவு நடையில் உட்கார்ந்து வீதியைப் பார்த்தபடியே இருந்தாள். ஊரே அவள் மேல் இரக்கப்பட்டுக் கிடந்தது. ஆள்புழங்காத வீட்டில் தோக்குருவிகள் அந்தியெல்லாம் பறந்து அழிச்சாட்டியம் பண்ணின. ஆசாரத்து வெட்டுக் கைகள் வரை அவை ஒண்டத் தொடங்கி விட்டன. கூரையில் கரையான்கள் பற்றி ஏறின. கரையான் மண் மழைநீரில் கரைந்து சுவரோடு வடிந்த வடு, முகட்டுக்குக் கீழ்வரை இறங்கி

யிருந்தன. மேல்மாடங்களில் பெருகியிருந்த புறாக்களின் அணத்தும் சப்தம் அதிகமாயிற்று.

ஆனாலும் இவன் ஒவ்வொரு நாள் காலையிலும் தெற்குவளவு போய் மனோகரியக்காவைப் பார்த்துவிட்டுத் திரும்புவதை வழக்கமாகக் கொண்டிருந்தான். இவனுக்கு வீட்டில் படுத்தாலும் இரவில் உறக்கமே வருவதில்லை. மனோகரியக்கா விடிவதற்குள் ஏதோ விபரீதமாக முடிவு எடுப்பதுபோலவே தோன்றிக்கொண்டிருந்தது. பகலில்கூட இவனுக்கு உள்ளுக்குள் பயம் பரவி எந்நேரமும் மனக்கிலேசத்தை கொடுத்துக்கொண்டே இருந்தது.

இந்நிலையில், கார்த்திகை ஜோதிக்கு முன்பே திரும்பவும் வங்கக்கடலில் புயல் உருவாயிற்று. புயல் ஆறு நாட்களுக்குமேல் கரையைக் கடக்காமல் வலுக்கொண்டிருந்தது. சதா மழையின் முறைச்சல் கேட்டபடியே இருந்தது. எங்கும் வெள்ளக்காடுகள். அமராவதி அணை நிரம்பி, ஆற்றில் கரைகொள்ளாமல் வெள்ளம் போயிற்று. நெடுநாட்களுக்குப் பின்பு, அதன் கிளை நதியான உப்பாற்று அணையும் நிரம்பி வழிந்தது. மேலே நீர் வரவைக் கணக்கிட்டு உப்பாற்று அணை உடைந்துகொள்ளும் அபாயம் உள்ளதாக அறிவித்தனர். கரையோரப்பகுதி ஊர் மக்களெல்லாம் காலிசெய்து தூரப்போய்விடும்படிச் சொன்னார்கள். உப்பாற்றுக் கரைவெளியே பீதியில் உறைந்து கிடந்தது. புயல் கரையைக் கடந்த பின்னும் மழை விடாமல் ஒரே சீராகப் பெய்து கொண்டே இருந்தது.

இரு தினங்கள் கழிந்திருந்தன. பெரியம்மாவின் ஊரிலிருந்து பெரியம்மாவின் கொழுந்தன்மார்கள் குடும்பத்துடன் வண்டியில் சாமான்களை ஏற்றிக் கொண்டுத் தெற்குவளவுக்கு வந்து சேர்ந்தார்கள். மனோகரியக்கா இதை எதிர்பார்க்கவில்லை. வந்த நாளிலிருந்து அவர்கள் எல்லா வீடுகளிலும் புழங்கத் தொடங்கினார்கள். பெரியம்மாவின் மூத்த கொழுந்தனார் ஒளிமங்கும்போது இலந்தைமுள் வாது கொண்டு தோக்குருவிகளை ஆசாரத்தில் நின்று பிடித்துக் கொண்டிருந்தார். அவருக்கு அது ஒன்றுதான் முக்கிய வேலை எனப் பார்ப்பவர்களுக்குத் தோன்றியது. சின்னக் கொழுந்தனாரும் தன் பங்குக்குச் சும்மா இருக்கவில்லை. கரைவெளி வயலுக்கு ஆட்களோடு போய் பருவகாரனோடு சண்டைகட்டி பிரச்சினையை உருவாக்கினார். வயலில் கைவைத்துக்கொண்டதாககூட ஊர்சனங்கள் பேசிக் கொண்டார்கள். பருவகாரனும் தெற்குவளவு வந்து இவர்களை அடிப்பதற்கு ஆட்களைத் தயார் செய்துகொண்டிருப்பதாக இங்கு

சேதியும் வந்தது. எல்லாவற்றையும் மனோகரியக்கா பார்த்துக் கொண்டிருந்தாளே தவிர யாரையும் ஒன்றும் சொல்லவில்லை.

தெற்குவளவு திரும்பவும் சனங்களை தன்னுள் உள்வாங்கிக் கொண்டது. இரவெல்லாம் தொட்டிக்கட்டு வாசலில் விளக்கு எரிந்தபடியே இருந்தது. ஈசல்கள் முட்டி மோதி சிறகுகளை உதிர்த்துக் கொண்டிருந்தன. குழந்தைகள் ஆசாரத்துத் திண்ணையெங்கும் ஓடி விளையாண்டுகொண்டே இருந்தனர். அந்த வாரத்தில் மழையின் வேகம் கொஞ்சம் தணிந்திருந்தது. ஈரக்காற்று மட்டும் அடித்தது. வானம் மோடமாகவே இருந்தது. சில நேரங்களில் சிறு தூறல்கள் விழுந்தன. பொழுதைப் பார்ப்பதும் அபூர்வமாகவே இருந்தது.

மனோகரியக்கா உள்வீடுகளிலேயே நேரத்தைக் கழித்துக் கொண்டிருந்தாள். உப்பாற்றில் வெள்ளம் வடிந்துவிட்டதாகச் சேதி வந்தநாள் பெரியம்மாவின் மூத்த கொழுந்தனார் மட்டும் கரைவெளிப்பகுதிக்குக் கிளம்பிப் போனார். மறுநாள் காலையில் ஒரு புது ஆளுடன் தெற்குவளவுக்குத் திரும்பி வந்தார்.

அந்த ஆளுக்கு கருத்த நிறம். நடையில் தலை தட்டும் உயரம். மீசையும் கிருதாவும் இணையும்படி வைத்து, தலைநிறையச் சுருள் முடியுடன் இருந்தான். கட்டுப் பல்லோடு கண்கள் சிவந்து கிடந்தன. ஆளைப் பார்த்தாலே நல்லவன் மாதிரி தெரியவில்லை. வந்ததிலிருந்து அந்த ஆள் ஆசாரத்துத் திண்ணையில் உட்கார்ந்து எந்நேரமும் உள்வீட்டையே பார்த்துக்கொண்டிருந்தான். பெண்கள் கடந்து போகும்போது உற்றுப் பார்த்தான். மனோகரியக்காவுக்கு அந்த ஆளைக் கண்டாலே பிடிக்கவில்லை. இளமதியம் கடந்து ஓடும் முகில்களுக்கிடையே பொழுது மெல்ல எட்டிப் பார்த்தது. தொட்டிக்கட்டுவாசலில் வெயில் இறங்குவதும் மறைவதுமாக இருந்தது. அப்போது பெரியம்மாவின் சின்னக் கொழுந்தனார் எங்கிருந்தோ ஒரு சேவலை வாங்கிக்கொண்டு தொட்டிக்கட்டு வாசலில் வந்து நின்றார். கால் கட்டிய நிலையில், தலைகீழாகத் தொங்கும் சேவல் றெக்கையைப் படபடத்தபடிக் கொக்கரித்தது. சேவலின் கொக்கரிப்பைக் கேட்டதும் வீதியில் மேயும் மற்றக் கோழிகளும் கொக்கரித்தன.

உடனே அந்த ஆள் எழுந்தான். வேட்டியை மடித்துக் கட்டிக் கொண்டுத் தொட்டிக்கட்டுவாசலுக்கு இறங்கிப் போனான். சேவலை வாங்கி நோட்டம் விட்ட பின்பு கேட்டான்.

“என்ன ரெண்டு கிலோ வருமா...? கட்டுக்கான சேவலு இது... இந்த லட்சணத்துல கால் மட்டும் ‘பசுங்கால் பொன்றமா’ இருந்துச்சுன்னு வையிங்க... கோச்சை விட்டதும் எதிரிய ஒரே தூக்கா தூக்கிரும்...’’

“பூவு வந்துருச்சு... வேலைக்காவாது...’’

“அப்புறம் என்ன செய்யறது, கழுத்தெ திருவி அடுப்புல வெய்க்க வேண்டியதுதா...’’

அந்த ஆள் கடகடவென சப்தமாக சிரித்தான். பெரிம்மாவின் சின்னக் கொழுந்தனாரும் கூடச் சேர்ந்து சிரித்தார். பின்பு சட்டெனச் சிரிப்பை அடக்கிவிட்டு அந்த ஆள் கேட்டான்.

“செரி... பொசுக்கறதுக்கு நாசுவன் வாரானா...?’’

“இல்ல... இனிமேத்தான் சொல்லியுடணும்’’

பெரியம்மாவின் சின்னக் கொழுந்தனார் ஆசாரத்து வாசற்படியில் ஏறினார். எறப்புவிட்டத்தைப் பிடித்தபடி உள்வீட்டைப் பார்த்து சப்தமிட்டார்.

“மனோகரி... மனோகரி...’’

இதுவரை நடந்ததை எல்லாம் உள்வீட்டு நடையோரம் நின்று பார்த்துக் கொண்டிருந்த மனோகரியக்கா ஆசாரத்துக்கு வந்தாள்.

“அசலூர்க்காரங்க நாங்க சொன்னா நாசுவன் வருவானா... எதுக்கும் நீ போயி ஒரு சொல்லிட்டு வந்திரம்மினி...’’

மனோகரியக்கா வேறு எதுவும் பேசவில்லை. ஒருமுறை முறைத்து அந்த ஆளை மட்டும் பார்த்துவிட்டு ஆசாரத்துத் திண்ணையிலிருந்து இறங்கி நடந்தாள். வடக்குவாசல் கல்நிலவு நடையில் செருப்பைத் தொடும்போது பாசம் மண்டிக்கிடப்பதைப் பார்த்தாள். தனிமை படிந்த வீதியில் காகங்கள் கரைந்து கொண்டிருந்தன. திரும்பவும் பொழுதை முகில்கள் மறைத்திருந்தன. கிழக்குவளவைக் கடந்தபோது நிழல் கட்டிக் கிடந்தது. பகல்வேளையில் ஆட்கள் குறைவாகவே தென்பட்டனர்.

முதலில் மனோகரியக்காவுக்கு வெட்கமாக இருந்தது. பின்பு கண்களில் நீர் கட்டியது. அழுகை வந்துவிடும் என நினைத்தாள். மனசுக்குள் தாங்க முடியவில்லை. சாணார் வளவையும் மாதாரி வளவையும் தாண்டிப் போனாள். நாவிதர் வீடு வேலிப்புதருக்குள் இருந்தது. பன்றிகள் சுற்றித் திரிந்தன. வழியில் சிறுகரிக்குருவி வாலாட்டியபடி உட்கார்ந்திருந்தது. மண் சுவரில் சீமையோடு

வேய்ந்த வீடு. நாவிதர் சுத்திண்ணையில் ரேடியோ கேட்டபடியே உட்கார்ந்திருந்தார். மனோகரியக்காவைக் கண்டதும் எழுந்து தடத்திற்கு வந்தார். மனோகரியக்கா விசயத்தைச் சொல்லிவிட்டுக் கிளம்பும்போது நாவிதர் கேட்டார்.

“சின்னம்மிணிகிட்ட ஒண்ணு கேட்டா கோவிச்சுக்கப்படாது...''

மனோகரியக்கா நின்று, திரும்பி மௌனமாக நாவிதரைப் பார்த்தாள்.

“கைவசம் ஒரு மாப்பிள்ளை இருக்கு. நல்ல வசதி மொதல் தாரம் காமால வந்து காலமாயிருச்சு. கைக்கொழந்தையோட கஷ்டப்படுறாரு. ஆனா தங்கமான மனுஷே... ஊரும் பக்கத்துலதான்'

மனோகரியக்கா நாவிதருக்கு எந்தப் பதிலும் சொல்லவில்லை. தடத்தில் இறங்கி விரைசலாக நடந்தாள். வேலிப்புதரினூடே வரும்போது அழுகை வெடித்துக்கொண்டு வெளிப்பட்டது. சுற்றும் முற்றும் பார்த்தாள். யாரும் தட்டுப்படவில்லை. முந்தானையை எடுத்துக் கண்ணீரைத் துடைத்துக்கொண்டு மேலும் நடந்தாள். நாய்த் துளசிகள் முளைத்த தடத்தில் தவிட்டுப் புறாக்கள் உலவின. மாதாரிவளவைக் கடந்தபோது நாய்கள் வழிமறித்துக்கொண்டு குரைத்தன.

மனோகரியக்கா அவமானப்பட்டுவிட்டதுபோல உணர்ந்தாள். உச்சி நேரத்தில் முகில்கள் விலகியிருந்தன. வெயில் சுள்ளென இறங்கியது. தொட்டிக்கட்டுவாசலைத் தாண்டியபோது பெரியம்மாவின் சின்னக் கொழுந்தனார் கேட்டார்.

“நாசுவ எப்ப வருவே?''

“சித்த நேரத்துல..''

அந்த ஆள் ஆசாரத்துத் திண்ணையில் கால்களைத் தொங்கப் போட்டபடி உட்கார்ந்திருந்தான். பீடி பற்றவைத்தபடி மனோகரியக்காவையே மறுபடியும் உற்றுப் பார்த்தான். அப்போது தூணோரம் கட்டியிருந்த சேவல் றெக்கை அடித்துக் கூவியது. மனோகரியக்காவுக்குக் கோபம் வந்தது. உள்வீட்டுக்குள் போனாள்.

பின்கட்டுச் செக்கில் ஆட்டாங்கல் உருளும் ஓசை கேட்டது. மிளகு வாசனை வீடெங்கும் நிரம்பிப் போயிற்று. சன்னலைத் திறந்து எட்டிப் பார்த்தாள். பெண்கள் ஆட்டிக் கொண்டிருந்தார்கள். பெரியம்மாவின் மூத்த கொழுந்தனார் கிட்டத்தில் நின்று பக்குவம் சொல்லிக் கொண்டிருந்தார்.

அதேபோல் சமையல் ஆகும்போதும் அடுப்படியில் நின்று யோசனை சொல்லியபடியிருந்தார். கறிவேகும்போது பெரியம்மாவின் சின்னக் கொழுந்தனார் வந்து வாக்கனத்தில் கறியை மூட்டிக் கொண்டு போனார். நடு ஆசாரத்தில் உட்கார்ந்து அந்த ஆளும், அவரும் சாராய பாட்டிலைத் திறந்து குடித்துக் கொண்டே வாக்கனக் கறியைத் தின்றனர். இருவரும் சப்தமாகப் பேசிக்கொண்டே இருந்தனர். எதற்கெடுத்தாலும் சிரித்தான் அந்த ஆள்.

உள்வீட்டுப் பக்கம் எவரும் வரவில்லை. மேலே கருக்கல்கள் கட்டியதால் சட்டென வெளிச்சம் மங்கிவிட்டது. சுவரில்கூட இருள் படிந்துகிடந்தது. மனோகரியக்காவுக்கு மனசு பயந்துவிட்டது. இந்த வீட்டில் ஏதோ விபரீதம் நடப்பதுபோலவே தோன்றியது. அன்று சாயங்காலம் பெரியம்மாவின் சின்னக் கொழுந்தனார் மனோகரியக்காவை ஆசாரத்துக்குக் கூப்பிட்டார். மனோகரியக்கா போகவே இல்லை. சற்று நேரத்துக்குப் பின்பு உள்வீட்டுக்கு யாரோ நடந்துவரும் காலரவம் கேட்டு எச்சரிக்கையானாள். அவர் அந்த ஆளோடு நடையோரம் வந்து நின்று பேசினார்.

“கார்த்திக கடேசியில கலியாணம் வச்சிருக்கோம். இவருதாம் மாப்பிள்ளே நல்லா பாத்துக்க...''

அந்த ஆள் இப்போதும் மனோகரியக்காவை உற்றுப் பார்த்துச் சிரித்தான். மனோகரியக்கா எதுவும் பேசவில்லை. கட்டிலோரம் தலைகவிழ்ந்து உட்கார்ந்துகொண்டே இருந்தாள். சிறிதுநேரம் நிசப்தமாகப்போனது. பெரியம்மாவின் சின்னக் கொழுந்தனார் அந்த ஆளை அழைத்துக் கொண்டு திரும்பவும் ஆசாரத்துக்குப் போனார். அங்கு உட்கார்ந்து இருவரும் உளறலாய்ப் பேசிக் கொண்டிருப்பது உள்வீடுவரை கேட்டது.

இரவு ‘கறி சோறு’ வாங்க வந்த நாவிதர் பின்கட்டில் நின்று மனோகரியக்காவைக் கூப்பிட்டார். மனோகரியக்கா வேறு வழியில்லாமல் எழுந்து பின்கட்டு நடையில் போய் நின்று நாவிதரைப் பார்த்தாள். நாவிதர் பித்தளைப் போசியைக் கையில் பிடித்தபடி குசுகுசுவென கேட்டார்.

“அம்மிணி நாஞ்சொன்னத ரோசனை பண்ணுச்சா...''

மனோகரியக்கா வெளியில் எங்கோ இருளை வெறித்தபடி மௌன மாகவே நின்றாள். நாவிதர் விடுவதாகவே இல்லை. மறுபடியும் பேசினார்.

"ஆளப்பாத்தா புடிக்கும். வயசெல்லா முப்பதுக்குள்ளதா இருக்கு... ரெண்டு நாக்கழிச்சு வாரே... அம்மினி நல்ல முடிவாச் சொல்லுங்க..."

நாவிதர் புறவாசல் தாண்டி இருட்டில் மறைந்து போனார். மனோகரியக்கா அதே இடத்தில் உட்கார்ந்துகொண்டாள். இருள் ஊரின் மீதேறிக் கவிழ்ந்திருந்தது. முகில்கள் பரவிய ஆகாசம். நட்சத்திரங்கள் மறைந்து கிடந்தன. ஆசாரத்தில் எல்லோரும் உட்கார்ந்து கல்யாணப்பேச்சைப் பேசிக் கொண்டிருந்தார்கள். பனி இறங்கியிருந்தது. காற்றில் குளிர்வாடை வீசிற்று. சாமத்துக்குப் பின்னிட்டே மனோகரியக்கா எழுந்து உள்ளே போய்ப் படுத்தாள். தூக்கமே வரவில்லை. யோசனை பலவாறு எழுந்தது. முடிவில்லாமல் நீண்டு போயிற்று. கண்ணயர்ந்ததே தெரியவில்லை. கதவு தட்டப்படும் ஓசை கேட்டு விழித்தாள். சன்னலுக்கு வெளியே இன்னும் இருள் கூடியிருந்தது. தொடர்ந்து கதவு தட்டப்படும் ஓசை கேட்டது. அவசரமாக எழுந்து போய்க் கதவைத் திறந்தாள். பெரியம்மாவின் சின்னக் கொழுந்தனார் நடையோரம் நின்றிருந்தார். மனோகரியக்கா பதில் பேசாமலிருந்தாள். அவரையே பார்த்தாள்.. அவர் சப்தமாகச் சொன்னார்.

"இன்னிக்கு நாங்க போயீ... சாங்கீதத்துக்கு சாப்பிட்டுட்டு வர்றோம்... அப்புறம் கொலதெய்வத்துல கலியாணத்த வெச்சுக்கலாம்... நாள் நெருங்கிட்டு இருக்குல்ல.."

ஏனோ மனோகரியக்காவுக்குச் சட்டெனக் கோபம் வந்தது.

"எனக்கு இந்தக் கலியாணம் வேண்டாம்."

"அதெ இப்ப சொன்னா...?"

"எப்ப சொல்லனு...?"

உறுதி வார்த்தைக்கு முன்னால சொல்லீருக்கனு"

"ஆரக்கேட்டு உறுதிவார்த்த சொன்னீங்க...?"

"ஆரக் கேக்கணுமோ அவுங்கள..."

"ஓகோ... எதுத்து பேசறளவுக்கு கொழுப்பெடுத்திருச்சோ..."

பெரியம்மாவின் சின்னக் கொழுந்தனாருக்கு ஆத்திரம் தலைக்கேறியது. சட்டென வீட்டுக்குள் ஒரு காலை எடுத்துவைத்து மனோகரியக்காவின் கன்னத்தில் அறைந்தார். மேற்கொண்டு அங்கு நிற்காமல் பதற்றமாக ஆசாரத்துக்குப் போனார். பெண்கள் எல்லோரையும் கூப்பிட்டு சப்தமாகக் கத்தினார். கெட்ட வார்த்தையில் பெரியம்மாவையும் திட்டினார்.

“பொட்டப்புள்ளைய வளத்து வெச்சிருக்கா பாரு கூறுகெட்டவ...’’

மனோகரியக்கா உள்வீட்டின் கதவைத் தாழிட்டாள். மனசு ஆறவில்லை. கட்டிலோரம் தரையில் உட்கார்ந்தாள். தலையைக் கட்டக்காலில் வைத்து அழத் தொடங்கினாள். கேவல் சப்தம் ஆசாரம்வரை கேட்டது. பெண்கள் வந்து உள்வீட்டுக்கு முன்பு வந்து நின்று கதவைத் தட்டினார்கள். மனோகரியக்கா எழுந்து கதவைத் திறக்கவே இல்லை. உடனே பெரியம்மாவின் சின்னக் கொழுந்தனார் பெண்களிடம் சொன்னார்.

“சொன்னபடி கேக்காத கழுதைய அப்படியே உட்டுருங்க... ஆருந்தாங்காதீங்க...’’

அவரின் குரல் வீடெங்கும் பரவி நீண்டது. பெண்கள் எல்லோரும் ஆசாரத்துக்குச் சென்று உட்கார்ந்துகொண்டனர். அவர்களுக்கும் ஒரு வேலையும் ஓடவில்லை.

கீழ்வானம் விடியலின் சாம்பல் ஒளி கண்டிருந்தது. குருவிகளின் சப்தம் கேட்கத் தொடங்கியது. தொட்டிக்கட்டு வாசலில் மெல்ல வெளிச்சம் பரவியது. கீகாற்றில் பனியின் வாடை அடித்தது. இவன் புறவாசல் வழியாக நுழைந்து பின்கட்டு நடையில் ஏறி வந்தான். ஆசாரத்துக்குப் போய் நின்று அந்தப் பெண்களிடம் கேட்டான்.

“மனோகரியக்கா எங்கே..?’’

அந்தப் பெண்கள் பதில் சொல்லவில்லை. மௌனமாக உட்கார்ந்திருந்தனர். இவன் திரும்பவும் கேட்டான். அப்புச்சியின் ஊஞ்சலில் உட்கார்ந்திருந்த பெரியம்மாவின் சின்னக் கொழுந்தனார் திருப்பி இவனைக் கேட்டார்.

“ஆருக்கடா அக்கா...?’’

இவனுக்கு எதுவும் புரியவில்லை. அவரையே பார்த்தான். அவர் ஊஞ்சலிலிருந்து எழுந்து இவன் அருகில் வந்து நின்றார். கோபமாக முறைத்துவிட்டு சொன்னார்.

“இதுநா வரைக்கும் நீ... அக்கா தம்பின்னு சொல்லிக்கிட்டு இங்க வந்து கூத்தடிச்சது போதும்... அவளுக்குக் கலியாண உறுதியாயிருக்கு... போ போய்ச் சேரு...’’

இவனுக்குத் திரும்பவும் எதுவும் விளங்கவில்லை. அந்த ஆள் ஏன் உறவையெல்லாம் மறந்துவிட்டு இப்படிச் சொல்கிறார் என்பது புதிராகவே இருந்தது. உள்வீட்டில் மனோகரியக்கா கேவிக்கேவி அழும் சப்தத்தை அப்போதுதான் கவனித்தான்.

இவனால் ஏதோ விபரீதமாக நடந்துக்கொண்டிருக்கிறது என்பது மட்டும் உணரமுடிந்தது. பெரியம்மாவின் சின்னக் கொழுந்தனாரிடம் எதிர்ப்பைக் காட்டவில்லை. தொட்டிக்கட்டு வாசலில் இறங்கி வடக்குவாசல் கல்நிலவு நடையை நோக்கி நடந்தான்.

அந்தத் தருணத்தில் உள்வீட்டுக்கதவு தாழ் விலக்கும் ஓசை கேட்டது. இவன் நின்று திரும்பிப் பார்த்தான். மனோகரியக்கா இவன் பெயரைச் சொல்லிக் கூப்பிட்டபடியே ஆசாரத்துக்கு ஓடி வந்தாள். முகம் மெலிந்து வெளிறிப் போயிருந்தது. பெரியம்மாவின் சின்னக் கொழுந்தனார் உடனே மனோகரியக்காவின் கையைப் பிடித்து திரும்பவும் உள்வீட்டுக்கே இழுத்துப் போனபடி அங்கிருந்தவர்களிடம் சொன்னார்.

"பாத்தீங்களா... கள்ளப்புருஷனக் கண்டதும் கதவு தானா தெறக்கறதெ..."

இவனுக்கு மனசுக்குள் விநோதமான அச்சம் பற்றிக்கொண்டது. அதற்குமேல் அங்கு நிற்க முடியவில்லை. வேகமாகக் கல்நிலவு நடையைத் தாண்டி போனான். ஏறுவெயிலோடிய வீதி வெறிச்சோடிக்கிடந்தது. ஆழ்ந்த பெருமூச்சு ஒன்று நெஞ்சு புகைந்து எழும்பியது. ஊருக்குள் காகங்கள் அதிகம் தென்பட்டன. பொழுது கிளம்பியிருந்தது. நேராகக் கைக்கோளர்களின் பாவடிக்கல்லில் போய் உட்கார்ந்து கொண்டான். காலையில் அவமானப்பட்டுவிட்டது மனசை உறுத்தியபடி இருந்தது. சாப்பிடக்கூடத் தோணவில்லை. வானில் மறுபடியும் மழைவரும் அறிகுறி தென்பட்டது. வாடைக்காற்றில் குளிர்விரவி அலைந்தது.

மதியத்துக்குப் பின்னால் மழை இறங்கியது. புகைச்சலாய்த் தூறியபடியே இருந்தது. அந்த இரவெல்லாம் மழையின் ஓசையைக் கேட்டபடியே விழித்திருந்தான். விடிந்தபோது பெரியம்மாவின் சின்னக் கொழுந்தனார் மழையில் நனைந்தபடியே இவனைப் பார்க்க, வீட்டுக்கு வந்திருந்தார். பதற்றமாக இருந்தார். அவராகவே பேசினார்.

"மனோகரி இங்க வந்தாளா..."

"இல்லயே ஏங்கேக்கறீங்க...?"

"மனோகரியக் காணோம்"

"நல்லா தேடிப் பாத்தீங்களா...?"

"மழையில எங்க போயி தேடறது... நேத்து சாயங்காலம் பருவகாரன பாத்துட்டு வர்றேன்னு சொல்லிட்டு வயற்காட்டுக்குக்

கௌம்பினா... ராத்திரி திரும்பி வரலே... எங்க போயிறப் போறா உங்க வூட்டுக்கு வந்திருப்பான்னு இருந்துட்டேன்...''

இவன் அவசரமாகச் சட்டையை எடுத்துப் போட்டுக்கொண்டு வாசற்படி வந்து செருப்பைத் தொட்டான். பின்பு மழைக்குத் தாழ்வாரத்துத் திண்ணைமீது நிறுத்தியிருந்த சைக்கிளை எடுக்கப் போனான். பெரியம்மாவின் சின்னக் கொழுந்தனார் குறுக்கே வந்து நின்றபடி கேட்டார்.

“சொல்லுடா மனோகரிய எங்க மறைச்சு வெச்சிருக்கே...?''

இவனுக்கு அளவிடமுடியாத கோபம் வந்தது. அவரைப் பிடித்து வாசலுக்கு இழுத்துப் போனான் காலால் எட்டி அவரின் அடிவயிற்றில் உதைத்தான். அவர் நிலைதடுமாறி கீழே விழுந்தார். உடைகளெல்லாம் சேறு அப்பிக் கொண்டது. பின்பு வேகமாக எழுந்து உட்கார்ந்து கெட்ட வார்த்தையில் முனகலாய்த் திட்டினார்.

இவன் சைக்கிளை வாசலுக்கு இறக்கி, ஏறிக் கிளம்பினான். அவர் எழுந்து துரத்தியபடியே கொஞ்சதூரம் பின்னால் ஓடிவந்தார். ஊரைக் கடந்து தென்கிழக்கு வழியில் சைக்கிளைச் செலுத்தினான். ஆகாயம் முற்றிலும் வெளிவாங்கியிருந்தது. வீசும் காற்றில் ஈரவாடை கலந்திருந்தது. நீர்தேங்கிய இடங்களில் வறத்தவளைகள் இன்னும் கத்தியவண்ணமிருந்தன.

கரைவெளித் தடத்தில் தனிமை கவிந்து போயிருந்தது. மழை வெயில் வந்தது. ஈர நிலத்தில் சுள்ளெனப் பரவியது. வெகு சமீபத்தில் ஆற்றில் வெள்ளம் பெருகி ஓடும் முறைச்சல் கேட்டது. சைக்கிளை வேகமாக அழுத்தினான். சேற்று மண்ணில் பிடிமானம் கிடைக்கவில்லை.

ஆற்றை சமீபிக்கும்போதே நடவுக்குப்போன பெண்கள் எல்லாம் திரும்பி வந்துகொண்டிருந்தார்கள். ஆற்றைக் கடக்க முடியாத அளவுக்கு வெள்ளம் அதிகம் எனச் சொல்லிப் போனார்கள். அதனைத் தொடர்ந்து உப்பாற்றிலும் வெள்ளம் திறந்துவிட்டிருப்பதாக மைக்கில் அறிவித்தபடியே அணைக்கட்டுக்காரர்களின் ஜீப் கடந்து சென்றது. இவன் மேட்டிலேயே சைக்கிளை நிறுத்திவிட்டு ஆற்றை நோக்கி நடந்து போனான். வெள்ளத்தின் சப்தம் பிரமாண்டமாக இருந்தது. ஊர்த்துறையில் பரிசல்காரன் பரிசலைக் கவிழ்த்து வைத்துவிட்டு உட்கார்ந்திருந்தான். வெள்ளப்பெருக்கு சாந்துக் குழம்புபோல செந்நிறம் கொண்டிருந்தது. பாறையில் மோதி சுழித்துப் போயிற்று.

கரையில் நிறைய பேர் நின்று ஆற்றை வேடிக்கை பார்த்துக் கொண்டிருந்தார்கள். இவன் பருவகாரனைத் தேடினான். பருவகாரன் தட்டுப்படவில்லை. அதற்குள் வெள்ளம் வைக்கோல் போர் ஒன்றை அடித்து வந்தது. அதன்மீது கொக்கு ஒன்று சலனமில்லாமல் உட்கார்ந்து கொண்டு கூட்டத்தைப் பார்த்தபடியே கடந்தது. எவனோ ஒருவன் கல்லை எடுத்து அதன்மீது வீசினான்.

அந்தச் சமயத்தில் திரும்பவும் அணைக்கட்டுக்காரர்களின் ஜீப் மேட்டில் வந்து நின்று அறிவித்தது. உப்பாற்று வெள்ளம் அமராவதியில் கலந்துவிட்டதாகவும் கரையில் நிற்பவர்கள் தூரக் கலைந்து போய்விடும்படியும் கேட்டுக்கொண்டனர். திரும்பத் திரும்ப அதனையே அறிவித்துக்கொண்டிருந்தனர்.

கூட்டம் அவசரமாகக் கலைந்து மேடேறத் தொடங்கியது. அந்தக் கணத்தில் இவனுக்குப் பருவகாரன் கண்ணில் பட்டான். இவன் ஓடிப்போய்ப் பருவகாரனை நிறுத்திக் கேட்டான்.

"மனோகரியக்கா உன்னப் பார்க்க வந்துச்சா?"

"இல்லையே சாமி..."

"ஒரு சமயம் உன்னத் தேடி வயக்காட்டுக்கு போயிருக்குமோ...?"

"அங்க யாரும் போக முடியாதே... நானே ரெண்டு நாளா இக்கரையிலதானே கெடக்கறே?"

இவனுக்குப் புரிந்துவிட்டது. ஆற்றைப் பார்த்தான். வெள்ளம் இப்போது பாறை மூடிப் போய்க்கொண்டிருந்தது. நீர்க்காகங்கள் உட்காரப் பாறையின்றி படைபடையாகப் பறந்துகொண்டிருந்தன. வெள்ளத்தில் பெருமரங்கள் மிதந்து வந்தன. எருமைக்கன்று ஒன்று தத்தளித்தபடியே போயிற்று. இவன் மெல்ல மேடேறத் தொடங்கினான்.

புதிய பார்வை, அக்டோபர் 1-15/2006

நிழல் விளையாட்டு

மண் பொதுமிக்கிடந்தது. தோண்டும்போது எலும்புகள் வந்து விழுந்தன. மண்டை ஓட்டுக் கபாலங்களும் வந்து விழுந்தன. சோமன் அக்காவையும் அரண்மனைக்காரரையும் நினைத்தபடித் தோண்டினான்.

ஓடைக்கரை உயிர்ப்பின்றிக் கிடந்தது. உக்கிரம் எல்லாத் திசைகளிலும் அலைந்தது. மர நிழல்களில் ஒண்டிய குருவிகள் முனகிக் கொண்டிருந்தன. முள்மரங்கள் காற்றுக்கு அசைவின்றி வெறித்தன. மனித அரவம் தென்படாத உச்சிப் பொழுது வெளியில் நேராக இறங்கித் தகித்தது.

சோமனுக்கு உடம்பெல்லாம் வியர்வை பெருகி வழிந்தது. கைகள் தினவு குறைந்துச் சோர்வுற்றன. முகம் தளர்வின்றி இறுகிற்று. பல்லைக் கடித்துக்கொண்டான். மேலும் தோண்டத் தொடங்கினான். சோமனுக்குத் திடீரென அய்யாவின் ஞாபகம் எழுந்தது. அய்யா காலம்வரை அய்யாதான் குழிவெட்டினார். அய்யா இறந்து ஒரு மாதத்துக்குப் பின்னிட்டு ஊருக்குள் ஒரு சாவு விழுந்தது. அந்த மதியம் சோமனைத் தேடிக் கவுண்டர் வளவிலிருந்து இரு ஆட்கள் வந்தார்கள். வீதியில் நின்று குரல் கொடுத்தார்கள். கிணற்று வெட்டுக்குப் போய்விட்டு வந்து சுத்திண்ணையில் அசதியாகப் படுத்திருந்த சோமன் எழுந்து அவர்களிடம் போனான்.

அந்த ஆட்கள் இருவரும் உருமால் கட்டிய ஒரே சாயலில் இருந்தார்கள். அடையாளமும் தெரிந்தது. வந்தவர்களில் வளர்த்தியாக இருந்தவன் பேசினான்.

"பொன்னிப்ப கவுண்டரு செத்துப் போயிட்டாரு... கௌம்பு குழிமேட்டுக்குப் போகலாம்..."

சோமனுக்கு எதுவும் புரியவில்லை. வந்தவர்களையே பார்த்தான். அதே ஆள் திரும்பவும் பேசினான்.

"மம்முட்டி கடப்பாரையெல்லாம் வெச்சிருக்கறீல எடுத்துக்க..."

"சாமீ... அதெல்லாம் அப்பனோட போச்சுங்க... எனக்குப் பழக்கமில்லீங்க..."

"அப்ப இந்த மயிர சீமைக்குப் போயி பழகிட்டு வரணுமுங்கறயா...?"

சோமன் பதில் பேசாமலிருந்தான். வந்த ஆட்கள் மேலும் எதுவும் கேட்கவில்லை. சோமனைக் கோபமாக முறைத்துவிட்டுத் திரும்பிப் போய்விட்டார்கள்.

சோமன் பழையபடி சுத்திண்ணையில் வந்து உட்கார்ந்தான். யோசனை வந்த ஆட்களை மையமிட்டே சுழன்றது. அச்சமாகக்கூட இருந்தது. சிறிது நேரம் போயிருந்தது. அரண்மனைக்காரர் வீட்டுச் சமையற்கட்டுப் பண்டாரம் வீதியில் வந்து நின்று சப்தமிட்டான்.

"என்ன அய்யனே இந்நேரத்துல..."

"அரண்மனை எசமாங்க உன்னெ கையோட கூட்டிட்டு வரச் சொன்னாங்க..."

சோமனுக்கு எல்லாம் புரிந்து போயிற்று. செருப்பைத் தொட்டுக் கொண்டு பண்டாரத்தின் பின்னே போனான். போய் வளவு தாண்டியதும் பண்டாரம், பீடி பற்றவைத்துக்கொண்டான். கவுண்டர் வளவில் வீதிகள் காற்றோடிக் கிடந்தன. வீடுகள் ஒரே சாயலில் தென்பட்டன. திண்ணைகளில் இழவுக்கு வந்த ஒறம்பறைச் சனங்கள் உட்கார்ந்திருந்தார்கள். சீமையோட்டு எறப்பின் நிழல் கிழக்கே சரிந்து கொண்டிருந்தது. பண்டாரம் விரைசலாகவே நடந்தான். நடக்க நடக்க வெயில் ஏறியபடியே இருந்தது.

அரண்மனை வீடு வடக்கு பார்த்து இருந்தது. வீதியிலிருந்து உள்நுழையும்போதே எதிர்ப்படும் வெளிமரக்கதவுகள் திறந்தே இருந்தன. வாசலில் சோமனைத் தேடி வந்த ஆட்களோடு கவுண்டர் வளவு ஆட்களும் சிலரும் நின்றிருந்தார்கள். தொட்டிக்கட்டு வெளி ஆசாரத்து ஊஞ்சலில் அரண்மனைக்காரர் உட்கார்ந்திருந்தார். சோமன் முன்னே போய் நின்றதும், விசாரணை தொடங்கியது. அங்குச் சோமனுக்கு ஆதரவாக யாருமே பேசவில்லை. அரண்மனைக்காரர் முன்னிலையில் சோமனால் அவர்களை எதிர்த்தும் பேசமுடியவில்லை. முடிவில் அவர்கள் சொன்னதைக் கேட்டுக்கொண்டு கிளம்பி வந்தான். எதையோ இழந்தது போல இருந்தது. வெயில் தாழ்ந்துகொண்டிருந்தது.

அன்று குழிவெட்டி வைத்துவிட்டு, சவத்திற்காக வெகுநேரம் காத்துக்கிடக்க வேண்டியிருந்தது. அடக்கம் செய்துவிட்டுக்

குழிமேட்டிலிருந்து ஊர்சனங்கள் செல்லும்போது இருட்டிவிட்டது. அதன்பின்பு இந்த ஊரில் இழவு சேதி முதலில் சோமனைத் தேடித்தான் வந்தது. குழிவெட்டுவதற்கும் பிணம் சுடுவதற்கும் சோமனையே முறைமைக்காரன்போல ஊர்சனங்களும் கூப்பிடத் தொடங்கினார்கள்.

கத்தாழங்குருவியின் வீறிட்ட அலறல் கேட்டது. சோமன் திடுக்கிட்டு நிமிர்ந்தான். வல்லூறு ஒன்று குறிவைத்துத் துரத்தியபடி இருந்தது. குழிவெட்டு முடிவுறும் தறுவாயில் இருந்தது. வெட்டிய மண் இருபக்கமும் மேடாகக் குவிந்துவிட்டது. மம்முட்டியைப் பிடித்த ஈரம் கட்டிய மண்ணில் அக்கா கரைந்துபோயிருந்தாள். சோமனுக்குத் தானாகக் கண்ணீர் சுரந்து உதறத் தொடங்கியது. தாங்கிக் கொள்ள முடியவில்லை.

இப்போது வெயில் தாழ்ந்துகொண்டு வந்தது. ஒடுங்கிய மரநிழல்கள் கிழக்கே தொடங்கிற்று. காலம் வேகமாகப் போயிற்று. மழை பெய்வதும் பொய்ப்பதும் மாறி மாறி நிகழ்ந்தன. இரு வருடங்கள் தொடர்ந்து மழை பொய்த்த பஞ்சகாலத்தில் கூலிக்கார வளவுச் சனங்களுக்கு வேலையற்றுப் போனது. பருத்தி வெடிப்பு மானாவாரியாகப் போனதும் பெண்களுக்கு மேகாடுகளில் சுத்தமாக வேலையே இல்லை. கரைவெளிக்கு நடவுநடப் போய்வந்து கொண்டிருந்தார்கள். அக்காவுக்கு மட்டும் அரண்மனைக்காரர் மாட்டுத்தொழுவத்தில் வேலை கிடைத்து வந்தது.

அன்று சாயங்காலத்தில் வீடு திரும்பவும் அக்காவை இருட்டிய பின்பும் காணவில்லை. சோமன் அரண்மனைக்காரர் தோட்டத்து மாட்டுத் தொழுவத்துக்குப் போய்ப் பார்த்தான். அங்கேயும் அக்காவைக் காணவில்லை. உள்ளுக்குள் பயம் படர்ந்தது. யாருமற்ற கட்டுத்தரையில் மேகாற்று சுழன்றுகொண்டிருந்தது. மூத்திரக் கவிச்சி மயங்கி கூளங்களை இழுத்துப் போனது. சோமன் தொழுவத்தைவிட்டு வெளியேறி நடந்தான். இருள் கூடிக்கொண்டு வந்தது. ஊர்ப்பாதையைக் கடந்தான். காற்று நிமிர்ந்த பனைகளை உலுக்கிக்கொண்டிருந்தது. போயர் வளவுக்குச் செல்லவில்லை. நேராகக் கவுண்டர் வளவில் இறங்கிப் போனான்.

அரண்மனைக்காரர் வீடு சலனமற்றுக் கிடந்தது. முன்கட்டில் ஆட்கள் இருப்பதற்கான சுவடே தெரியவில்லை. பின்கட்டுக்குப் போனான். நிசப்தம் புதைந்து போயிருந்தது. வாசற்படிமேல் அக்காவின் செருப்பு கிடந்தது. ஒட்டி அரண்மனைக்காரரின் செருப்பும் கழற்றப்பட்டிருந்தது.

சோமன் வாசற்படியோரம் நின்று உள்ளே எட்டிப் பார்த்தான். நடை அகன்று கிடந்தது. தாழ்வார இருட்டில் எதுவும் தெரியவில்லை. உள்கட்டில் மூச்சொலிகள் இரைந்துகொண்டிருந்தன. கோபம் எழுந்தது. அதற்குமேல் அங்கு நிற்க முடியவில்லை. திரும்பி வந்துவிட்டான். அக்கா வீடு திரும்பியதும் கேட்க நினைத்திருந்தான். ஆனால், அக்காவைப் பார்த்ததும் ஏனோ கேட்க முடியவில்லை. எதுவுமே நடவாததுபோலவே அக்கா இயல்பாகவே இருந்தாள். இரவு சாப்பாட்டின்போது அக்கா அரண்மனைக்காரரைப் பற்றிப் பேசினாள். சோமனுக்கு எரிச்சல் ஏற்பட்டது. எழுந்து வீட்டை விட்டுக் கிளம்பினான்.

போயர் வளவுக்குள் சண்டை நடந்துகொண்டிருந்தது. இரு கிழவிகள் சண்டை கட்டிக் கொண்டிருந்தனர். அக்கிழவிகள் கெட்ட வார்த்தைகளில் திட்டிக் கொள்வது வளவு கடந்த பின்பும் கேட்டது.

சோமன் கவுண்டர் வளவுக்குள் நுழைந்தான். அரண்மனைக்காரரின் கார் வெளிச்சம் கண்ணைக் கூச எதிரில் வந்தது. இந்நேரத்தில் அரண்மனைக்காரர் தெற்கு வெளியூரில் உள்ள வைப்பாட்டிமார் வீடுகளுக்குக் கிளம்பிப் போவதாகத்தான் பட்டது. கல்லை எடுத்து வீசி கார் கண்ணாடியை உடைக்கும் வன்மம் பீறிட்டது. பொறுத்துக் கொண்டு நடந்தான். தலைக்கு மேலாக எரி நட்சத்திரங்கள் எரிந்து சரிந்தன. பஜனை மடத்துக் கல்திண்ணைக்கு வந்தபோது, ஏற்கெனவே உட்கார்ந்திருந்த ஒருவனும் எழுந்து போனான். விநாயகர்கோவில் படிக்கட்டில் உட்கார்ந்து பேசியபடி இருந்த சிலர்கூட எழுந்து போனார்கள்.

சோமன் அங்கேயே உட்கார்ந்தான். பஜனை மடத்துக் கல்திண்ணை சூடேறிக் கிடந்தது. நிலா தேயும் நாளில் சாம்பல்நிறவானம் துலங்கிற்று. சோமனுக்கு யோசனை முடிவற்று நீண்டது. நேரம் கடந்து கொண்டிருந்தது. ஒரு நிலையில் இருளில் தனித்துவிடப்பட்டவன்போல உணர்ந்தான். மேகாற்றின் விசை குறைந்திருந்தது. வீட்டுக்கு எழுந்துபோக நினைத்தான். திடீரென ஜலமூலையில் மின்னல் படர்ந்து போயிற்று. சற்று நேரத்தில் ஏறி மின்னிற்று. முகில்கள்கூட ஏறி வந்தன. விண்மீன்கள் மறைந்துபோய்விட்டன.

மழைக்காலம் தொடங்கிவிட்டது. ஆடி மாதத்தில் நான்கைந்து தினங்கள் பகலில் உக்கிரம் கண்டு இரவில் மழை பொழிந்தது. ஆவணி முதல் தினத்திலிருந்தே கனத்த மழை இறங்கியது.

ஐப்பசி அடைமழையின்போது ஊர்செழித்துவிட்டது. கிணறுகளில் நீர்க்கடைபோயின. தவளைகள் பாம்பேரி மீது ஏறி கத்தின. உரம்பு எடுத்துவிட்டது. ஓடக்கரையில் முழங்கால் நீர் ஓடியபடி இருந்தது. மீன்கள் ஆற்றிலிருந்து எதிர்த்து ஊர்க்குளம்வரை வந்திருந்தன. இரவில் எருக்கு மணக்கும் காற்று ஊரைத் தழுவிப் போயிற்று.

சோமனுக்குக் கிணறுவெட்டும் வேலையே இல்லை. வேறு வேலையே அறியாத சோமன் வீட்டோடவே கிடந்தான். மீறினால் பஜனை மடத்துக் கல் திண்ணையில் அமர்ந்து ஊரைப் பார்த்தபடியே இருந்தான். ஐப்பசி இறுதியில் புயல் படுத்துவிட்டது. மூன்று தினங்களாக நிற்காமல் மழை கொட்டிக்கொண்டிருந்தது. வானம் கவிழ்ந்துகொண்டது.

வெளிவாங்குவது மாதிரியே தெரியவில்லை. கீகாற்று விரசலெடுத்து விட்டது. கூரைத் தண்ணீர் விழுந்து சுத்திண்ணைகள் எல்லாம் பாசம் மண்டிவிட்டது. மதியத்தில்கூட வெளிச்சம் மங்கியிருந்தது. முகில் தாழ்ந்து இருட்டிக்கொண்டு வந்தது.

சோமன் நிலவடியில் உட்கார்ந்து மழை பெய்வதையே பார்த்துக் கொண்டு இருந்தான். தூறலோடு ஊர் ஆழ்ந்துவிட்டது. நீர் சொட்டும் சீமையோட்டு முகடுகளுக்கு நிறம் அடர்ந்தது. அரண்மனைக்காரர் தொழுவத்திலிருந்து அக்கா நனைந்துகொண்டே வந்தாள். சோமனைத் தாண்டி வீட்டுக்குள் சென்றாள். ஈரம் சொட்டிய பாதம் சாணி சொட்டிய பாதம் சாணி மொழுகிய தரையில் படிந்துபோனது. சோமன் எதுவும் கேட்கவில்லை. அக்கா பின்புறம் பொடக்காலிக்குப் போய்க் குளித்தாள்.

சோர்மனுக்கு அக்காவின் செயல் விநோதமாகத் தெரிந்தது. உடை மாற்றிக்கொண்ட அக்கா, சிறிது நேரத்தில் மழையில் நனைந்தபடி மறுபடியும் வெளியே கிளம்பிப் போனாள். இப்போதும் சோமன் எதுவும் கேட்கவில்லை. பார்த்தபடியே இருந்தான். காற்று அடர்ந்த குளிருடன் வீசியது. மழைத்துளிகளைச் சுழற்றிச் சிதறடித்தது. சாயங்காலத்தில் மழையின் கனம் கொஞ்சம் குறைந்திருந்தது. சோமன் எழுந்து ஊருக்குள் போனான். ஊர்ச்சனங்கள் புயல் இன்னும் கரையைக் கடக்கவில்லை எனப் பேசிக்கொண்டிருந்தார்கள். திரும்பி வந்துவிட்டான். மறுபடியும் நிலவடியிலேயே உட்கார்ந்தான். அக்காவின் நினைப்புகளாக ஓடியது. மழை இருள் சீக்கிரம் வியாபித்தது. வீட்டில் விளக்குக்கூட ஏற்றவில்லை. அன்று இரவு வெகுநேரமாகியும் அக்காவீடு திரும்பவில்லை.

சோமனுக்கு சந்தேகம் உண்டானது. மனசு அடித்துக்கொண்டது. அரண்மனைக்காரர் வீடு சென்று கேட்டான். அவர்கள் அக்கா மதியமே போய்விட்டதாகச் சொன்னார்கள். சோமனுக்குப் பதற்றம் கூடியது. இந்நேரம்வரை அக்கா எங்கே போயிருப்பாள்?

ஊருக்குள் அக்கா போகுமிடமெல்லாம் போய்க் கேட்டுவிட்டு வந்தான். யாரும் அக்காவைப் பார்த்ததாகவே சொல்லவில்லை. நேரம் கடந்து கொண்டிருந்தது. சோமன் களைத்துப்போய் வீடு திரும்பினான். வீதி வெறிச்சோடிக் கிடந்தது. மழை நீர் எங்கும் பெருக்கெடுத்து ஓடிக்கொண்டிருந்தது. காலடித்தடம் தெரியாமல் மழை இருட்டு அடர்ந்திருந்தது. அதற்குள் போயர் வளவுக்குள் விஷயம் தெரிந்து போயிருந்தது. கூட்டம் கூட்டமாக நின்று பேசிக்கொண்டிருந்தார்கள்.

சோமனுக்கு அந்த இரவெல்லாம் உறக்கமே வரவில்லை. விழித்தபடியே உட்கார்ந்திருந்தான். அக்காவின் ஞாபகங்களாகவே வந்து கொண்டிருந்தன. நடுச்சாமத்திற்குப் பின்பு மழை கொஞ்சம் ஓய்ந்தது. வறத்தவளைகள் சப்தம் எழுப்பத் தொடங்கின. விடிகாலையில் கீகாற்று திரும்பவும் வேகமெடுத்தது. சோமன் புயல் கரையைக் கடந்திருக்கக்கூடும் என நினைத்தான். கிளம்பி வளவுக்குள் போய்விட்டு வந்தான். அக்காவைப் பற்றிய தகவல் எதுவும் கிடைக்கவில்லை.

அன்று சாயங்காலம் வானம் சிறு வெட்டாப்பு விட்டது. முகில்கள் கலைந்தோடிக்கொண்டிருந்தன. சோமனை வீதியிலிருந்து யாரோ கூப்பிட்டார்கள். குரல் மட்டும் வந்தது. கொங்காடைக்குள் இருந்து கூப்பிட்டவனின் முகம் சட்டென அடையாளம் தெரியவில்லை.

சோமன் கிளம்பி வீதிக்குப் போனான். அந்த ஆள் சோமனிடம் குசுகுசுவெனப் பேசினான். சோமன் அந்த ஆளுடன் அப்படியே கிளம்பிப் போனான். இருவரும் விரைசலாக நடந்தார்கள். பதற்றம் கூடியபடி இருந்தது.

தெற்கு வெளிப்பாதை சேறாகக் கிடந்தது. பாதங்களை வழுக்கிற்று. கொறங்காட்டு இட்டேரியில் தண்ணீர் தேங்கி நின்றது. செம்பூத்து விறைத்துக் குரல் கொடுத்துக்கொண்டிருந்தது. ஓடைக்கரையில் காட்டு வெள்ளம் ஓடும் ஓசை கேட்டது.

தொலைவில் போகும்போதே சோமன் குளக்கரைமீது சிறு கூட்டம் நிற்பதைக் கண்டாள். நெருங்கிப் போய் எட்டிப்பார்த்தான். பிணம் கரை ஒதுங்கி இருந்தது. உடம்பு உப்பிப் போயிருந்தது. சேலை கலைந்து அலங்கோலமாகக் கிடந்தது. அக்காவின் சுருள்கொண்ட

கேசம் ஈரம்பட்டுத் திரிந்து போயிருந்தது. சோமனுக்கு அழுகை விசும்பிக்கொண்டு வெளிப்பட்டது. அழக்கூடாது என நினைத்தான். முகத்தை இறுக்கமாக்கிக்கொண்டான். போயர் வளவிலிருந்து ஆட்கள் வந்ததும் ஆகும் காரியத்தைப் பார்த்தார்கள்.

அதற்குள் அரண்மனைக்காரருக்கும் தகவல் தெரிவிக்கப்பட்டது. அவர் இருட்டுவதற்குள் பிணத்தை எடுத்து அடக்கம் செய்யும்படிச் சொன்னார். தாமதமானால் போலீஸ் கேஸ் ஆகி பிரச்சனை வந்துவிடும் எனப் பயமுறுத்தினார். சோமனோடு குழிவெட்ட வேறுசில ஆட்களும் வந்தார்கள். அப்போதும் மழை லேசாகத் தூறிக் கொண்டுதானிருந்தது. அந்த வெளிச்சம் மங்கிக் கொண்டு வந்தது. மழையில் நனைந்த திரகவள்ளி மரம் ஓடையெங்கும் திமிறிக் கிடந்தது. கரையில் மேற்கேயிருந்து வந்து கொண்டிருந்த மழைவெள்ளம் வடிந்துகொண்டிருந்தது. மேடான இடம்பார்த்து குழிவெட்டினார்கள். ஈரம் சொதும்பிய மண் மம்முட்டியை பிடித்துக் கொண்டது. அக்காவைக் குழிமேட்டிற்கு எடுத்துவரும்போது இருட்டத் தொடங்கிற்று. கூட்டத்தில் யாரோ சொன்னார்கள்.

"பொண்ணு முழுகாம இருந்திருக்கா... சீரச் செஞ்சு அடக்கம் பண்ணீரலாம்..."

சோமனுக்கு மறுபடியும் அழுகை உடைந்துகொண்டு பீறிட்டது. சிரமப்பட்டு அடக்க முயன்றான். தண்ணீர் சுத்திப் போட்டதும் சோமனிடம் கத்தியைக் கொடுத்தார்கள். கோடித்துணியை விலக்கினான். அக்காவின் விறைத்த வயிறு மேடிட்டிருப்பதுபோலவே தெரிந்தது. திடீரென முதியவர் ஒருவர் சப்தமாக மந்திரம் படித்தார். சுற்றிலும் நின்ற கூட்டம் பெட்ரோமாஸ் விளக்கைத் தூக்கிப் பிடித்தது. கத்தியை அக்காவின் வயிற்றில் வைத்தான். கைகள் நடுங்கின. தொண்டை அடைத்தது. அதன்பின்பு எல்லாமே அனிச்சைச் செயல்போலவே நடந்தேறின.

அக்காவின் பதினாறாம் காரியம் முடிந்த அன்று திரும்பவும் மழை பிடித்துக்கொண்டது. இரு தினங்களுக்குப் பின்பு ஓய்ந்தது. அதனைத் தொடர்ந்து அந்த வாரமெல்லாம் வானம் மோடம் போட்டிருந்தது. எந்நேரமும் மந்தகாசமாகவே இருந்தது. மழைநாளில் அக்கா வெளியே கிளம்பிப்போன காட்சி மனசுக்குள் ஒரு சித்திரம் போலவே படிந்திருந்தது. திரும்பத் திரும்ப ஞாபகம் கொண்டு கிளர்ந்தது. வீட்டில் படுத்தால் உறக்கமே வருவதில்லை. ஆழ்ந்த துயில் கொண்டு பல இரவுகள் ஆகிவிட்டன. வீடு வெறுமையானதுபோல இருந்தது.

சோமன் பஜனை மடத்துக் கல்திண்ணைக்குப் போய், சதா உட்கார்ந்தபடி இருந்தான். பனிக்காலம் முடிவுறும்வரை சோமனுக்கு இப்படியேதான் பொழுது போயிற்று. அந்தச்சமயத்தில் அரண்மனைக்காரர் தலைகுனியும்படியான ஒரு சம்பவமும் ஊருக்குள் நடந்தேறியது. சமையற்கட்டுப் பண்டாரம்தான் அதனை முதலில் வெளியிட்டான். சோமனுக்குக்கூட அந்த விஷயம் தெரிந்தே இருந்தது.

சில மாதங்களாகவே அரண்மனைக்காரர் தெலுங்கு நாட்டியக்காரி ஒருத்தி மீது மோகம் கொண்டு அலைந்தார். அந்த நாட்களில் நாட்டியக்காரி படத்திலும் நடித்துப் பிரபலமாகியிருந்தாள். அவளுக்கு தூது மேல் தூதாக அனுப்பிக்கொண்டிருந்தார். ஒரு நிலையில் அவளும் இசைந்து வந்தாள். அரண்மனைக்காரர் தன் காரைப் பரிசளிப்பதாக ஒப்பந்தம் போட்டுக்கொண்டார். அந்த நாட்டியக்காரி அரண்மனை வீட்டுக்கு வருவதற்கான நாள் குறிக்கப்பட்டது. அதற்குமுன் ஏற்பாடாக அரண்மனைக்காரர் தன்வீட்டுப் பெண்களை உறவினர் ஊர்களுக்கு அனுப்பியும் வைத்திருந்தார். விடிந்தால் அந்த நாட்டியக்காரி அரண்மனை வீடு வரப்போகிறாள். அப்போதுதான் அரண்மனைக்காரருக்கு அன்று கோர்ட்டில் சம்மன் இருப்பது தெரிய வந்தது. அந்த நாட்டியக்காரி வந்தால், தங்க வைக்கும்படி ஆட்களிடம் சொல்லிவிட்டுத் தாராபுரம் கிளம்பிப் போனார். அங்கு விசாரணை இழுத்துக் கொண்டுபோக ஊர் திரும்பச் சாயங்காலம் ஆயிற்று.

அரண்மனை வீட்டுவாசலிலேயே ஆட்கள் எல்லாம் நின்றிருந்தார்கள். நாட்டியக்காரியை எதிர்பார்த்து வந்த அரண்மனைக்காரர் கவலை தோய்ந்த ஆட்களின் முகத்தைக் கண்டதும் திகைத்துப் போனார்.

“என்னடா ஆச்சு?’’

“சொன்ன நேரத்துல அவுங்க டான்னு வந்துட்டாங்க எசமான்... கூடவே நாலஞ்சு தடிப்பயல்களையும் கூட்டிட்டு வந்திருந்தாங்க. நீ வந்தபாடில்லை. அவுங்க டைம் முடிஞ்சு போச்சு... நான் காரை எடுத்துட்டு கௌம்பறேன்னு சொல்லி காரை எடுத்துட்டுப் போயிட்டாங்க...’’ அரண்மனைக்காரர் அப்போதுதான் பார்த்தார். வெளி ஆசாரத்துக் கொட்டகையில் நின்ற காரைக் காணவில்லை. அரண்மனைக்காரருக்கு எரிச்சலோடு ஆத்திரமும் வந்தது.

“நீங்க எல்லாம் என்னடா பிடுங்கினீங்க...?’’

“அந்த ஆளுங்க துப்பாக்கியெல்லாம் வெச்சிருந்தாங்க எசமான்... பயந்துட்டோம்.’’

அரண்மனைக்காரருக்கு அவமானமாக இருந்தது. வீட்டுக்குள் சென்று கதவைச் சாத்திக்கொண்டார். இந்த விஷயம் எப்படியோ ஊருக்குள் கசிந்திருந்தது. ஆனாலும் ஊர்சனங்கள் எவரும் வெளிப்படையாகப் பேசப் பயந்து கிடந்தார்கள். ஒரு நாட்டியக்காரியிடம் தன் காரை இழந்த அரண்மனைக்காரரின் தோரணை அதன்பின்பும் குறைந்தபாடில்லை. அதிகப்படியான கோபத்தையும் ஆதிக்கத்தையும் ஊருக்குள் காட்டியபடிதான் இருந்தார்.

அன்று சோமன் விநாயகர்கோவிலடிக்கு வந்தபோது முன்னிரவு கடந்து கொண்டிருந்தது. நிலா வெளிச்சம் பட்டு மரநிழல் பஜனை மடத்துக் கல்திண்ணையின் விளிம்பில் இருந்தது. நிழல் விழுந்த பனிக்காலத்துச் சாமத்தில் ஊர் இறுக்கம் கவ்விக்கிடந்தது. தலைவாசல் முற்றிலும் தனிமையானதாக இருந்தது. முகிலற்ற ஆகாசம் நட்சத்திர ஒளிபடர நிர்மலமாகச் சுடர்ந்தது. பார்த்தபடியே படுத்திருந்தான். உறக்கம் கண்ணைச் சொருகிக்கொண்டு வந்தது. திடீரென யாரோ அருகில் வந்து நிற்பதை உணர்ந்தான். எழாமலேயே பார்த்தான். அரண்மனைக்காரர் நின்றிருந்தார்.

அரண்மனைக்காரர் தன்னைக்கண்டு எழாமல் படுத்திருந்த சோமனை முதலில் அசலூர்க்காரன் என நினைத்துவிட்டார். செறுமிப் பார்த்தார். சோமன் எழவேயில்லை. அரண்மனைக்காரருக்கு ஆத்திரம் வந்தது. செருப்புக்காலைத் தூக்கிச் சோமனை எட்டி உதைத்தார்.

சோமன் சட்டென எழுந்து உட்கார்ந்தான். அரண்மனைக்காரரை முறைத்தான். அரண்மனைக்காரருக்குத் திரும்பவும் ஆத்திரம் வந்தது.

“ஓடு கவுத்தின ஒட்டடப்பயலுக்கு... மனுஷன் வர்றது தெரியாதோ...?'' சோமன் பதில் பேசாமலேயே இருந்தான். அரண்மனைக்காரர் கெட்ட வார்த்தையில் திட்டினார். திரும்பவும் செருப்புக்காலால் எட்டி சோமனை உதைத்தார். இந்த முறை சோமன் நிலைதடுமாறிப்போனான். தலை போய்க் கல் திண்ணையில் மோதியது. பொறி கலங்குவதுபோல வலி உச்சந்தலைவரை பரவியது.

அரண்மனைக்காரர் திரும்பவும் உதைப்பதற்குச் செருப்புக்காலைத் தூக்கினார். சோமன் சட்டென எழுந்து அரண்மனைக்காரரைப் பிடித்துத் தள்ளிவிட்டான். நிலை தடுமாறிய அரண்மனைக்காரர் தரையில் போய் விழுந்தார். புழுதி பறந்தது. அருகில் போய் சோமன் சொன்னான்.

“அந்தத் தெலுங்கு நாட்டியக்காரியைப் போயி ஒதைக்கறதுதானே...?''

அரண்மனைக்காரர் விழுந்த நிலையில், எதுவும் பேசாமலேயே சோமனை வெறித்தார். கண்கள் இமைக்காமல் இருந்தன. எழும்பிய காலடிப் புழுதி காற்றில் மறைந்து கொண்டிருந்தது. அரண்மனைக்காரர் எழுந்து விரைசலாக ஊருக்குள் போனார். அநேகமாக அடிப்பதற்கு ஆட்களோடு திரும்புவார் எனச் சோமன் யூகித்தான். பயம் எழுந்தது. சோமன் அங்கு நிற்காமல் தெற்கு வெளிப்பாதையில் கிளம்பினான். ஊருக்குள் நாயின் குரைப்பொலி திடீரெனக் கேட்டது. விரைசலாக நடந்தான். நாகசர்ப்பம் போல நெளிந்து போயிற்று தெற்கு வெளிப்பாதை. ஆள் அரவமற்றுக் கிடந்தது. வழிநெடுக ஆவாரஞ்செடிகள் பூத்திருந்தன.

உழிஞ்ஞை மரங்கள் அடர்ந்த ஓர் இட்டேரியில் பிரிந்து நடந்தான். குளக்கரை நீரில் கருவேலம் மரங்கள் விறைத்து நின்றன. ஆள்காட்டிகள் வீறிட்டபடி பின் தொடர்ந்து வந்தன. கொறங்காட்டு வெளிகளைக் கடந்தபோது, தட்டைக் கொடிப்பூக்களின் வாசனை நிறைந்து இருந்தது.

தொரட்டி மரநிழலில் ஒற்றைக் கருப்பணசாமி ஏகாந்தமாய் உட்கார்ந்திருந்தார். அதன் முன்பிருந்த இடத்தில் போய் சோமன் உட்கார்ந்துகொண்டான். நிலம் குளிர்ந்து போயிருந்தது. வாடைக்காற்று பனியோடு வீசியது. மினுக்கட்டாம் பூச்சிகள் ஒளிர்ந்து மறைந்தன.

சோமன் ஊருக்குள் எப்படிப்போவது என யோசித்தான். அரண்மனைக்காரரை அப்படிப் பேசியிருக்கக்கூடாதோ எனவும் நினைத்தான். ஊரின் நாலு மூலையிலும் அரண்மனைக்காரரின் ஆட்கள் தன்னைத் தேடிக் கொண்டிருப்பது போன்ற சித்திரமே மனசுக்குள் திரும்பத் திரும்ப எழுந்தது. பயம் கவிழ்ந்தது. விடிவதற்கு இன்னும் வெகுநேரம் இருந்தது. வெள்ளி மீன் தொடுவான விளிம்பில் முளைத்து மேலேறத் தொடங்கிற்று. நிலா யாவற்றையும் பார்த்தபடி உச்சியிலிருந்து சரிந்தது.

விடிந்தபோது மூடுபனி பெய்துகொண்டிருந்தது. மூடுபனி விலகியபோது பொழுது மேலேறியிருந்தது. சோமன் குளக்கரைப் பக்கம் வந்தான். தெற்கு வெளிப்பாதையிலிருந்து ஆட்கள் நிறைய ஊரைநோக்கிப் போய்க்கொண்டிருப்பதைக் கண்டான். சோமனுக்கு எதுவும் புரியவில்லை. அந்த ஆட்களிடம் போய்க் கேட்டான்.

“ஊருக்குள் ஏதாச்சும்... ?’’

“உனக்குத் தெரியாதா... அரண்மனைக்காரரு செத்துப் போயிட்டாரு...’’

சோமனுக்குப் பகீரென்றது. அதுவரை உள்ளுக்குள் இருந்த வன்மம் எல்லாம் ஒரு கணத்தில் வடிந்து போனது. இரக்கம் பீறிடத் தொடங்கியது. ஊருக்குள் போனான். கவுண்டர் வளவிலிருந்து சோமனைத் தேடிக்கொண்டிருந்த ஆட்கள் சோமனைக் கண்டதும் சொன்னார்கள்.

“ராத்திரியிலிருந்தே அரண்மனைக்காரரெ காணல. தேடியிருக்காங்க... பின்கட்டு உள் அறையில் நாண்டுக்கிட்டு கெடந்தத கோழி கூப்பிடத்தாம் பாத்திருக்காங்க... ஆனா தூங்கும்போது மாரடைப்புல செத்ததா சொல்றாங்க... நீ கெளம்பி சீக்கிரம் குழிமேட்டுக்குப் போ... இன்னிக்கு சாய்ங்காலத்துக்குள்ள எடுத்தரணும். இல்லீனா எவனாச்சும் தூண்டிவிட்டு போலீஸ் கேஸ் அது இதுன்னு ஆயிரும்...''

சோமன் வீட்டுக்குப் போய் மம்மட்டியையும் கடப்பாரையையும் எடுத்துக்கொண்டான். ஊரைப் பிரிந்து நடந்தான். கிழக்கு முகமாகப் போகும்போது வெயில் எங்கும் கானல் பரப்பிக் கிடந்தது. நேராக குழிமேட்டுக்கே போனான். ஒவ்வொரு குழியாகப் பார்த்தான். சமீபத்தில் புதைத்த குழியில் மண் இறுகாமல் இருக்கும். தோண்டுவது சுலபமாகும். சட்டென சோமனுக்கு அக்காவின் குழிதான் ஞாபகத்தில் வந்தது. அங்கு சென்று தோண்டத் தொடங்கினான்.

இழவு வீட்டில் அடிக்கும் கொட்டுச் சப்தம் ஓடைக்கரையில் அமிழ்ந்துபோய் கேட்டுக்கொண்டிருந்தது. அரண்மனைக்காரரை குழிமேட்டிற்கு எடுத்து வரும்போது பொழுது சாய்ந்துவிட்டது. சனங்கள் ஓடைக்கரை கொள்ளாமல் நின்றிருந்தனர். சோமன் குழி மீது இறக்கி வைத்திருந்த சவத்தை எட்டிப் பார்த்தான். இமைகள் மூடாமலே இருந்தன. நேற்று இரவு வெறித்தது போலவே இருந்தது. உடனே சோமன் பார்வையைத் திருப்பிக்கொண்டான். கூட்டத்தை விட்டு விலக்கி, வெளியேறி நடந்தான். மஞ்சள் வெயில் படர்ந்த ஊர் வெளியில் இருள் கவியத் தொடங்கியிருந்தது.

புதிய பார்வை, ஜூலை 16-31/ 2005

மகா நிர்வாணம்

கொசுக்கள் முகத்தில் ஒட்டிக் கடித்துக்கொண்டே இருந்தன. புறங்கையில் தேய்த்து விரட்டப் பார்த்தான். முடியவில்லை. ஏனோ எழுந்து போகவும் தோணவில்லை. தொலைவில் நாய்கள் குரைத்தபடி ஒன்றோடு ஒன்று சண்டையிட்டன. சப்தம் விடாமல் கேட்டது. அருகில் யாரோ இருமினார்கள். பிரதானச்சாலையில்கூட வாகனங்களின் முறைச்சல் நீண்ட நேரத்திற்கு ஒருமுறைதான் கேட்டது.

இவன் நெடுநேரம் அப்படியே படுத்திருந்தான். தூக்கம் முற்றிலும் கலைந்துவிட்டது. பசி. வயிறு எரிந்தது. கண்கள் மெல்ல விழித்துக் கொண்டன. சாக்கடையோரம் செருப்பு கிடப்பதுகூடத் தெரிந்தது.

தெருமுனையோரத்தில் இருந்த குப்பைத் தொட்டியில் பைத்தியக்காரன் ஒருவன் எச்சில் இலைகளைக் கலைத்துக் கொண்டிருந்தான். நாய் ஒன்று அவனருகில் குத்தவைத்து உட்கார்ந்து அவனையே பார்த்துக்கொண்டு இருந்தது. இவனைப் போலவே கிட்டத்தில் விழுந்து கிடந்தவன் எழுந்து வேட்டியை இறுக்கிக் கட்டினான். இவன் கால்மாட்டில் வந்து இவனையே உற்றுப் பார்த்தான். அவனால் அடையாளம் காணமுடியவில்லை. உளறலாய் ஏதோ சொன்னான். பின்பு முனங்கிக்கொண்டே தள்ளாடியபடி தெருவில் இறங்கி நடந்து போனான்.

இவன் எல்லாம் பார்த்துக் கொண்டே படுத்துக் கிடந்தான். திடீரெனக் குப்பைத் தொட்டியில் இருந்த நாய் எழுந்து குரைத்தபடி வலப்புறம் திரும்பி ஓடிற்று. அதன் தாவிப்போகும் பின்னங்கால்கள் மறையும்வரை துல்லியமாகப் புலப்பட்டன. சாக்கடையிலிருந்து மேலே வந்த பெருச்சாளி இவன் கால்மீது ஏறிக் கடந்து போனது.

இவனால் அதற்குமேல் படுத்திருக்க முடியவில்லை. எழுந்து உட்கார்ந்தான். விலகிக்கிடந்த கைலியை இறுக்கிப் பிடித்தபடி எழுந்து

நிற்க முயன்றான். கால்கள் நிலைக்காமல் தடுமாறியன. திரும்பவும் விழுந்துவிடுவோம் என நினைத்தான். காற்று குளிராக வீசியது. ஒருவழியாகக் கால்களை சமநிலைப்படுத்தி நின்றான். இடுப்பில் கைலியை இறுகக் கட்டினான். சாக்கடையோரத்தில் தனித்தனியே கிடந்த செருப்பை எடுத்துத் தொட்டுக் கொண்டான். கொஞ்சம் நகர்ந்து போனான். சுற்றும்முற்றும் நோட்டம் விட்டான்.

கிரில் வலைக்குள் மதுக்கடையின் செட்டர் இறக்கிவிடப் பட்டிருந்தது. அதனடியில் ஒருவன் மல்லாந்து விழுந்து கிடந்தான். மூர்ச்சையானவன்போல அவனிடம் சிறு அசைவுகூட இல்லை. சுவரோரமாக ஒண்டிப் படுத்திருந்த இன்னொருவன் ஒரு நிலை கொள்ளாமல் புரண்டுகொண்டே இருந்தான். தூங்கு மூஞ்சு மரங்கள் வெறித்து நின்று கொண்டிருந்தன. இவன் மெல்ல நடந்தான். நிதானத்திலேயே தெருவிளக்கு அடியில் போய் நின்றான். போதை இன்னும் குறையவில்லை. சட்டை அழுக்காகியிருந்தது. பாக்கெட்டில் இருந்த பணத்தைக் காணவில்லை. கைக்கடிகாரத்தையும் காணவில்லை. வீட்டுக்குப் போகவேண்டும் என்கிற எண்ணம் மட்டும் எழுந்தது. நேரம் என்னவாக இருக்கும் என யோசித்தான். இந்தக் கடைக்கு மது அருந்தவந்தபோது இரவு ஒன்பது மணி என்பது நினைவுக்கு வந்தது. பக்கத்தில் அமர்ந்து குடித்தவன் முகம்கூட ஞாபகத்தில் வந்து போனது.

இங்கிருந்து நகரத்தின் இன்னொரு முனையில் இருந்தது இவன் வீடு. இந்நேரத்தில் எப்படிப் போவது என்கிற கேள்வி எழுந்தது. தண்ணீர்த் தாகம் வேறு எடுத்தது. நாக்கு எல்லாம் வறண்டு விட்டது. அதேஇடத்தில் உட்கார்ந்து ஒண்ணுக்கிருந்தான். எழுந்தபோது குப்பைத்தொட்டி அருகில் கண்ட நாய் இவன் முன்பு வந்து நின்றிருந்தது. இப்போ அது திடீரென எங்கிருந்து வந்தது எனத் தெரியவில்லை. இவன் நகர்ந்தான். நாய் குரைக்க ஆரம்பித்தது. இவன் நாயைக் கெட்டவார்த்தை சொல்லித் திட்டினான். விரட்ட கீழே குனிந்து கல்தேடினான். நாய் ஓடவில்லை. சப்தமாகக் குரைத்தது. எங்கிருந்தோ வேறு இரு நாய்களும் வந்து சேர்ந்துகொண்டன.

இவன் அந்த இடத்திலிருந்து அவசரமாகக் கிளம்பினான். நாய்கள் விடாமல் குரைத்தபடிப் பின்தொடர்ந்து வந்தன. இவனால் நாய்களை விரட்ட முடியவில்லை. ஆத்திரம் தலைக்கேறியது. அந்தத் தெருவில் ஆள்நடமாட்டமே இல்லை. நாய்களின் சப்தத்தைத்தவிர எங்கும் நிசப்தமாக இருந்தது. நாய்களுக்குப் பயந்து வேகமாக நடந்தான். இருள் அடர்ந்த வேறு தெருவொன்றைக் கடந்தான். போதைகூடக் கொஞ்சம் தெளிந்தமாதிரி இருந்தது.

இவன் பிரதானச்சாலை வந்ததும் நாய்கள் தானாக நின்றுவிட்டன. இவனுக்கு இப்போதுதான் நிம்மதியாக இருந்தது. வாகனங்கள் அடிக்கடி தென்படவில்லை. வீட்டுக்கு எப்படிப்போவது என யோசித்தான். நிற்கும் இடத்தில் ஆட்கள் யாராவது இருக்கிறார்களா எனப் பார்த்தான். யாரும் தட்டுப்படவில்லை. கார் ஒன்று அதிவேகமாக விரைந்தது. மணி என்னவாக இருக்கும் என்பது குழப்பத்தையே ஏற்படுத்தியது. ஆகாசத்தில் வெண்முகில்கள் திட்டுத்திட்டாகப் படர்ந்திருந்தன.

அந்த சந்தர்ப்பத்தில் ஓர் ஆட்டோ இவன் அருகில் வந்து நின்றது. ஆட்டோக்காரர் இறங்கி மதிற்சுவரோரம் ஒண்ணுக்கிருக்கப் போனார். இவன் ஆட்டோவின் முன்புபோய் நின்றுகொண்டான். ஆட்டோக்காரர் திரும்பி வந்ததும் இவனை ஏற இறங்கப் பார்த்தார்.

"சவாரியா?''

"ஆமா...''

"எங்க போகணும்..?''

இவன் இடத்தைச் சொன்னான். எவ்வளவு என்பதையும் பேசி முடித்தார்கள். ஆட்டோ கிளம்பியது. நகரமே அடங்கியிருந்தது. மஞ்சள் வெளிச்சம் படர்ந்த தெருக்கள் ஆழ்ந்த நிசப்தத்தில் கிடந்தன. கடைப்பெஞ்சில் போர்த்திப்படுத்து உறங்குபவர்கள், பாதை நடுவில் படுத்து அசைபோடும் பசுக்கள், ஆட்டோ ஒடுக்கமான சந்துகளினூடே பயணித்தது. ரயில்வே கிராஸிங் எக்ஸ்பிரஸ் ரயில் கடந்து போகும்வரை ஆட்டோ நின்றது. தண்டவாளத்தைத் தாண்டியதும் இவன் வசிக்கும் தெரு வந்தது. அந்தத் தெருவும் தனிமையில் வெறிச்சோடிக் கிடந்தது. இவன் சொன்ன வீட்டின் கீழே போய் ஆட்டோ நின்றது.

இவன் இறங்கிக் கொண்டான். ஆட்டோக்காரர் ஆட்டோவைத் திருப்பி நிறுத்திவிட்டு இறங்கி வந்தார். சிகரெட் பற்ற வைத்துக் கொண்டார். இவன் வீட்டின் மேல்பகுதியைப் பார்வையிட்டபடி ஆட்டோக்காரரிடம் கேட்டான்.

"மணி இப்போ... எவ்வளவோ..?''

ஆட்டோக்காரர் எதையும் பார்க்காமல் உத்தேசமாக மணி சொன்னார்.

"ரெண்டரை இருக்கும்...''

"சரி... கொஞ்சம் வெயிட் பண்ணுங்க... ஊடு மேலேதான் இருக்கு. எம்பொண்டாட்டியை எழுப்பி ரூவா வாங்கிட்டு வந்து தர்றேன்...''

ஆட்டோக்காரர் எதுவும் பேசவில்லை. இவன் கிரில் கேட்டைத் திறந்து மாடிப்படியில் ஏறினான். இருட்டாக இருந்தது. சுவரை விரலால் நிரண்டி சுவிட்சைப் போட்டான். விளக்கு எரிந்ததும் கதவிடம் போனான். அழைப்புமணியை மெல்ல அழுத்தினான். கதவு திறக்கவில்லை. உடனே இவனுக்குக் கோபம் வந்தது. கதவை எட்டி உதைத்தான். சப்தமாகக் கூப்பிட்டான்.

"நிர்மலா... நிர்மலா... கதவத் தெற... நாந்தான்..." வீட்டுக் குள்ளிருந்து எந்தவிதப் பதிலுமில்லை. ஆட்டோக்காரர் தெருவில் நின்று மேலே பார்த்தபடி இருந்தார். இவன் திரும்பவும் கத்தினான். வீட்டுக்குள் விளக்கு எரிவது கண்ணாடி சன்னலில் ஒளிர்ந்தது. கதவை நோக்கி நடந்துவரும் காலடி ஓசை கொலுசின் ஒலியோடு கேட்டது. அதற்குள் ஆட்டோக்காரர் கீழே இருந்து சப்தம் போட்டார். சைக்கிளில் இருவர் சப்தமாகப் பேசியபடித் தெருவில் போனார்கள். உள்ளுக்குள் தாழ்விலக்கும் ஓசை கேட்டது. ஒற்றைக் கதவு மட்டும் திறந்தது. இவன் மனைவி தலையை வெளியே நீட்டி இவனை மேலும் கீழும் பார்த்தாள். இவன் தணிந்த குரலில் பேசினான்.

"ஆட்டோவுக்குக் காசு தரணும் ஒரு அம்பது ரூவா எடுத்துட்டு வா..."

மனைவி பதிலேதும் பேசவில்லை. மௌனமாகக் கீழே தெருவில் நிற்கும் ஆட்டோவைப் பார்த்தாள். இவன் கொஞ்சம் சப்தமாகத் திரும்பவும் கேட்டான்.

"கேக்கறேன்ல... பணத்த எடுத்துக்கிட்டு வாடி..."

"சம்பாதித்துக் கொண்டு வந்திட்டிங்க... எங்கிருந்து எடுக்கறது..."

மனைவி முறைத்தாள். இவன் திரும்பி கீழே ஆட்டோவைப் பார்த்தான். பொறுமையிழந்த ஆட்டோக்காரர் மாடிப்படியேறி மேலே வந்து கொண்டிருந்தார். இவன் கெஞ்சுவதுபோல மனைவியிடம் கேட்டான்.

"இது அர்த்தசாமம்... ஒரு அம்பது ரூவா கொடு...எல்லாம் வெடியால பேசிக்கலாம்..."

மனைவியிடம் வெறுப்பு தொனித்தது.

"வெடியால என்னத்தப் பேசறது... இப்பவே ரெண்டுல ஒண்ணு பேசுவோம்... தெனத்திக்கும் இதேதானே பொழப்பு..."

"மருகாதியா ஆட்டோக்காரனுக்குக் காசெக் குடு... இல்லீனா நா... மனுஷனா இருக்க மாட்டேன்"

என். ஸ்ரீராம்

“இப்பன்னா மட்டும் என்ன… மனுஷனாவா இருக்கறீங்க…’’

இவனுக்குக் கோபம் வந்தது. சட்டென நடைக்கு வெளியே மனைவியை இழுத்து அடிக்கத் தொடங்கினான். அவள் தலைமயிரைக் கொத்தாகப் பிடித்து உலுக்கினான். நெற்றி போய்ச் சுவரில் மோதியது.

இதனிடையே ஆட்டோக்காரர் சப்தம் போட்டார். “உங்க புருஷன் பொண்டாட்டி சண்டைய அப்புறம் வெச்சுக்குங்க… எனக்குப் பணத்த குடுய்யா… நா கௌம்பணும்…’’

இவன் மனைவியை விட்டுவிட்டு ஆட்டோக்காரரைப் பார்த்தான். ஆட்டோக்காரன் திரும்பவும் பணத்தைக் கேட்டார். தெரு அலாதியான அமைதியில் கிடந்தது. உச்சியில் விமானம் சப்தத்துடன் ஒளிர்ந்தபடி போயிற்று.

இவன் ஆட்டோக்காரருக்குப் பணத்தை எப்படிக் கொடுத்தனுப்புவது என்கிற வழியை யோசித்தான். கலைந்த தலைமுடியைச் சரிப்படுத்திக் கொண்டு மனைவி வீட்டுக்குள் போனாள். ஆட்டோக்காரர் இவனை முறைத்தபடி நின்றார். இவனும் அவசரமாக வீட்டுக்குள் போனான். ஒயர்களை கழற்றிவிட்டுத் தொலைக்காட்சிப் பெட்டியைத் தூக்கி, நடைக்கு வெளியே கொண்டுவந்தான்.

“இந்தாய்யா… இத வெச்சுக்க… உன் அட்ரஸைக் கொடுத்துட்டுப் போ… நாளைக்குப் பணத்தைக் கொடுத்துட்டு நா… மீட்டுக்கறேன்…’’

ஆட்டோக்காரருக்குக் கோபம் வந்தது.

“என்னய்யா மப்புல வெளையாடறீயா?… இத நா…எங்க தூக்கிட்டு அலையறது… எனக்கு நீ சவாரிக்கான பணத்த குடு… இல்லீனா இல்லீனு சொல்லு…’’

இவனுக்கு அவமானமாகப் போனது. தொலைக்காட்சிப் பெட்டியை அதே இடத்தில் கீழே வைத்தான். திரும்பவும் வீட்டுக்குள் போனான். குழந்தைகள் தூக்கம் கலைந்து முன் அறைக்கு எழுந்து வந்து இவனைப் பார்த்தபடி இருந்தனர். இப்போது ஆட்டோக்காரர் நடைமீது நின்று உள்ளே எட்டிப் பார்த்துக்கொண்டு இருந்தார்.

இவன் மனைவி முன்பு போய் நின்றான். ஆத்திரத்தில் உரக்கக் கூச்சலிட்டுப் பேசினான்.

“இங்க பாருடி… மருகாதியா ஆட்டோவுக்கான பணத்த குடுத்து அனுப்பு… இல்லீனா நா…. ஊட்டவுட்டுப் போறேன். பொண்டாட்டி புள்ளையின்னுட்டுகூட பாக்க மாட்டேன். அப்புறம் நீ வெள்ளச்சீலை கட்ட வேண்டி வந்தாலும் வரும்…’’

"வந்துட்டுப் போகுது... நீங்க வீட்ட வுட்டுப் போறதுன்னா போய்க்குங்க... தெனமும் பேசற பேச்சுதானே இது..."

இவன் மறுபடியும் மனைவியை அடிக்கக் கை ஓங்கினான். மனைவி நகர்ந்து போய் குழந்தைகளின் முதுகுப்புறமாக ஒதுங்கி நின்றாள். இவனுக்கு என்ன செய்வது எனத் தெரியவில்லை. கணநேரம் கண்களை மூடிக்கொண்டு விரல்களை நெற்றியில் வைத்து யோசித்தான். ஆனாலும் ஆத்திரம் அடங்கவில்லை. திரும்பவும் பதற்றமானான். திடீரென ஓடிப்போய் மனைவியின் கன்னத்தில் அறைந்தான். கெட்டவார்த்தையில் ஏதேதோ சொல்லித் திட்டினான். மனைவியின் கைகளைப் பிடித்து முறுக்கினான். மனைவி திமிறி இவனைப்பிடித்துக் கீழே தள்ளிவிட்டாள். இவன் நிலை தடுமாறி தரையில் போய் விழுந்தான். மனைவி ஆவேசத்தில் கத்தினாள்.

"இங்க பாருய்யா... போறதுன்னா வீட்டவுட்டு போய்க்க... இங்க நின்னு சண்டை போடற வேல வெச்சுக்காத..."

சுதாரித்து எழுந்த இவன் கேட்டான்.

"என்னடி செய்வே....?"

"போலீசுல புடிச்சுக் கொடுத்துருவேன்..."

"ஓகோ... அந்தளவுக்கு ஆயிருச்சோ..."

இவன் நடைக்கு வெளியே ஓடினான். ஆட்டோக்காரர் நகர்ந்து கொண்டார். அங்கிருந்த தொலைக்காட்சிப் பெட்டியைத் தூக்கிக் கொண்டு உள்ளே வந்தான். மனைவி முன்னால் அதை உயரே தூக்கிக் கீழே போட்டு உடைக்க முயன்றான்.

மனைவி பாய்ந்து வந்து தொலைக்காட்சிப் பெட்டியை பிடித்துக் கொண்டாள். கோபத்தில் கத்தினாள்.

"இந்த டி.வியென்ன... உங்கப்பனூட்டு டி.வின்னு நெனைச்சியா. இந்த வீட்டுல உன்னோடதுன்னு ஏதாச்சும் சாமான் இருந்தா...போட்டு உடை... ஆரு வேணாங்கறா..."

இவனுக்கு இதற்கு மேல் என்ன செய்வது எனத் தெரியவில்லை. தளர்ந்து போனான். சிறு ஆசுவாசத்துக்குப் பின்பு குழந்தைகளிடம் போய்ப் பேசினான்.

"இந்த ஊட்டுல என்னோடதுன்னு எதுவுமே இல்லையாம் கண்ணு. உங்களக்கூட எந்தேவையில்லாமதா... உங்காயா... பெத்தாலும் பெத்திருப்பா... நா போறே... கட்டுன துணியோட போறங்கண்ணு..."

என். ஸ்ரீராம்

இவன் இப்படிச் சொன்னதும் குழந்தைகளின் முகம் வேதனையில் ஆழ்ந்து போயின. மனைவிக்குத் திரும்பவும் கோபம் வந்தது.

“அந்தக் கட்டியிருக்கிற துணியும்... நா சம்பாரிச்சு வாங்கிக் கொடுத்ததுதான்...''

“கழுத முண்டே... என்னடி சொன்னே... கட்டுன துணி உன்றதா... அப்ப இதுவும் தேவ மசிரு இல்ல...''

இவன் சட்டையைக் கழற்றி மனைவியைப் பார்த்து வீசி எறிந்தான். பின்பு மனைவியையும் குழந்தைகளையும் மாறி மாறிப் பார்த்தான். இவனுக்கு ஆத்திரம் உச்சத்துக்குப் போனது. கணநேர மௌனத்துக்குப் பின்பு, சட்டென கைலியையும் கழற்றி வீசி எறிந்தான்.

இவன் உள்ளே எதுவும் அணியவில்லை. அம்மணமாக நின்றான். ஆட்டோக்காரர் வெறுப்புடன் முணுமுணுத்துக் கொண்டு படியிறங்கி போகத் தொடங்கினார். குழந்தைகள் முகத்தை வேறுபக்கம் திருப்பிக் கொண்டன. மனைவி அவசரமாக இவன் வீசி எறிந்த கைலியை எடுத்து வந்து நீட்டினாள். இவன் வாங்க மறுத்துவிட்டான். மனைவிக்கு அழுகை வந்தது.

“புள்ளைகளுக்கு செத்த பின்னால குளிப்பாட்டும்போது காட்ட வேண்டிய கோலத்தை உசிரோட இருக்கும்போதே காட்டிட்டேயே.. நீ எல்லாம் ஒரு ஆம்பிளையா... எல்லாம் நா... வாங்கி வந்த வெனை...''

மனைவி முகத்தில் அறைந்துகொண்டு அழுதாள். பின்பு அழுகையை அடக்க முடியாமல் உள் அறைக்கு ஓடிச்சென்று விசும்பத் தொடங்கினாள். குழந்தைகள் ஒன்றும் புரியாமல் பார்த்துக் கொண்டிருந்தனர்.

இவன் அப்படியே நின்றுகொண்டிருந்தான். போதை மெல்லத் தெளிய ஆரம்பித்தது. நிகழ் உலகிற்கு மனசு வந்தது. இனி ஆடைகள் உடுத்தினாலும் தன் மகாநிர்வாணத்தை மறைக்க முடியாதோ என்கிற உணர்வு ஏற்பட்டது. பயந்து போனான். அப்போது தெருவில் ஆட்டோ கிளம்பிப் போகும் சப்தம் கேட்டது.

புதிய பார்வை, ஜூலை 1-15 /2007

எதிர்த்திசை ஓட்டம்

ஐங்காத வெளி முழுவதும் இருள் அடர்ந்திருந்தது. இவன் சைக்கிளை உருட்டியபடி நடந்துபோய்க்கொண்டிருந்தான். இட்டேரி நெடுக புதைமணல் நிறைந்திருந்தது. சைக்கிளைத் தள்ளுவது கடினமாக இருந்தது. கிளுவை வேலியின் வாதுகள் சில இடங்களில் தடத்தை அடைத்திருந்தன. தலையை குனிந்தோ, ஒந்தியோ போகவேண்டி வந்தது. சைக்கிள் கேரியரில் வைத்துக் கட்டியிருந்த விறகின் சுமையும் அதன்மேல் கட்டியிருந்த அடசலுக்கான அரிசி, சட்டி பானை எல்லாவற்றையும் கொண்ட சாக்குமூட்டையின் சுமையும் சேர்ந்து கனமாக அழுத்தின. ஹேண்ட்பாரில் கால்களைக்கட்டித் தலைகீழாகத் தொங்கவிட்டிருந்த சேவல் வேறு அடிக்கடி றைக்கையைப் படபடத்தது. கேவியது, பெருத்த தொல்லையாகவும் இருந்தது.

இவனுக்கு உடம்பு மொத்தமும் வேர்த்து சட்டைக்குள் வடிந்தது. சித்திரை மாசத்தின் வெக்கை அப்பட்டமாகத் தெரிந்தது. உப்புசம் தாங்க முடியவில்லை இவனால். நின்று பின்னால் திரும்பிப் பார்த்தான்.

அவள் மெதுவாக நடந்து வந்து கொண்டிருந்தாள். இடுப்பில் குழந்தை சிணுங்கியது. தலையில் சும்மாட்டுக்கு மேல் கூடையிருந்தது. கூடைக்குள் அரைத்த மிளகு வாசனை காற்றில் கலந்து வெளிப்பட்டது. இன் துண்டால் முக வேர்வையைத் துடைத்துக்கொண்டே கேட்டான்.

"கொஞ்ச வெரசலா வந்தா என்ன கேடு...?''

"எனக்கு வெரசலா வரக்கூடாதுன்னு என்ன வேண்டுதலா... முடியல... கொழந்தெ வேற பாலுக்கு அழுவுது...''

"உக்கோந்து குடுத்துத் தொலைக்கறதுதானே...?''

"ஒரு நா இல்லாட்டி ஒருநா... மொத்தமா தொலைச்சுத் தலெ முழுகத்தானே போறேன்... வந்து கூடையை எறக்குங்க...''

இவன் சைக்கிளை ஸ்டேண்ட் போட்டு நிறுத்தினான். அவள் கிட்ட வந்து குனிந்தாள். இவன் கூடையை அலுங்காமல் இறக்கி வைத்தான். சும்மாடு நழுவி கீழே விழுந்தது. அவள் அதே இடத்தில் உட்கார்ந்தாள். குழந்தையை மடியில் ஏதுவாகக் கிடத்தி சேலையை இழுத்துவிட்டாள். இவன் கொஞ்சம் தள்ளிப்போய் உட்கார்ந்து ஒண்ணுக்கிருந்தான். எழுந்து பீடி பற்றவைத்தான்.

தொலைவில் ஊரின் வீதி விளக்கு வெளிச்சம் தெரிந்தது. அதற்கு அப்பாலும் தள்ளித் தள்ளி விளக்கு வெளிச்சம் தெரிந்தது. வெளிச்சம் தெரிந்த ஊர் இது இதுவாகத்தான் இருக்க வேண்டும் என்று மனத்துக்குள் கணக்கு போட்டான். இவன் அந்த ஊர்களுக்கெல்லாம் சாம நேரங்களில் இதே மாதிரி அடிக்கடி போயிருப்பது நினைவுக்கு வந்தது. அப்படிப் போய்த் தனியாகத் திரும்பி வந்த தினங்களில் வீடு வந்து அவளை எழுப்புவான். அவள் இவனை ஆச்சரியமாகப் பார்த்துவிட்டுக் கேட்டாள். "ஒத்தீலையா வந்தீங்க...?"

இவன் எதுவும் பேசமாட்டான். மெல்ல சிரிப்பான்.

அவள் எழுந்திருந்தாள். குழந்தை சிணுங்கலை அடக்கியிருந்தது. அவள் சும்மாட்டைச் சரிசெய்தபின் இவன் கூடையைத் தூக்கி அவள் தலையில் வைத்தான். அவள் நடக்கத் தொடங்கினாள். சும்மாட்டில் கூடை நழுவாமலே போயிற்று. இவன் பழையபடி சைக்கிளைத் தள்ளினான். ஊசிப்புல் கொறங்காட்டுக்குள்ளிருந்து ஆள்காட்டிக் குருவிகள் கத்தின. சனங்களின் வாடைகளை ஆள்காட்டி எப்படித்தான் உணர்கிறதோ தெரிவதில்லை. அப்பாரு இருக்கும்வரை ஆள்காட்டிகள் கண்களின் தீட்சண்யத்தைப் பெரிதாகச் சொல்வார். இருளில் அதுமிக நுண்ணிய பண்ணைச் செடியின் விதைகளைப் பொருக்கும் பார்வைக் கூர்மையைக் கண்டு இவனும் வியந்ததுண்டு.

வடக்குத் திசையில் நாய்கள் ஊளையிடுவது கேட்டது. தெற்கே பழனிமலையின் உச்சிவிளக்கு சிவப்பு நிறமாய் எரிந்துகொண்டிருந்தது. சில நாட்களில் இதுமாதிரி உக்கிரமான இரவுகளில் கொடைக்கானல் மலையின் வடபுறத்தில் தகதகவெனத் தீ எரிவதும்கூட தெரிந்தது. மூங்கில்கள் ஒன்றோடு ஒன்று உரசித் தீப்பற்றிக்கொண்டன என்று அப்பாரு சொல்வார். வெகுகாலம் அதை இவன் நம்பியும் இருந்தான். பின் ஒருநாளில் சந்தைப்பேட்டையில் ஒரு போலீஸ்காரர் சொன்னார். மூங்கில் வெட்டுபவர்கள் மூங்கிலுக்குத் தீ வைத்து விடுவார்கள் என்று. பின் அதுவும் நிஜமில்லை என்று ஊரில் வேறு யாரோ சொன்னார்கள். இதுவரை அதுபற்றிய உண்மைக்காரணம் தெரியாமலே போயிற்று இவனுக்கு.

கோவிலில் பெட்ரோமாஸ்லைட் பற்ற வைத்திருந்தார்கள். நான்கைந்து பெண்கள் மட்டும் லைட் முன்பு உட்கார்ந்து பேசிக் கொண்டிருந்தார்கள். ஆண்கள் எல்லாம் தொலைவில் நின்று பேசியபடி பீடி புகைத்துக் கொண்டிருந்தார்கள். இவனுக்கும் அவளுக்கும் அவர்கள் யாரும் சரியாக அடையாளம் தெரியவில்லை. கரைவெளிப்பகுதிக்காரர்களாக இருக்க வேண்டும் எனப்பட்டது. கோவிலின் ரூபமே இருளில் வேறு மாதிரி தெரிந்தது. பெரும்பாலும் ஆட்களுக்கும் இடங்களுக்கும் இரண்டு ரூபங்கள் இருந்தன. ராத்திரியில் ஒரு ரூபம், பகலில் ஒரு ரூபம் என.

முன்பு கவுண்டமார்கள் யாருக்காவது சந்தைக்கு மாடு ஓட்டிப்போக வேண்டுமாயின் இவனைத்தான் கூப்பிடுவார்கள். திரும்பி நடந்து வரும்போது குறுக்கு வழியாக இந்த இட்டேரியில்தான் வருவான். அப்போது இளைப்பாற வெகுநேரம் உட்கார்ந்திருக்கிறான். அப்பொழுதெல்லாம் வெறும் வெங்கிக்கல்தானே என்று சாமியைக்கூட நினைத்திருக்கிறான். தொலைவெளி எங்கும் மனிதமுகமே தட்டுப்படாது. கிளுவை வேலியில் புழுதிபடிந்து கிடக்கும். கோவில் கிணற்றுக்குள்ளிருந்து ஆந்தைகள் உறுமும். கிணற்று மேற்புற ஓரங்களிலும் கல் இடுக்குகளிலும் உடும்பு ஊர்ந்து கொண்டிருக்கும். பார்க்கப் பார்க்கப் பயம் தோன்றும். இவன் எழுந்து நடக்கத் தொடங்கிவிடுவான். கோவில் தாண்டிய பின்னும் இவன் திரும்பி திரும்பி பார்த்துக்கொண்டே நடப்பான். யாரோ பின்னால் வருவதுபோலவே உணர்வு எழும்.

அவள் பொங்கல் வைத்துக்கொண்டிருந்தாள். மேகாற்று சுழித்துச் சுழித்து அடித்தது. அடுப்பில் தீ புகைச்சலாக எரிந்தது. குழந்தை கண்ணைத் தேய்த்தபடி அவள் மடியில் குத்தவைத்து உட்கார்ந்து பொங்கல் வைப்பதை வேடிக்கை பார்த்துக்கொண்டிருந்தது. இவன் தீ அணையாமல் இருக்க மேற்குப்புறம் அடுப்பை மறைத்து உட்கார்ந்தான். சற்றுதள்ளி வேறு யாரோ பொங்கல் வைக்க அடுப்பு கூட்டிக் கொண்டிருந்தார்கள். அவள் அரிசி போட்டாள். இவன் அடுப்பை பார்த்துக்கொண்டே யோசித்தபடி இருந்தான். நேரம் போனது.

இந்த வேண்டுதல் நடந்து ஒரு வருஷத்துக்கு மேலிருக்கும். அப்போது பருவமழை பொய்த்துவிட்ட காலம். மாசியில் மின்னல் எடுக்க ஆரம்பித்திருந்தது. மரங்கள் எல்லாம் இலைகள் உதிர்ந்து பழுக்கத் தொடங்கியிருந்தன. கீழ்த் திசையிலிருந்து முகில்கள் மேற்கே போகிற வண்ணமிருந்தன. கறுத்தமுகில்கள் தாழ்ந்து நகர்ந்தன.

கரைவெளிக்காரர்கள் மாட்டுவண்டியில் வந்து அறுவடைக்கு ஆட்கள் கூட்டிப்போயினர். கிழக்கு வெளுக்கையிலே ஊர்தலைவாசலில் மாட்டுவண்டி அவிழ்த்துவிடப்பட்டிருந்தது. எருதுகள் அசை போட்டபடி நின்றன. பெண்கள் எல்லாம் சாப்பாட்டுப் போசியோடு வண்டியில் ஏறிப்போயினர். ஆண்களுக்கு எப்பவாவது வைக்கப்புல் உதரிக்கட்டும் வேலை கிடைத்து வந்தது. மழை சரியாகப் பெய்யாததால் உள் ஊரிலும் பருத்திக்காடெங்கும் மானாவாரியாகப் போய்விட்டது. கார் மழையும் பெய்கிற மாதிரித் தெரியவில்லை. ஆண்களில் சிலர் டவுனுக்குப் போய் வேலை தேடினர். சிமெண்ட் பைப் கம்பனிகளிலும் ஹாலோபிளாக் கம்பனிகளிலும் வேலைகள் கிடைத்தன. இவனுக்கு ஹாலோ பிளாக் கம்பெனியில் வேலை கிடைத்தது. கடினமான வேலைதான். அதிகக்கூலி கொடுத்தார்கள். அஞ்சு மணிக்கு முதல் பஸ்ஸிலேயே போக வேண்டியிருந்தது.

அன்று இவன் இளமத்தியானத்தில் வீட்டுக்குத் திரும்பி வந்தான். அவள் பன்றிக்குத் தண்ணீர் வைத்துக்கொண்டிருந்தாள். இவன் முழங்காலுக்குக் கீழே பெரிதாகக் கட்டு போட்டிருந்தான். கட்டுக்கு மேலே ரத்தம் உறைந்திருந்தது. அவள் பதறிப்போனாள். அவசரமாக இவனிடம் ஓடிவந்து கேட்டாள்.

"என்னய்யா ஆச்சு...?''

"ஒண்ணுமில்லெ கல்லுவெட்டிருச்சு...''

"ஆஸ்பத்திரி போனய்யா...?''

"போகலே... சும்மா சின்ன காயந்தா... ரெண்டு நாள்ல செரியாப் போயிரு...''

இவனுக்குப் புண் கொந்திக்கொண்டது. சீக்கிரத்தில் ஆறவேயில்லை. பன்றியைக் குட்டிகளோடும் வெள்ளாட்டையும் விற்றுச் செலவு செய்தான். புண் சீழ்பிடித்துக் கொண்டது. இவனால் நடக்க முடியவில்லை. வீட்டோடு முடங்கிப் போனான். அவளும் கைப்புள்ளைத்தாய்ச்சியாக இருந்தாள். வேலைக்குப் போகமுடியவில்லை. இவனும் அவளும் பயந்து போனார்கள். ஊருக்குள் சிலர் இவனைப் பார்த்துவிட்டுக் கால்களை எடுக்க வேண்டிவரும் எனப் பயமுறுத்தினார்கள்.

ஒரு தினம் சாயந்தரம் அவள் 'சிறுவாடு' சேர்த்து வட்டிக்குக் காசுவிடும் கொடோனு கவுண்டிச்சியைப் போய்ப் பார்த்தாள். கவுண்டிச்சிக்கு சில எடுபுடி வேலைகள் செய்தபின் பணம் கைமாத்தாகவே வாங்கினாள். அவள் கிளம்பும்போது கவுண்டிச்சி

சொன்னாள்: "உன்ற ஊட்டுக்காரன எதுக்கும் ஒரு தடவெ முத்தாளமேட்டு கருப்பணசாமி கோயில் பூசாரிகிட்ட கூட்டிப் போயி காண்பி... அவனால போக முடியலீன்னா நீ மட்டுமாவது போயி வேண்டிக்கிட்டு தீர்த்தந்தின்னீறு கொண்டு வந்து போடு... நல்லா போயிருமுன்னு எல்லாரும் சொல்லிக்கிறாங்க...''

இவனால் கோயிலுக்கு நடக்க முடியாது எனத் தெரிந்தது. திங்கட்கிழமை ராத்திரிகளில் கருப்பணசாமி கோவிலில் சாமியாடுவதாக ஊருக்குள் சொன்னார்கள். திங்கட்கிழமை வந்ததும் ஊருக்குள் விசாரித்தாள். யாரும் துணைக்குச் சேரவில்லை. சிலர் அடுத்த வாரம் போகணும் என்றார்கள். அவள் இவனிடம் சொல்லிவிட்டு சாயங்காலமே கோவிலுக்குப் புறப்பட்டாள்.

இட்டேரியில் நடக்க நடக்க ஊர் கொஞ்சம் கொஞ்சமாக அமிழ்ந்து போயிற்று. இருமருங்கிலும் கிளுவை வேலிகள் வெட்டாமல் வாதுகள் தொங்கிப்போயிருந்தன. காட்டுக்கோழிகள் எழுப்பும் சப்தந்தான் கேட்டபடியிருந்தது. காத்தாலே நேரம், கொறங்காட்டுக்குள் மாடு முடுக்கும் வேலையும் சாயங்காலங்களில் மாடு ஓட்டிப்போகும் வேலையும் தவிர்த்து இட்டேரி சனசஞ்சாரமற்றே கிடந்தது.

அவள் நடந்தபடியே இருந்தாள். நிசப்தமான இடங்களைக் கடக்கும் போதெல்லாம் அவளைப் பயமுறுத்திக் கொண்டேயிருந்தது. மாசி மின்னலுக்கு வேலா மரங்கள் பசுத்திருந்தன. கிளிப்பச்சை நிறத்தில் அதன் தளிர்கள் அந்தி வெயில் பட்டு மின்னின. குடைசீத்தை மரங்களில் காய்கள் காய்த்துத் தொங்கின. அது அவளுக்கு காதில் லோலாக்கு போட்ட மாதிரி இருந்தது. கோவைக் கொடிகள், மிஸ்டக் கொடிகள், மொடக்கற்றான் கொடிகள் எனச் சேர்ந்து வேலியே தெரியாமல் மூடியிருந்தன. அதன் பழுப்பு இலைகளுக்குள்ளிருந்து அழுக்கு வண்ணான் குருவியும் புழுதிக்குருவியும் கிறுகிறுப்பின. உழிஞ்ஞை வாதுகளில் அணில்கள் தாவின. திடீரெனப் பனங்காடையும் கரிக்குருவியும் சண்டையிட்டபடி மேலே பறந்து போயின. வேம்பு இலை உதிர்ந்துகொண்டிருந்தது. காற்று இளங்கொம்பு அசையாமல் வீசிற்று. மாடு ஓட்டிப் போகும் ஆட்கள் எவரும் எதிர்ப்படவேயில்லை. வழி நெடுகவும் நிழல் படர்ந்தேயிருந்தது.

இட்டேரி வளைந்து வளைந்து போனது. ஒரு வளைவு திரும்பியவுடன் அவள் கவனித்தாள். அவன் உழிஞ்ஞை மரநிழலில் நின்று கொண்டிருந்தான். வெள்ளை வேட்டி சட்டையில் பளீரென்று இருந்தான். கைக்கடிகாரமும் மோதிரமும் மின்னின. அவன் அவளையே பார்த்தான். அவள் பயந்து போனாள். அவனைப் பற்றி

ஊருக்குள் நிறைய கேள்விப்பட்டிருக்கிறாள். யாரும் நல்ல தகவலைச் சொன்னதில்லை. சாராயம் கடத்துவதாகப் பேசிக்கொண்டார்கள். சித்திரைக் கழுகுக்கு கருப்பணசாமி கோவிலில் சாராயப் பாட்டில் வைத்து பூஜை செய்வான். ஊரையே அழைத்துக் கிடாவெட்டி சோறு போடுவான். சுற்று ஊர்கள் எங்கும் வைப்பாட்டிமார்கள் நிறைந்திருப்பதாக வேலைக்காட்டில் பெண்கள் குசுகுசுவென்று பேசியிருந்தார்கள்.

அவள் அவனை நெருங்கியிருந்தாள். அவளுக்கு நெஞ்சுக்கூடு முழுதும் படபடத்தது. கைகளும் கால்களும் லேசாக நடுங்கின. மூச்சு முட்டிற்று. அழுகை வரும்போல் இருந்தது. திரும்பி ஓடிவிடலாமா என யோசித்தபடி அவனைப் பார்த்தாள். அவன் மெதுவாகச் சிரித்தான். பின் பேசினான்:

"எங்கபுள்ளே ஒத்தீல கெளம்பிட்டே...?''

"சாமி... கோயிலுக்குங்க...''

"உம் புருஷனுக்கு இப்ப எப்படியிருக்கு..?''

"இன்னும் சொகமாகலீங்க... அதுக்குதாங்க கோயிலுக்குப் போறே...''

"போ... போ... வெளிச்சம் போய்ச்சேரு...''

அவள் விலகி விரைசலாக நடந்தாள். திரும்பிப் பார்த்தாள். அவன் பழையபடி நின்றுகொண்டிருந்தான். பொழுது இறங்கிக்கொண்டு வந்தது. மேற்கே கண்ணைக் கூசியது. வேலியில் கிடந்த ஓணான்கள் செந்நிறமும் மஞ்சளுமாக மாறியிருந்தன. சீக்கிரம் மழை பெய்யும் என நினைத்துக்கொண்டாள். அவனிடமிருந்து காப்பாற்றியதற்கு கருப்பணசாமிக்கு அடசல் போட வேண்டும் என வேண்டிக் கொண்டாள். அவன் இட்டேரியில் எதிர்ப்பட்டதை இவனிடம் போய்ச் சொன்னால் சப்தம் போடுவான், "உன்னெயாரு ஒத்தீல போகச் சொன்னது...?'' என்று. பின் காலை தடவிக்கொண்டு கண் கலங்குவான். அவளுக்கும் அழுகை முட்டிடும்.

அவள் முத்தாளமேடு ஏறியிருந்தாள். ஊரைவிட்டு நான்கைந்து மைல் தள்ளி அத்துவானக் காட்டுக்குள் வந்துவிட்டது தெரிந்தது. கருப்பணசாமி கோவில் தொறட்டி மரநிழல் கிழக்கே நீண்டிருந்தது. வெங்கிக்கல் சாமிகளுக்கு வெயில் அடித்தது. மின்னி தகதகத்தது. மரத்தை ஒட்டினாற்போல் பின்புறம் கிணறு இருந்தது. கிணற்றுப் பாம்பேறியில் நொச்சிப்புதர்களும் தளுஞ்சிப் புதர்களும்

மண்டியிருந்தன. அதன்மேல் படர்ந்திருந்த கொடியின் கிண்ணாரமான பூவிலிருந்து வாசம் கச்சலாக வந்துகொண்டிருந்தது.

கிணற்றில் தண்ணீர், மத்தியில் கிடந்தது. தண்ணீர் தெரியாமல் பாசம் பச்சையாக மூடியிருந்தது. உள்ளே இறங்க, கல்படி இருந்தது. கல்படி முழுதும் சருகுகள் நிறைந்திருந்தன. சுவரில் பூச்சிக்கூடுகள் பின்னியிருந்தன. சுவர் பொந்துகளிலிருந்த புறாக்களும் ஆந்தைகளும் ஆள்வாசனை கண்டதும் வெளியேறிப் போயிற்று. இச்சிமரம் ஒன்று சுவரில் வேரூன்றித் தழைத்திருந்தது. விழுதுகள் தண்ணீரில் இறங்கியிருந்தன. வாதுகளில் தூக்கணாங்குருவிக் கூடுகள் தொங்கின. நிறைய மஞ்சள் கழுத்து கொண்ட தூக்கணாங்குருவிகள் கூட்டுக்கு வருவதும் போவதுமாக இருந்தன.

கிணற்றுக்குச் சற்றுத்தள்ளி வடபுறம் குடிசை இருந்தது. கூரைக்கு வேய்ந்த பனை ஓலை நாள்பட்டுப் பொதுமியிருந்தது. குடிசையினுள் கட்டிலில் யாரோ படுத்திருப்பது தெரிந்தது. பூசாரியாக இருக்கக்கூடும் என நினைத்துக்கொண்டாள். குடிசைக்கு அப்பால் கரைவெளி தொடங்கியது. கரைவெளியும் அறுவடைக்குப் பின் பொட்டலாகக் கிடந்தது. இளமதியங்களில்தான் ஆடு மேய்க்கும் சிறுவர்கள் திரிவார்கள். கரைவெளியிலே இரண்டுமைல்போல் நடந்தால்தான் அமராவதி ஆறும் ஊரும் வரும். அந்த ஊர்கூட சிறிய ஊர்தான். வீதியெங்கும் எப்பவும் அமைதி இழையோடிக் கிடக்கும். அவள் அறுவடைக் காலங்களில் அந்த ஊருக்குப் போயிருக்கிறாள். கவுண்டிச்சிமார்களெல்லாம் வசதியாக இருந்தார்கள். முன்கொசுவம் வைத்துப் பவிசாகச் சேலை கட்டியிருப்பார்கள். பார்க்க நாகரிகமாகத் தெரியும். வெளிநடையைச் சாத்தி வீட்டுக்குள்ளேயே இருப்பார்கள். அவளுக்கும் கூடப்போன பெண்களுக்கும் பழைய சேலையும் தவசமும் கொடுப்பார்கள். அவர்களும் மக்ரி, கூடை, முறம் என எல்லாமும் வழித்துக்கொடுத்து பின், சாணி தெளித்து வாசலும் களமும் பூசிவிட்டு வருவார்கள். வரும்போது இருட்டிவிடும். பெண்கள் தங்களுக்குள் சப்தமாகப் பேசிக்கொண்டே வருவார்கள். பெரும்பாலும் நிலா கிளம்பிய காலமாக அது இருக்கும். வானம் வெளிர் நீலத்தின் மஞ்சள் பூத்துப்போய்க் கிடக்கும். முகில்கள் திட்டுத்திட்டாக நிற்கும் ஸ்தம்பித்துப் போனதுபோல. ஆற்றுப்படுகில் நரி ஊளையிடுவது கேட்கும். தாழம்பூக்களின் வாசம் மெலிதாகக் காற்றோடு வரும். ஊரை அடையும்போது நடுச்சாமமாகிவிடும்.

இப்போது கரைவெளி வயல்களில் சிரையெடுத்த பனை மரங்கள் மட்டுமே சால்சாலாக நின்றன. தொலைவில் உருமால் கட்டிய

ஒருவன் வெள்ளாடு ஓட்டிப்போய்க்கொண்டிருந்தான். அவள் பார்த்தபடியேயிருந்தாள்.

பூசாரி எழுந்து கிணற்றடிக்கு வந்தார். கூன் விழுந்து போயிருந்தது பூசாரியின் உடம்பு. அவள் கேள்விப்பட்டது போலவே தாடியோடு, சடைபோட்ட தலைமுடியோடு, கண்கள் உள்ஒடுங்கி பூசாரியைப் பார்க்கப் பயமாகவே இருந்தது. அவள் கும்பிட்டாள்.

"சாமீ...!''

சிறிது நேரம் அவளையே பார்த்துவிட்டு பின் பூசாரி கேட்டார் "என்ன வேணுந்தாயீ ஒனக்கு...?''

அவள் சட்டென்று நெடுஞ்சாண் கிடையாகப் பூசாரியின் காலில் விழுந்தாள். கால்களைக் கெட்டியாகக் கட்டிக் கொண்டாள். அழுதாள்.

"எங்கஷ்டத்தையெல்லாம் நீங்கதா போக்கணும் சாமி...!''

"எந்திரி தாயீ...!''

அவள் அழுதபடியே தன் கஷ்டங்களையெல்லாம் சொன்னாள். பின் மெதுவாக எழுந்தாள். கண்ணீர் கன்னமெல்லாம் வடிந்து கொண்டிருந்தது. சேலைத் தலைப்பில் துடைத்துக் கொண்டாள்.

"உக்கோரு தாயீ... தண்ணி ஊத்திட்டு வந்து பரிகாரம் சொல்லறே...?''

பூசாரி கிணற்றுக்குள் இறங்கினார். தள்ளாடிக்கொண்டு அவள் திக்பிரமை பிடித்ததுபோல நின்றிருந்தாள். யோசித்தபடியிருந்தாள். வெளிச்சம் மங்கியிருந்தது. தொறட்டி மரத்தில் அணையும் குருவிகள் கிரீச்சிட்டன. கொக்குகள் கிழக்கே பறந்து போயின, விரைசல் விரைசலாக...

பூசாரி குளித்து ஈரத்துணியோடு மேலே வந்தார். அவளைக் கூப்பிட்டுச் சொன்னார்:

"தாயீ... குடிசைக்குள்ள இருக்க குறிஞ்சியெ இங்க தூக்கிட்டு வா...''

"சாமீ... நா பொழங்காத சனம் சாமி...''

அவள் நடுங்கினாள். பூசாரி குடிசைக்குள் போனார். குறிஞ்சியை(சாமியாட உட்காரும் நாற்காலி) எடுத்துக்கொண்டு வந்தார். கருப்பணசாமிக்கு முன்பு போட்டார். குறிஞ்சியின் மேல் உட்கார்ந்து கொண்டு பிரம்பை முன்னால் தரையில் ஊனிப் பிடித்தார். தலைசாய்ந்து லேசாக ஆடியது. வாய் முணுமுணுத்தது. என்னப் பாட்டு என்று அவளுக்கு விளங்கவில்லை. நீண்ட நேரம் பாடியபடி

உட்கார்ந்த நிலையில் சாமியாடினார். அவள் பிதிர் கெட்டாற்போலப் பூசாரியை பார்த்துக்கொண்டே இருந்தாள். திடீரெனப் பூசாரி எழுந்தார். திருநீற்றை அள்ளி சாமி மீது வீசினார். கத்தினார்.

"டேய்... முத்தாளமேட்டுக் கருப்பணா..''

முனி வெரட்டற கருப்பணா...

ஒத்தீல வந்த மாட்டுக்கு... ஒரு சொத்தெ இருக்குது...

அந்த சொத்தெ போக்க.. ஒரு வித்தெ சொல்லடா...''

மீண்டும் மெதுவாகப் பாடியபடி குறிஞ்சிமேலேயே வந்து உட்கார்ந்துகொண்டார். அவள் பயந்தபடி பார்த்துக்கொண்டிருந்தாள். இருட்டியிருந்தது. குருவிகளின் கிரீச்சல் அடங்கியிருந்தது. மீண்டும் பூசாரி சொம்பை எடுத்துக்கொண்டு எழுந்தார். தீர்த்தத்தை அவள் முகத்தில் அடித்தார்.

"இன்னையோட உன்னெப் புடிச்ச பூடே வெலகிருச்சு...''

ராத்திரிக்கு ஒரு காடெ போட்டிரு தாயீ...''

(காடை=ராத்திரி அடசல் போடும் கோழி சேவல்)

அவள் மறுபடியும் பூசாரியின் காலில் விழுந்தாள். பூசாரி கண்களை மூடியபடி அவளை எழ ஜாடை செய்தார். அவள் எழுந்து, குனிந்து வணங்கியபடியே நின்றாள். பூசாரி அவளிடம் திருநீறு கொடுத்தார். பின் விரைசலாகக் குடிசைக்குள் போனார். சிறிது நேரம் கழித்துப் பூசாரி ஒரு பொட்டலம் கொண்டுவந்து அவளிடம் கொடுத்துவிட்டுச் சொன்னார்.

"அரைச்சு பத்து போடு தாயி... ஆறே நாள்ல குணம் தெரியும். அடுத்த திங்களுக்கு ராத்திரி அடசல்போட காடெயோடதா வருவே நீ... போயிட்டு வா தாயீ...''

"சாமீ... இனிமே நா ஒத்தீல போகமுடியாதுங்க... வெடிஞ்சதியும் போயிக்கறேனுங்க சாமி...''

"மகராசியா இருந்துட்டு போ...''

"சாமீ... காணிக்கெ..?''

"நீ பிரியப்பட்டதெ கருப்பணசாமி கும்பத்துல போட்டுட்டு போ தாயீ...!''

கருப்பணசாமி கும்பம்(உண்டியல்) கோவிலுக்கு முன் நான்கைந்து அடி தள்ளி வைக்கப்பட்டிருந்தது. கும்பத்தை மூடி வேடுகட்டி அதன் நடுவில் சிறிய துவாரம் இட்டிருந்தனர். அவள் சேலைத்தலைப்பில் முடிந்திருந்த ஒரு ரூபாய் பணத்தை அவிழ்த்து எடுத்து கும்பத்தில்

போட்டாள். பின் பணம் முடிந்திருந்த சேலைத் தலைப்பில் திருநீற்றையும் பொட்டலத்தையும் பத்திரமாக முடிந்துகொண்டாள். பூசாரி குடிசைக்குப் போய்விட்டார்.

கிணற்றுக்குள்ளிருந்து தவளைச் சப்தம் கேட்டது. சில்வண்டுகளின் ரீங்கரிப்பு ஆரம்பித்துவிட்டது. கீகாற்று குளிர் நிறைந்து வீசிற்று. அவளுக்குச் சிட்டெடுத்தது. கரைவெளிப் பாதையில் யாரோ பெட்ரோமாஸ் லைட்டோடு வந்துகொண்டிருந்தார்கள். வெளிச்சம் கிட்டே வந்ததும் லைட்டுக்கு பின்னால் ஒரு கும்பலே பேசியபடி வருவது தெரிந்தது. அன்று இரவு வெகுநேரமாகித்தான் சாமியாட்டம் தொடங்கியது.

இன்று உடனே கிளம்புகிறவர்களுக்கு பூஜை நடந்தது. மணி ஒலிக்கும் சப்தம் கணீரென எழுந்தது. ஒரு வயதான பெரியவர் விருத்தம் பாடிக்கொண்டிருந்தார். அவள் புகையும் அடுப்பை குனிந்து ஊதியபடியிருந்தாள். சற்று நேரம் போனதும் பொங்கல் பொங்கி வந்தது. சும்மாடு கூட்டி நின்றது. எந்தத் திசையில் விழுமோ என இவனுக்கும் ஆவல் தொற்றியது. இருவருக்கும் உள்ளுக்குள் திகைப்பு மிகுந்திருந்தது. அவள் கருப்பணசாமியைக் கையெடுத்துக் கும்பிட்டாள். மனசுக்குள் ஏதோ வேண்டினாள். பொங்கல் வடக்குத் திசைபார்த்து விழுந்தது. அவளுக்கு முகத்தில் பூரிப்பு விரிந்தது. இவனிடம் சொன்னாள்.

“வடக்கே உழுந்தா வரவு… தெக்கே உழுந்தா செலவு’’

“அப்ப நமக்கு இனிமே வரவுதா…’’

இவன் சிரித்துக் கொண்டே எழுந்தான். சேவலைத் தூக்கிக் கொண்டு கரைவெளிப் பாதையோரம் போனான். ஏற்கெனவே ஒருவன் அங்கு சேவலைப் பொசுக்கிக்கொண்டிருந்தான். இவன் சேவல் கழுத்தைப் பிடித்து லாவகமாகத் திருகிப் படக்கென்று முறித்தான். சேவல் விழுக்கென்று கத்தி, தலை தொங்கிப் போயிற்று. அதன் காலை மிதித்துக்கொண்டே கழுத்தை இழுத்துப் பிடித்துப் பொங்கை வேகமாகப் பொசுக்கினான். பறக் பறக்கென்று சப்தம் எழுந்தது. மேகாற்றில் சிறு பொங்குகள் பறந்து போயிற்று.

இவன் சேவலைப் பொசுக்கி முடித்தபின் அதற்கு மஞ்சள் பூசினான். அடுப்புக்குக் கொண்டுவந்து வாட்டினான். சட்டியில் கறி அரிந்து போடும்போது, அவளும் குழந்தையும் கிட்டே வந்து வேடிக்கை பார்த்துக்கொண்டிருந்தார்கள். கறி வெந்து முடியும்போது குழந்தை தூங்கிப் போயிருந்தது. தலைக்கறியையும் கால்கறியையும் சாமி படையலுக்கு வைத்து வேண்டிவிட்டு வந்தார்கள். பூசாரி

முஸ்கரமாக சாமியாடிக் கொண்டிருப்பது தெரிந்தது. இவனும், அவளும் சாப்பிட்டபின் சாமி கேட்க கோவில் முன்பு போனார்கள்.

பூசாரியின் முன் நிறைய பேர் உட்கார்ந்திருந்தார்கள். பெட்ரோமாஸ் லைட் வெளிச்சத்தில் அவர்களின் நிழல் விஸ்வரூபமாகத் தெரிந்தது. சாமி யார் யாரையோ அழைத்துக் கணக்குச் சொல்லியது. இவர்களை கூப்பிடும்போது நடுசாமத்திற்கு மேலாகிவிட்டது. காடையைத் தாமதமாகக் கொண்டு வந்ததற்காக காணிக்கை அதிகமாகக் கேட்டது. இவர்கள் எதுவும் பேசாமல் நின்றார்கள். பின் சாமி கணக்குச் சொல்லியது. சாமி கேட்க கேட்க ஆமாஞ்சாமி ஆமாஞ்சாமி என்று தலையசைத்தார்கள்.

இவர்கள் வீட்டுக்கு வந்து சேரும்போது கோழி கூப்பிட்டு விட்டது. அவள் குழந்தையைச் சுத்திண்ணையில் கிடத்தினாள். இவன் சைக்கிளிலிருந்து சாமான் மூட்டையை இறக்கினான். அவள் வாங்கி வீட்டுக்குள் கொண்டுபோய் வைத்துவிட்டு வந்தாள். இவன் சுத்திண்ணையில் குழந்தைக்குப் பக்கத்தில் உட்கார்ந்து வாசலையே பார்த்தபடியிருந்தான். வாசல் நடுவில் ஆட்டுக் கொடாப்பு வெறுமனே கிடந்தது. சுவரோரம் பன்றிக் குடிசு விழுந்திருந்தது. அவள் பேசினாள்.

"இந்த வருஷமாவது ரெண்டு ஆட்டுக்குட்டி சேத்திரணும்.''

"சேத்துனாபோது.. சீக்கிரம் பழைய சோத்துல கறிக்கொளம்ப ஊத்தி கொண்டா... மொதப்பஸ்ஸூ வந்திரும்...''

"வரட்டுமே அடுத்த பஸ்ஸூக்குப் போறது..''

"மொதலாளி என்ன உங்கப்பன்னு நெனைச்சியா...''

"மொதலாளி எங்கப்பனாயிருந்தா... நா ஏ உங்களக் கட்டிக்கிட்டு சீப்படறே...''

இவன் அவளை முறைத்தான். அவள் வீட்டுக்குள் போய் கறிக்குளம்பு போசியைத் திறந்தாள். தூரத்தில் முதல் பஸ் ஹாரன் அடிக்கும் சப்தம் கேட்டது. இவனிடம் ஒரு பரபரப்புத் தொற்றியது. வீதியில் வேலைக்குப் போகும் ஆட்கள் அவசரமாக நடந்து போய்க் கொண்டிருந்தார்கள்.

கணையாழி, மே, 2003